"इराकमधून तिची लवकरात लवकर सुटका व्हायला हवी, नाहीतर तिला तिच्या कुटुंबाच्या सन्मानासाठी मरावे लागेल."

"पासपोर्ट नाही. स्वातंत्र्य नाही. सुटका नाही."

"एका तरुण मुलीला मुक्त करण्यासाठी अमेरिकन सैन्याने कशी मदत केली हे जाणून घेण्यासाठी तिची ही कथा आवर्जून वाचायलाच हवी."

आपल्या स्नेहीजनांना पुस्तके भेट द्या

सनातन कौटुंबिक चालीरीतींमुळे जन्मदात्यांनीच तिला जबरदस्तीने इराकमध्ये नेले आणि मृत्यूच्या छायेत जगण्यास भाग पाडले. एका तरुणीच्या जीवनाची अंगावर शहारे आणणारी सत्यकथा.

'बिट्रेड' या इंग्रजी पुस्तकाचा मराठी अनुवाद

इराकहून सुटका

लतिफा अली आणि रिचर्ड शिअर्स

अनुवाद

सिंधू जोशी

मेहता पब्लिशिंग हाऊस

Please contact us at **Mehta Publishing House,** Pune 411030.
✆ +91 020-24476924 / 24460313 / Mob. No. 9545000513
Email : production@mehtapublishinghouse.com
Website : www.mehtapublishinghouse.com

◆ *या पुस्तकातील लेखकाची मते, घटना, वर्णने ही त्या लेखकाची असून त्याच्याशी प्रकाशक सहमत असतीलच असे नाही.*

BETRAYED by LATIFA ALI WITH RICHARD SHEARS

Originally Published in Australia by New Holland Publishers (Australia) Pty Ltd
Translated into Marathi Language by Sindhu Joshi

इराकहून सुटका / अनुवादित अनुभवकथन

अनुवाद : सिंधू जोशी
Email : author@mehtapublishinghouse.com

मराठी अनुवादाचे व प्रकाशनाचे हक्क : मेहता पब्लिशिंग हाऊस, पुणे.

प्रकाशक : सुनील अनिल मेहता, मेहता पब्लिशिंग हाऊस,
१९४१, सदाशिव पेठ, माडीवाले कॉलनी, पुणे – ४११०३०.

मुद्रक : ट्रिनिटी ॲकॅडमी फॉर कॉर्पोरेट ट्रेनिंग लिमिटेड

मुखपृष्ठ : चंद्रमोहन कुलकर्णी

प्रथमावृत्ती : नोव्हेंबर, २०१२

किंमत : ₹ २५०

P Book ISBN 9788184984330

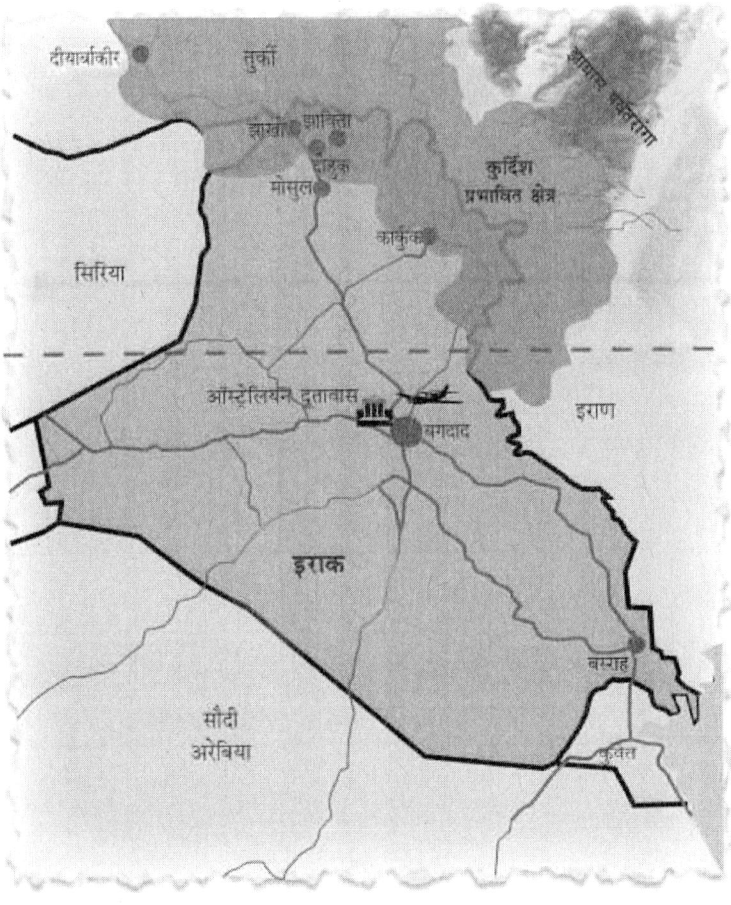
दीयार्बाकीर
तुर्की
झाखो
मोसुल
कुर्दिश
प्रभावित क्षेत्र
कार्कुक
सिरिया
ऑस्ट्रेलियन दूतावास
बगदाद
इराण
इराक
बसराह
सौदी
अरेबिया

उपोद्घात

झाग्रास पर्वतराजींवर आता बर्फ पडण्यास सुरुवात झाली होती. त्यामुळे त्या बिकट वाटांवरून चालणे अधिकच क्लेशदायक झाले होते. कुर्दिस्तान पठाराची जीवनदायिनी झाब नदी वेगाने पुढे जात होती. पर्वत रांगांतील खोल कराल दऱ्या झाबकडे झेपावत होत्या. एकदा का तापमान उणे दहा अंशाच्या खाली घसरले की झाग्रास पर्वतराजीतील रस्ते रहदारीसाठी निरुपयोगी ठरले असते. सीमेवरील सैनिक आपापल्या घरी जाण्यास निघणार होते. इराकी आणि इराणी घुसखोरांची पथके नेमके हेच करणार होती. परंतु त्यासाठी काही काळ लागणार होता. 'पेशमेरगा' नावाने ओळखले जाणारे सीमेवरील कुर्दी स्वातंत्र्यसैनिकही तिथेच ठिय्या देऊन बसले होते.

गडद खाकी रंगाच्या सैनिकी पोषाखावरून जाड ब्लँकेट लपेटून घेतलेला, गनिमी काव्यात तरबेज असलेला तो, चढावरून चालत होता. खलिद नेमका कोठे आहे हे त्याला माहीत होते. खलिदने त्याला नक्कीच बघितले होते. परंतु खडी चढण चढणाऱ्याला कसलीच भीती नव्हती. एकतर एकटादुकटा अरब सैनिक या प्रदेशात येणे कठीण आणि कुर्दी सैनिकाचे सोंग घेऊन आलाच, तरी त्यांना प्राण गमवावेच लागले असते.

सोसाट्याच्या बर्फाळ वाऱ्याला तोंड देत त्याने साद घातली, "खलिऽद, तू ज्या बातमीची वाट बघतोयस ती घेऊन मी आलोय...."

खडकाच्या आधाराने लपून बसलेला उंचावरील बंदुकधारी एकम उभा राहिला. चौकटीच्या स्कार्फने गुंडाळलेला त्याचा हसरा चेहरा उजळून निघाला. आकाशाकडे डोके उंचावून तो ओरडला, "अल्लाचा विजय असो" आणि मग त्याने विचारले, "मुलगा की मुलगी रे?"

"मला माहीत नाही रे खलिद. त्यांनी एवढाच निरोप दिला आहे. तुला घेऊन

जायला खाली गाडी थांबली आहे.''

अठ्ठावीस वर्षांचा तगडा जवान क्षणाचाही विलंब न लावता वेगाने खाली उतरू लागला. पट्ट्याने बांधलेले त्याच्या पाठीवरचे कलाशनिकोव्ह त्याच्या पाठीवर आदळत होते.

खालच्या पठाराकडे धावत येताना कितीदातरी पाय घसरून तो दरीत कोसळण्याच्या बेतात होता. पण त्याच्या अतीव उत्साहाने दरवेळी त्या धोक्यावर मात केली होती. एकदा मात्र पाय घसरल्याने त्याला उतारावरून कोलांट्या माराव्या लागल्या. उठून उभा राहिल्यावर त्याच्या लक्षात आले की त्याचे बूट पायातून निसटून गेले होते. त्याने इकडे-तिकडे शोधले. त्याला वाटले की बूट बहुतेक खोल दरीत पडले असावेत.

आता तो अनवाणी पायाने दगडातून चालू लागला. अणकुचीदार दगडांमुळे त्याच्या तळव्यातून रक्त येऊ लागले आणि पांढऱ्याशुभ्र बर्फावर लालसर नक्षी उमटू लागली. पण स्वत:च्या अपत्यापुढे त्याला कसलीच तमा नव्हती.

मोटारीत बसल्यानंतरचा पुढचा शंभर किलोमीटरचा प्रवास मात्र संपता संपत नव्हता. त्याने ड्रायव्हरमागे वेगाने गाडी चालविण्याचा लकडा लावला. तरी घरी पोहोचण्यासाठी मोसुल शहराच्या गल्ल्या पार कराव्या लागल्याच.

तो धावतच बेडरुममध्ये शिरला. बाळाला घेऊन उभी असलेली त्याची सोळा वर्षांची बायको ----- त्याच्याकडे बघून हसली. घरातल्या इतर बायका जमल्या होत्या. हातातले बाळ उंच धरून ती म्हणाली, ''ही बघ तुझी मुलगी.''

''ओहो! म्हणजे मी या छोटीचा बाप झालो तर!'' आपले पहिले अपत्य मुलगा असावा असा त्याचा आग्रह नव्हता. पुढे त्याला ती संधी मिळणारच होती.

''तुझे पाय रक्ताळलेत. बूट कुठे गेले तुझे?'' जमलेल्या स्त्रियांपैकी एकीने विचारले.

''डोंगरात पडले असतील कुठेतरी...'' या क्षणी बुटासारख्या फालतू वस्तूंची त्याला फिकीर नव्हती.

एकोणीसशे ऐंशीमधील हिवाळ्यातील एके दिवशी त्याने मोठ्या प्रेमाने आपल्या लेकीला छातीशी धरले होते खरे, परंतु त्याच्या बूट हरवण्यामागे विधात्याची काही वेगळीच योजना होती हे निश्चित!

■

एक

लतिफाचा अर्थ कोमल, नाजूक. त्या नावाने मी ओळखली जाते. अर्थात माझ्या आई-वडिलांनी मला दिलेले नाव वेगळेच होते. माझी स्वत:ची ओळख बदलणे भाग पाडण्यासारखी काही संकटे माझ्या आयुष्यात आली. भीती, धमक्या, छळ अशा गोष्टी आमच्या कुर्दी लोकात रोजच्याच आहेत. स्वतंत्र अस्तित्व टिकविण्यासाठी आक्रमकांबरोबर शतकानुशतके आम्ही कुर्दी लढत आहोत.

माझ्या जन्माआधी आणि सद्दाम हुसेनच्या जुलमी राजवटीपूर्वी म्हणजे साधारण ऐंशीच्या दशकापूर्वी इराकचा सर्वेसर्वा असलेला अध्यक्ष अहमद हसन अल बकर. याच्या राजवटीत इराकच्या एकूण दोन कोटी लोकसंख्येच्या वीस टक्के असलेल्या, कुर्दी जनतेने अतीव छळ सहन केला होता. एकोणीसशे एकोणऐंशी साली सद्दाम हुसेनने अल बकरला नजरकैदेत ठेवले आणि सद्दाम स्वयंघोषित अध्यक्ष बनला. त्या घटनेपासून माझे बाबा एक अत्यंत कठोर, परंतु आदराचे स्थान प्राप्त केलेले काही कुर्दी स्वातंत्र्यसैनिक म्हणजेच 'पेशमेरगा' म्हणून ओळखले जाऊ लागले.

पेशमेरगांचे त्यांच्याविना पान हलत नसे. एकोणीसशे सत्याहत्तरमध्ये इराकी सैन्य आणि कुर्दी गनिम यांच्यामध्ये धमानास लढाई चालू होती. पुढच्या दोन वर्षांत शेकडो कुर्दी खेडी जमीनदोस्त केली गेली आणि दोन लाखांपेक्षा अधिक कुर्दी लोकांना त्यांच्या मायभूमीपासून दूर नेण्यात आले होते. बाबांनी किती इराकी सैनिकांना कंठस्नान घातले याची गणतीच माझ्यापाशी नाही. परंतु ते एक उत्कृष्ट नेमबाज होते हे मी प्रत्यक्ष पाहिले आहे. त्यांना पितृत्व लाभल्यामुळे त्यांच्या बरोबरच्या लोकांत त्यांच्याविषयी असणारा आदर वाढला होता. बाबांची पत्नी आणि माझी आई इराकमधील सौंदर्यवती होती. दाट फिकट केस, अटकर बांधा आणि पाचूच्या रंगाचे अथांग विशाल नेत्र यामुळे तिला मिळवण्यासाठी खूनच पडले असते. पण माझ्या वडलांच्या कुटुंबाने ती पंधरा वर्षांची असतानाच तिच्यावर हक्क

प्रस्थापित करून टाकला होता.

बैआनचा जन्म दोहुकचा. दोहुक याचा अर्थच मुळी लहान खोरे. अर्थात लोकसंख्यावाढीमुळे दोहुकची गणना मोठ्या शहरात केली गेली. दोहुकच्या शेजारीच असलेल्या डोंगररांगा आणि टायग्रस नदी यामुळे ते शहर निसर्गरम्य तर होतेच, परंतु तेथील विश्व विद्यालय आजूबाजूच्या परिसरात प्रसिद्ध होते.

माझ्या आईचा मात्र तिच्या सौंदर्यानेच घात केला. सरकारी दलाल तिच्यावर बलात्कार करतील अशी सततची धास्ती तिच्या कुटुंबाला असे. त्यामुळे तिला घरातच एखाद्या कैद्याप्रमाणे डांबून ठेवले गेले. औपचारिक शिक्षण तिला मिळालेच नाही. बैआनचे वडील शिक्षक होते. त्यांनी आणि तिच्या भावांनी मिळून तिला घरीच शिकविले. तिच्या मैत्रिणींबरोबरही ती कधीच मुक्तपणे खेळू शकली नाही.

बैआनचे आईवडील एकमेकांचे दूरचे नातेवाईक होते. त्यामुळे खलिद आणि बैआनचे लग्न सर्वांनाच पसंत होते. शिवाय वंशावळ शुद्ध राहणार होती. कुर्दी परंपरेनुसार मोठ्या थाटात लग्न लागले. नवरा-नवरीला त्यांच्या खोलीत पाठविण्यात आले. त्या वेळेस वधूने वराला स्वत:चे शरीर अर्पण करायचे असते. महत्त्वाची गोष्ट म्हणजे वधूचे कौमार्य अबाधित आहे की नाही हे त्या वेळी तपासण्यात येते. त्यामुळेच वरमाई आणि वराचे भाऊ खोलीच्या बाहेर प्रतीक्षा करत उभे होते. खलिद खोलीबाहेर आल्या आल्या सर्वजण आत गेले. वधूकडे लक्ष न देता पलंगावरील चादरीवर रक्ताचे डाग आहेत का ते तपासण्यात आले. वधू परीक्षेत पास झाली होती. खलिदची सरशी झाली होती. अतिशय स्वादिष्ट अशा बकलावा पक्वान्नाने मेजवानी साजरी झाली. सर्वत्र आनंदीआनंद होता. माझ्या वडलांनी मी पुरेशी मोठी झाल्यावर मला ही गोष्ट सांगितली होती. त्यांचे आईवर खरे प्रेम असल्याचे हे एक महत्त्वाचे कारण होते, असेही मला त्यांनी सांगितले. अशाप्रकारे प्रेम असणे हे अतिशय चुकीचे असल्याचे माझे प्रामाणिक मत होते. माझ्यामते सर्वप्रथम प्रेम, नंतर इतर गोष्टी! अर्थात हे सामाजिक रितीरिवाज इराकच्या उत्तरेकडे स्थायिक असणाऱ्या कुर्दी लोकांचे होते.

खलिद स्वत:च्या वधूप्रमाणेच चांगला शिकलेला होता. इराकमधील चौथ्या क्रमांकाच्या मोठ्या शहरात मोसुलमध्ये त्याचा जन्म झाला होता. हायस्कूलचे शिक्षण पूर्ण झाल्यावर त्याने अतिशय कष्ट घेऊन स्वत:चा वेल्डींगचा व्यवसाय सुरू केला होता. स्वत:च्या हाताखाली त्याने नात्यातले लोक ठेवले होते. त्यामुळे त्याची आणि त्याच्या कुटुंबाची आर्थिक स्थिती भक्कम असणार होती.

खलिद आणि बैआन एकत्र कुटुंबाच्या तीन मजली वाड्यात राहू लागले. खलिदचे आईवडील, त्याच्या सात बहिणी आणि एक भाऊ एकत्र राहत होते. नवी नवरी म्हणजे सर्व कुटुंबाची जणू गुलामच. स्वयंपाकपाणी, धुणीभांडी सगळी कामे

तिला एकटीला करावी लागत. लग्नापूर्वीच्या कैदेतून सुटून ती वेगळ्या कैदेत अडकली होती.

लग्नानंतर तीनच महिन्यांनी बैआनला दिवस गेले. जणूकाही हा खलिदचाच विजय होता. आता पुन्हा एकदा स्वातंत्र्यसैनिक म्हणून सीमेवरील डोंगरी भागात जाण्यास तो मोकळा होता. त्याचा वेल्डिंगचा धंदा तो नातेवाईकांवर सोपवू शकत होता. त्याच्यामते, त्याची बायको तिच्या जबाबदाऱ्या सांभाळणार होतीच. त्या उन्हाळ्यापुरता खलिद परत एकदा पेशमेरगाची काळी हॅरम पॅन्ट आणि कफ्तान घालून कमरेभोवतीच्या जाड पट्ट्यात दारूगोळा आणि खंजीर ठेवून सीमेवर जायला मोकळा होता.

माझे बालपण कसे गेले याचे वर्णन आई करत असे. घरातले इतर माझ्या पाळण्याला झोके देत तेव्हा मी पडू नये म्हणून मला पाळण्याला घट्ट जखडून बांधून ठेवत. माझ्या बालपणीच्या एका फोटोत मी आईच्या हातात होते आणि माझे बाबा माझ्याकडे बघत आनंदाने हसत होते. दुसरा एक फोटो माझ्या आठवणीत अगदी खोलवर जाऊन बसला आहे. आईच्या कडेवर बसून मी बाबांकडे बघत खुदूखुदू हसत होते. आई मात्र माझ्याकडे रागाने बघत होती. लहानपणापासून ती माझा दुस्वास करत होती. तिला मी नकोशी होते. कॅमेऱ्याने टिपलेले सगळेच भाव नेहमी खरे असतातच असे नाही असा विचार माझ्या मनात येई. पण आता मात्र माझी खात्री पटली आहे की, कॅमेऱ्याने नेमके सत्यच टिपले होते.

माझ्या आत्यांकडून आईला त्रास सहन करावा लागला असणार यात शंकाच नाही. माझी आई खरोखरच रूपवती होती. तिच्या लावण्याचा आत्यांना मत्सर वाटत असणार. हे सर्व ती सहन करत असे, पण अति झाले तर उलट उत्तरे देत असे.

''मला माझ्या मुलीकडे लक्ष द्यावे लागते. मी सारा वेळ तुमच्या उशा-पायथ्याशी बसणार नाही,'' ती ठणकावून सांगत असे.

परंतु माझ्या बाबांनी कधीच तिची बाजू घेतली नाही. कारण सासुरवाशिणींनी पडेल ते काम करण्याची रीतच होती.

मी दोन वर्षांची होते तेव्हा माझ्या आईने, बैआनने माझ्या भावाला जन्म दिला. तिला मिळालेले शिक्षण आणि तिचे सौंदर्य हे बहुदा मुलांना जन्म देणे, घरच्यांच्या खस्ता खाणे या गोष्टींसाठीच होते, असे चिन्ह दिसू लागले. परंतु काही अकल्पित नाट्यमय घटना आमच्या आयुष्यात घडणार होत्या. आमचे जीवन आमूलाग्र बदलून जाणार होते.

माझ्या भावाचा बवरचा जन्म एकोणीसशे ब्याऐंशीचा. त्यानंतर केवळ सहा महिन्यांनी इराकी सरकारबरोबर साटंलोटं असणाऱ्या बाबांच्या एका विश्वासू मित्राने

आणलेल्या बातमीने माझ्या बाबांचा धीरच सुटला. सद्दाम हुसेनने वेचक अशा दहा कुर्दिश कुटुंबाना जीवे मारण्याचा फतवा काढला होता. आमचे कुटुंब त्यापैकी एक होते.

बाबांचे नातेवाईक विश्वासू होते. बाबांना समजेना की, त्यांच्याविषयी सरकारला माहिती मिळाली कशी? नंतरच्या बातमीने मात्र ते विदीर्ण होऊन गेले. दोन वर्षांपूर्वी हरवलेल्या बुटांपैकी एका बुटात त्यांचे नाव आणि पत्ता असलेला कागद त्यांनीच लपवून ठेवला होता.

मारले जाण्याची टांगती तलवार सतत डोक्यावर असलेले कुर्दी गनिमी शिबंदीचे बहुतेक सैनिक असे नाव असलेले चिटोरे स्वत:जवळ लपवून ठेवत. एखादा मारला गेला तर त्याच्या कुटुंबाला या चिटोऱ्यामुळे बातमी कळविली जात असे. सद्दामच्या एखाद्या सैनिकाच्या हाती बहुतेक बाबांचा बूट लागला असावा.

बाबांबरोबर आई, मी आणि भाऊ यांच्या नावे फतवा निघाला होता.

आता कुर्दिस्तानातून पळून जाण्याखेरीज दुसरा पर्यायच शिल्लक नव्हता. आमच्यासारखीच बाकीची कुटुंबे एकत्र आली. पळून जाण्याचा मार्ग निश्चित झाला. आमच्यासारख्या आणखी चार कुटुंबांबरोबर आम्ही पळून जावे, असे बाबांना सुचविले गेले. बाबांच्या घरचे इतर नातेवाईक कुर्दिस्तानातच वेगवेगळ्या ठिकाणी जाऊन राहणार होते.

बाबांना मात्र इतर चार कुटुंबांबरोबर प्रवास करणे मान्य नव्हते.

'आमचे आम्ही जाऊ' असे त्यांनी इतरांना सांगितले. बाकी सर्वांचा सल्ला त्यांनी धुडकावून लावला.

रात्रीच्या गडद अंधारात बाबांच्या एका मित्राने आम्हा चौघांना डोंगररांगांच्या पायथ्याशी सोडले. त्यानंतर मला एका गाढवावर बसविण्यात आले होते. त्यावेळी मी केवळ दोन वर्षांची होते. मोठी झाल्यावर आईबाबांनी मला सर्व हकिकत सांगितली.

बाबा नेहमी म्हणायचे, 'या डोंगरदऱ्याच कुर्दी लोकांचे मित्र आहेत. त्यांच्यामुळे आक्रमणे थोपविली जातात, शिवाय तुम्ही माहीतगार असाल तर तुम्ही येथे आसरा घेऊ शकता.'

आमचा प्रवास फक्त रात्री चालत असे. शिशिरातल्या त्या रात्री थंडगार असत. तापमान शून्यापर्यंत येत असे.

माझी आई बवरला खांद्यावर घेत असे. तिच्यामागे मी गाढवावर बसलेली आणि बाबा आमच्यापुढे. तेहरानमध्ये बाबांचे नातेवाईक होते, त्यामुळे आमचा प्रवास इराणच्या दिशेने चालला होता. नशिबाने मोसुल आणि तेहरानमध्ये बऱ्यापैकी चालू असलेली टेलिफोन लाईन होती. बाबांनी निघण्यापूर्वी नातेवाइकांना आमच्या आगमनाची

बातमी कळवली होती.

डोंगरदऱ्यातील प्रवास पंधरा दिवस चालेल असा अंदाज होता. त्यानंतर इराणच्या सीमेवरील चौक्या चुकवून जावे लागणार होते, कारण आमच्याकडे पासपोर्टच नव्हते. दूरदूर पडलेल्या वस्त्यांतून आम्ही दिवसाचा मुक्काम करत असू आणि जेवण व थोडी झोप घेत असू. या वस्त्यातील लोकांना माझ्या बाबांनी क्रूर इराकी सैनिकांपासून वाचविले होते. कधी कधी मात्र आम्हाला दिवसा तंबू किंवा गुहेत आसरा घ्यावा लागत असे. बाबांनी शक्यतो सर्व काळजी घेतली होती. परंतु काय प्रसंग पुढे उभे ठाकतील याची कल्पना कोणालाच नव्हती. जवळजवळ अर्धा प्रवास पार पडल्यावर मी बसलेल्या गाढवाचा एकाएकी पाय निसटून तोल गेला. नशिबाने मला गाढवाबरोबर पट्ट्याने बांधून टाकले होते, नाहीतर एखाद्या दरीत कोसळून माझा कपाळमोक्षच झाला असता. गाढव तर अर्धेअधिक दरीत लोंबकळत होते. पण दोर बाबांच्या हाती होते. ते चांगले दणकट होते. म्हणून त्यांनी दोऱ्या ताणून धरल्या खऱ्या, पण ते गाढवाला वर ओढू शकले नाहीत. माझी आई गाढवांकडे धावली आणि तिने कसेबसे गाढवापासून मला सोडविले. आता गाढवाच्या दोऱ्या बाबांच्या मनगटाभोवती घट्ट आवळल्या गेल्या आणि गाढवामागोमाग बाबा दरीकडे फरफटत जाऊ लागले. प्रसंगावधान राखून बाबांनी कमरेचा सुरा काढला आणि हाताच्या दोऱ्या कापल्या, आणि गाढव मात्र दरीत कोसळले. कितीतरी वर्षांनंतर खलिदने म्हणजे माझ्या बाबांनी मला सांगितले की, अशा प्रसंगी त्यांनी आपल्या लोकांसाठी स्वत:चा जीव गमावला असता, पण लेकीला वाचवले असते.

आम्हा दोघांना घेऊन आईबाबांचा प्रवास पुढे चालू झाला. सीमा रक्षकांपासून सुरक्षित अशी आडवाट बाबांच्या नातेवाइकांनी त्यांना सांगितली होती. तसेच त्या आडवाटा शत्रूने पेरलेल्या सुरुंगापासून सुरक्षित होत्या. सीमेवरील एका खेड्यातून बाबांच्या नातेवाइकांनी आम्हाला तेहरानपर्यंत नेले. आता आम्ही सुरक्षित होतो.

इतर चार कुटुंबे मात्र इराकी सैनिकांकडून मारली गेली होती. ती बातमी समजल्यावर संमिश्र भावनांनी बाबा गदगदून रडू लागले होते. गेलेल्यांसाठी दु:ख आणि आम्हा सर्वांसाठी आनंद. बाबांच्या डोंगरदऱ्यांच्या नेमक्या माहितीमुळेच आम्ही वाचलो होतो.

कुर्दिस्तानात आम्ही जाऊच शकत नव्हतो. त्यासाठी कोणाच्या भाकिताची गरज नव्हतीच. याचा अर्थ आम्ही निर्वासित होतो.

सुरुवातीचे काही दिवस आम्ही बाबांच्या नातेवाइकांकडे राहिलो. आईबाबांना भविष्याचा विचार करणे अनिवार्य होते. त्यावेळी इराक इराणचे युद्ध चालू होते. त्यामुळे इराणमध्ये वास्तव्य करण्याची परवानगी मिळाली नसती. पुढे ऐंशीच्या दशकाच्या मध्यावर इराणने पेशमेरग्यांना पाठीशी घातले तो भाग वेगळा! परंतु

इराणमध्ये काहीसे लपून राहणे बाबांनी पसंत केले. मानवी हक्क गटांची मदत घेऊन दुसरा काही मार्ग निघू शकतो का याची पडताळणी बाबांनी सुरू केली. पृथ्वीतलावरील बरेचसे देश कुर्दी निर्वासितांना आसरा देण्यास तयार होते. काही स्कॅन्डेनेव्हियन देश आणि पोलंडलासुद्धा कुर्दी चालणार होते. स्कॅन्डेनेव्हियन देशात तर एकमेकांबरोबर नातेसंबंध असलेली सोळा कुर्दी कुटुंबे होती. आईबाबा तेथे जाण्यास तयार होते. परंतु आमच्यासाठी पोलंड देश ठरविला गेला. तेथून पुढे कायमचे स्थायिक होण्यासाठी आम्ही एखादी नवीन जागा शोधू शकणार होतो.

पोलंडमधील तात्पुरत्या मुक्कामाविषयी माझ्या आईबाबांनी फारसे काही मला सांगितले नाही. पण जवळजवळ वर्षभर आम्ही कैदखान्यात असल्यासारखेच होतो. त्यानंतर माझ्या बाबांना पासपोर्ट मिळाला. आई आणि आम्हा दोघा भावंडांची नोंद त्याच पासपोर्टवर केली गेली. स्थायिक होण्यासाठी आम्हाला स्वीकारण्याची तयारी ऑस्ट्रेलियाने दाखविली. तोपर्यंत त्र्याऐंशी साल उजाडले. कुर्दिस्तानातील दंगलीने उग्र रूप धारण केल्याच्या बातम्या कानांवर येत होत्या. मसूद बरझानी या कुर्दिश नेत्याची कुर्दिश डेमॉक्रेटिक पार्टी इराणच्या राजकीय नेत्यांबरोबर मित्रत्वाचे संबंध ठेवून होती. इराणने उत्तर इराकविरुद्ध सुरू केलेल्या लढ्याला मसूद बरझानीचा सक्रिय पाठिंबा होता. या सर्व कोलाहलात कुर्दिश लोक सर्वच बाजूंनी भरडले जात होते. सद्दामचे सैन्य एकीकडे इराणबरोबर लढत होते, तर दुसरीकडे त्यांनी कुर्दी वंशाचा संहार चालविला होता.

कुर्दी सैन्य इराणच्या बाजूने इराकशी लढत होते. त्यामुळे सद्दाम हुसेनच्या कुर्दींविषयी असलेल्या द्वेषाची आग आणखीच भडकून उठली होती. मुळात सांस्कृतिकदृष्ट्या कुर्दी इराणच्या जवळचे होते, याची जळजळ सद्दामच्या मनात नेहमीच थैमान घालत असे.

त्यातच भर पडली होती ती कुर्दी बंडखोरांची आणि तुर्कस्तानबरोबर चाललेल्या सततच्या चकमकींची.

या सर्व परिस्थितीमुळे स्वत:चे राज्य हवे ही कुर्दिश लोकांची इच्छा आणखी बळावत चालली होती.

भरीस भर म्हणून इराण इराकच्या सीमेनजीक वस्ती करून राहिलेले कुर्दिश लोकांचे लोंढे जिवाच्या आकांताने कुर्दिस्तानात घुसू लागले होते.

आम्ही वेळीच बाहेर पडलो होतो. आम्हाला ठार करण्याच्या सद्दामच्या फतव्यापासून कदाचित आम्ही वाचू शकलो असतो. पण या सर्व गोंधळात आमच्या नशिबात काय वाढून ठेवले असते, कोण जाणे!

ऑस्ट्रेलियाने कुर्दिश लोकांना स्वत:च्या देशात स्थायिक होण्याची परवानगी दिल्यानंतर सुरुवातीला जी काही कुटुंबे तिकडे गेली, त्यांच्यात आमचेही कुटुंब

होते. बाबांच्या तंत्रज्ञानातील कौशल्यामुळेच केवळ आम्हाला त्या देशात आसरा मिळाला होता.

त्यानंतर हजारो कुर्दिश कुटुंबे सिडनीच्या पश्चिम उपनगरातून स्थायिक झाली तर काही मेलबोर्नच्या उत्तरेकडे गेली.

इतके सगळे सोपस्कार पार पाडून आम्ही एका जागी स्थायिक झालो तेव्हा मी पाच वर्षांची झाले होते. त्या काळातील फोटो बघते तेव्हा माझ्या बाबांनी मला लाडाने किती बिघडवून टाकले होते त्याची कल्पना येऊन मला हसू येते. खरोखरच मी बाबांची अतिशय लाडकी होते.

बरेच निर्वासित बेकायदेशीरपणे ऑस्ट्रेलियात येत, त्यांना अडकवून ठेवण्यात येत असे. आम्हाला मात्र लिव्हरपूलच्या पश्चिम उपनगरात एक घर मिळाले. एका वेल्डिंग फॅक्टरीत बाबांना चांगली नोकरी मिळाली, तर इतर काही कुर्दिश कुटुंबे तेथे स्थायिक होऊ लागली आणि हळूहळू आमचा एक छोटासा समुदाय तयार झाला. काही दिवसांतच आम्ही घर बदलले. शांत भागातील नव्या वसाहतीत स्विमिंग पूल होता. माझ्या आईबाबांना चांगले शिक्षण मिळाले होते. शिवाय ते दोघे हुशारही होते. थोड्याच दिवसांत ते इंग्रजी उत्तम बोलू लागले. घरात कुर्दिश आणि इंग्रजी अशा दोन्ही भाषा बोलल्या जात. लहानपणी मीसुद्धा दोन्ही भाषा शिकले.

माझ्या लिव्हरपूल ज्युनिअर इंग्लिश स्कूलमध्ये चिनी, इटालियन, लेबनीज, ग्रीक अशी विविध देशातील मुले होती. मी एकटीच इराकी होते. इतर मुलांनी तर कुर्दिस्तान हे नावही ऐकले नव्हते. मला ते इटालियन समजत. एकदा एका मुलीने मी कुठून आले होते याची चौकशी केली. माझ्या उत्तरावर ती म्हणाली, ''म्हणजे तू आमच्यापैकीच आहेस.''

एका स्वाभिमानी, कुर्दी कुटुंबातली आमची भाषा वेगळी, आमच्या चालीरिती वेगळ्या. मी तिला तसे सांगितले.

आमच्या आईला तर कुर्दी संस्कृतीचा फार अभिमान होता. आम्ही मुलांनी आमच्या चालीरिती पाळाव्यात असा तिचा आग्रह असे.

''अरबांमध्ये मिसळायचे नाही. आपण इराकच्या उत्तर भागातले असलो तरी त्यांच्यापेक्षा वेगळे आहोत. तू अगदी धर्मनिष्ठ राहावंस असा माझा आग्रह नाही. पण तू कोण आहेस, कुठून आलीस हे कधी विसरू नकोस.'' –आई

मला असा उपदेश करणारी माझी आईही कुर्दी लोकांना जेवढी म्हणून मदत करता येईल तेवढी करीत असे. ऑस्ट्रेलियात आणि इराकमध्येसुद्धा. थोड्या दिवसांतच ती कुर्दिश रेडिओ स्टेशनसाठी काम करू लागली. वेगवेगळ्या कुर्दिश बोलीभाषेतून ती बातम्या देई. स्वत:च्या कविता ती रेडिओवर वाचून दाखवे. मला लोक सांगत, ''तुझी आई फार हुशार आहे. ती बातम्या तर देतेच, शिवाय

करमणुकीचे कार्यक्रमही सादर करते.

ऑस्ट्रेलियात नव्याने येणाऱ्या कुर्दी लोकांना तर ती वाटेल ती मदत करण्यास तयार असे. निर्वासित होऊन परक्या देशाचा आसरा घेणाऱ्या लोकांना ती रेडिओवरून सल्ला देत असे. पैशाची अपेक्षा न ठेवता आजारी माणसांना हॉस्पिटलमध्ये घेऊन जात असे.

नवरोज म्हणजे आमचे नवीन वर्ष. या दिवशी आणि काही महत्त्वाच्या सणांशिवाय आम्हा दोघा भावंडांचे कुर्दी लोकांत मिसळणे मात्र तिला आवडत नसे. आमचे हे नवे वर्ष ख्रिस्तपूर्व ६१२ पासून सुरू झाले. आज 'कुर्दी' म्हणून ओळखला जाणारा आमचा समाज स्वत:च्या स्वतंत्र अस्तित्वासाठी ह्या वर्षात असिरियन राजसत्तेच्या विरोधात उभा ठाकला होता.

हे सर्व थोडा वेळ बाजूला ठेवले तरीही आईच्या स्वभावातील विरोधाभास बघून मला आश्चर्य वाटत असे.

माझ्या आईचे–बैआनचे सौंदर्य खास असेच होते. परंतु काळाच्या ओघात तिच्या केसांचा रंग बदलू लागला, केसांवर हळूहळू लाल छटा दिसू लागली. पण एक गोष्ट खरी की ती जिथे जिथे जात असे तिथे पुरुषांच्या नजरा तिच्याकडे वळत असत.

हळूहळू माझ्या आईवडिलांत दुरावा निर्माण होऊ लागल्याचे मला पक्के आठवते.

आम्हा दोघांना वाढविताना आणि रेडिओवरचे काम सांभाळताना तिची तारांबळ उडत होती. माझे वडील या कशातच नसत. ते संध्याकाळी उशिरा घरी येत. अर्थात त्यांच्या कामाचे स्वरूप धावपळीचेच होते. त्यामुळे आठवड्याच्या शेवटी दोन दिवसच आम्ही एकत्र येत असू. तेव्हा मात्र कोनूला ब्रीज नाहीतर जॉर्ज नदीकाठी आमची पिकनिक असे.

अशा सुखी, शांत जीवनात कुर्दिस्तानातून आलेल्या बातम्या आईबाबांना उदास करून सोडत. आईला तिच्या रेडिओवरील कामामुळे तिकडच्या बातम्या सर्वप्रथम समजत.

मार्च १९८८ मध्ये हलब्जा शहरात सद्दाम हुसेनने कुर्दी नागरवस्तीत सर्वप्रथम रासायनिक शस्त्रांचा प्रयोग केला. विषारी वायूमुळे तेथील पाच हजार नागरिक मृत्युमुखी पडले. त्या विषारी ढगाचा परिणाम जिवंत असलेल्यांवर पुढे अनेक वर्षे होत राहिला. ही भयंकर घटना वंशविच्छेदाची असल्याचे 'ह्युमन राईट वॉच'ने जाहीर केले. अशा बातम्यांमुळे आईबाबा दु:खाने विदीर्ण होऊन जात. त्या दोघांचे नातेवाईक सुखरूप होते, याचे त्यांना समाधान होते. इतकेच.

लिव्हरपूल गर्ल्स हायस्कूलमध्ये वरच्या वर्गात असताना आम्ही एकत्र राहत होतो. त्या भागात मध्यपूर्वेतील निर्वासितांचे लोंढे येऊ लागले. त्यामुळे दुसरीकडे

घर घेण्यासाठी आई बाबांच्या मागे लागली.

आता मनात असा विचार येतो की, खरंच त्यावेळी त्या भागात एक वेगळ्या प्रकारच्या वंशभेदाचे बीज पेरले जात होते का? त्यावेळी मी इतकी लहान होते की, आईने असा हट्ट धरण्यात काहीच चूक नव्हती, असे मला वाटे.

बाबांना चांगला पगार होता. त्यामुळे चिपिंगनॉर्टन या भागात बाबांनी हप्त्याने घर विकत घेतले.

शाळेतील माझ्या मैत्रिणींपैकी एक कुर्दी कुटुंबातील होती. त्या कुटुंबाला आई आर्थिक मदतही करत असे. मी थोडी मोठी होते. त्यामुळे आई मला सांगत असे की, अशा कुटुंबांना आपण मदत केली पाहिजे. दुसरीकडे मात्र ती कुर्दी कुटुंबांपासून दूर राहणे पसंत करे. नंतर मला उमगले की, आईच्यामागे आईविषयींच्या गप्पांना ऊत येई. इराकमध्ये अशा गावगप्पांचा तिने बराच अनुभव घेतला होता. तिच्या कुटुंबाविषयी, मिळणाऱ्या पैशाविषयी, उंची राहणीमानाविषयी आणि नातेवाइकांविषयी अनेक प्रकारे बोलले जाई. या सर्वांना ती अगदी कंटाळून गेली होती.

मी मात्र आई जे काय सांगत असे ते सर्व ऐकत असे आणि शरीनला माझ्या कुर्दी मैत्रिणीला मदत करीत असे.

एकोणिसशे ब्याण्णवच्या सुमारास आखाती युद्धापासून तेथील बिकट परिस्थितीमुळे सुमारे पन्नास कुटुंबे विस्थापित होऊन ऑस्ट्रेलियात आली होती. त्यातील शरीनला मात्र मी हरप्रकारे मदत करीत असे. ड्रग्नना नकार कसा द्यावा, कोणी त्रास दिला तर कसे वागायचे, हे तर मी करेच, पण तिचे इंग्रजी सुधारण्याचासुद्धा प्रयत्न करत असे.

आता मात्र तिने आणि तिच्यासारख्या अनेकांनी केलेली माझी फसवणूक बघून मला दुःख होते.

■

दोन

माझे शालेय जीवन गमतीदार होते. मी खूप दंगेखोर होते. शाळा बुडवून मी सिनेमा बघत असे. तलावावर जाऊन पोहत असे आणि शेजारच्या शाळेतल्या मुलांबरोबर, मैत्रिणींबरोबर गप्पाटप्पा करत बसत असे. आम्ही राहत होतो त्या सोसायटीत पोहण्याचा तलाव होता. शाळेत जाण्यापूर्वी आम्ही तेथे हमखास डुंबून घ्यायचो. आईबाबा मला कराटे शिकायला पाठवायचे. आठव्या वर्षापासून मला पियानोवर अभिजात संगीताचे धडे मिळत होते. घराजवळच्या तलावाभोवती आम्ही भावंडे स्केटिंग करून घिरट्या घालायचो. आमचे आयुष्य ऑस्ट्रेलियन मुलांपेक्षा वेगळे नव्हतेच.

माझे आईवडील मुस्लीम असले तरी कट्टर धर्मवेडे कधीच नव्हते. त्यामुळे माझ्या मनाप्रमाणे वागण्याचे स्वातंत्र्य मला होते. फक्त रात्री उशिरा बाहेर राहण्याची परवानगी मला नव्हती. ते मला लहान मुलगीच समजायचे. बाबा सुखासीन वृत्तीचे होते. सिगरेटी ओढत व्होडका पिणे त्यांना आवडत असे. माझ्या भावाला ते म्हणत, "तुझ्या अपरोक्ष दारू पिण्यापेक्षा तुझ्यादेखत पिणे मी पसंत करेन."

मला बिकिनी घालून पोहायला जाण्याची परवानगी होती. मी नग्न स्त्रियांची चित्रे काढली तरी माझ्या कलेचे कौतुक ते करत आणि मला विचारत, "या चित्रातून तुला नक्की काय सांगायचं आहे?"

परंतु मुलांबरोबर मैत्रीचा प्रश्न आला की, ते दोघे जणू माझे रक्षणकर्ते बनत. मैत्रिणींबरोबर डिस्कोला जायची मला परवानगी असे, पण सोडायला आणि घरी परत न्यायला ते दोघे हजर!

माझ्या लैंगिक साक्षरतेची जबाबदारी त्यांनी शाळेतील शिक्षकांवर सोपवली होती. शिक्षक आम्हाला कंडोमचे फायदे समजावत. शिवाय कंडोम कसा वापरायचा हे माहीत करून देताना काकडीचा वापर करत.

कालांतराने मला एक अँग्लो ऑस्ट्रेलियन बॉयफ्रेंड मिळाला. गंमत म्हणजे मुला-मुलींच्या शाळा वेगळ्या होत्या. तरी लायब्ररी एकच होती. तेथेच आम्ही दोघे भेटत असू. मी अजून किशोरीच होते. त्यामुळे मुलांना गुपचूप भेटणे आईबाबांना पटणारे नव्हते. पॅट्रीकला– माझ्या बॉयफ्रेंडला याची कल्पना होती. त्यामुळे आईच्या नजरेस पडणार नाही असा लांबवरचा फेरफटका आम्ही मारत असू. कधीकधी हातात हात घालून आम्ही सिनेमा बघायला जायचो. बस्स, एवढंच!

मी शाळेत असेपर्यंत किमान चार वेळा जर्मनीला गेलो, जिथे आमचे खूप नातेवाईक होते, म्हणजे एकूण तीनशे! ह्या भावंडांबरोबर सुटी मजेत जायची खरी, पण ऑस्ट्रेलियात आलो की, घरी परत आल्यासारखे वाटे. खरंच मी एक ऑस्ट्रेलियन मुलगीच होते. तिथेच माझे मित्रमैत्रिणी होते.

माझी आई जिथे जिथे जात असे तिथे तिथे तिची सर्वांवर छाप पडत असे. त्यामुळे आमच्या समाजातील काही बायकांना ती आवडत नसे. कदाचित ती त्यांच्यापेक्षा हुशार असावी. शिवाय जेव्हा जेव्हा ती कुर्दी लोकात मिसळत असे तेव्हा या बायकांचे नवरे तिच्याकडे कौतुकाची नजर टाकीत आणि तिच्याभोवती पिंगा घालत. काहीतरी कारणे काढून तिच्याबरोबर राजकारण, इतिहास अशा विषयांवर गप्पा मारून तिच्याबरोबर वेळ घालवत. बऱ्याच वेळा माझ्या मित्रमंडळींनी माझ्या आईबाबांचा जोडा खूप विजोड असल्याचा मारलेला शेरा माझ्या कानावर येई. माझ्या आईचा बांधा सडसडीत आणि चेहरा काहीसा निमुळता होता. ती खरंच खूप सुंदर होती. मात्र वडील काळसर, ठेंगणे आणि एखाद्या दाढीवाल्या अरबासारखे दिसत.

ऑस्ट्रेलियातील कुर्दिश समाजात तसेच ती जेव्हा कुर्दिस्तानात जात असे तेव्हा तिच्या सौंदर्यामुळे तिला वेगवेगळ्या कामाच्या बऱ्याच संधी मिळत. मी लहान असेपर्यंत ती वारंवार कुर्दिस्तानात जाऊन काय काम करते याची मला कधी उत्सुकता नसे. परंतु एकोणिसशे ब्याण्णवमध्ये मी बारा वर्षांची असताना, ती तुर्कस्तानच्या सीमेलगत निर्वासितांच्या छावणीत गेली असताना तिला अटक करून तुरुंगात टाकण्यात आले. कारण तुर्की निर्वासितांचे सोंग घेऊन निर्वासितांना तुर्की कशा प्रकारची वागणूक देत याचा पुरावा म्हणून ती फोटो काढत होती. मसूद बरझानीच्या एका वरिष्ठ अधिकाऱ्याकडून जेव्हा तिच्या सुटकेसाठी जवळजवळ भीक मागण्यात आली, तेव्हाच तिची सुटका होऊ शकली. घरी तिची भूमिका बायको, आई, रेडिओवर वार्तापत्र देणारी अशी असे. परंतु परदेशात ती काय करत असे ते एक देवच जाणत असावा!

माझ्या चौदाव्या वाढदिवसाच्या दिवशी आईजवळ माझ्यासाठी एक आश्चर्यकारक भेट होती. माझे भावंडं तिच्या पोटात वाढत होते. माझ्या भावानंतर तेरा वर्षांनी

माझ्या बहिणीचा जन्म झाला. तेव्हा माझी आई फक्त तीस वर्षांची होती. छोट्या बोजीनच्या जन्मानंतरसुद्धा आईची अस्वस्थता कमी झाल्यासारखी मला दिसत नव्हती. मनात सतत अस्वस्थता घेऊन वावरणारी आई माझ्या चांगलीच स्मरणात आहे. बोजीनचा जन्म होईपर्यंत कुर्दिश समाजाच्या कामात तिने स्वत:ला पूर्णपणे झोकून दिले होते. आणि आता तिच्यावर बाळाची जबाबदारी येऊन पडली होती. आता ती बाळाकडे बघणे, घर सांभाळणे, शिवाय रेडिओ स्टेशनचे काम अशी तिहेरी जबाबदारी सांभाळू लागली. कुर्दिश लोकांना आर्थिक मदत करणे तर चालूच होते. हे सर्व पैसे माझे वडील कमावत. तिच्या दातृत्वामुळे घरी काही कमी पडू नये एवढीच त्यांची अपेक्षा असे. शिवाय घरातील सर्व आर्थिक बाबी, बँकांचे व्यवहार आईच सांभाळत असे.

मला आठवते, लहान बहिणीच्या जन्मानंतर नव्यानेच आलेल्या एका कुर्दिश कुटुंबात एक अठरा वर्षांची मुलगी होती. तिला सभोवतालच्या वातावरणात हिजाब वापरणे जड जाऊ लागले. शाळेतील सर्व मुलींचे केस मोकळे असत. हिला मात्र डोक्यावरून स्कार्फ गुंडाळावा लागे. एके दिवशी आम्ही तिच्या घरी गेलो असताना गप्पांच्या ओघात आईने ऑस्ट्रेलियातील मुलींना त्यांच्या मताप्रमाणे वागण्याचे स्वातंत्र्य असल्याचा उल्लेख केला. तिने कुराणातील पुरावा देऊन एखाद्याला त्याच्या मनाविरुद्ध वागण्यास भाग पाडणे देवाच्याच इच्छेविरुद्ध असल्याचे सांगितले. दुसऱ्या दिवशी स्कार्फ न घेता ती मुलगी शाळेत गेली. कुर्दिश समाजावर माझ्या आईचा असा प्रभाव होता.

मला आईबाबांत काहीतरी बिनसल्याची जाणीव झाली तेव्हा मी बहुतेक बारा वर्षांची असेन. त्याचे कारण मला आठवते त्याप्रमाणे एक दिवस माझ्याशी बोलताना ती फक्त पंधरा वर्षांची असताना जबरदस्तीने तिचे लग्न बाबांशी लावण्यात आल्याचा उल्लेख तिने केला होता. त्यात तिचा बळी गेला होता, तिचे लग्न ठरविण्यात आले होते, असा शब्दप्रयोग तिने केला नव्हता. मधूनच तिच्या तोंडून, "मी तुझ्या वडिलांबरोबर लग्नच करायला नको होतं." अशा अर्थाचे शब्द निघत. प्रत्यक्ष माझ्यादेखत त्यांची बोलाचाली होत नसे. परंतु एकदा मात्र "तुमच्या चुकीमुळे कुर्दिस्तानातून पळून जाणे भाग पडले" असे ती बाबांना सांगत असताना माझ्या कानावर आले. तिच्या बोलण्याचा संदर्भ बाबांच्या नाव पत्त्याचा चिटोरा ज्या बुटात लपविलेला होता तो बूट डोंगरात हरविल्याचा असावा.

कधी कधी त्यांच्या बेडरुममधून मोठमोठ्याने चाललेले बोलणे माझ्या कानावर पडत असे. त्यानंतर रागारागाने आई घराबाहेर निघून जात असे आणि कित्येक तासांनी ती परत येत असे. कधी मी घरी आल्यावर टेबलावर शॅम्पेनचे रिकामे पेले बघून मी आश्चर्याने विचारत असे, "या वेळी कोण आलं होतं?"

''तुझा त्याच्याशी काही संबंध नाही!'' ती मला फटकारत असे.

कधी ती मुद्दाम जाऊन अतिशय उत्तेजक, खास अशी महागडी अंतर्वस्त्रे खरेदी करून घरी येत असे. बाबांना अशा गोष्टीत स्वारस्य असेल असे मला वाटत नव्हते. मग ती वस्त्रे कुणासाठी असत? अर्थात कोणत्याही परपुरुषाबरोबर आईला मी कधी बघितले नव्हते. आईबाबांनीदेखील मला माझ्या बॉयफ्रेंडबरोबर कधी बघितले नव्हतेच. अशा गोष्टी नेहमी छुप्या असतात.

आम्हा मुलांची निजानीज होईपर्यंत बाबा क्वचितच घरी परत येत. चुकून एखादे दिवशी आलेच तर आमच्या सर्वांच्या एकत्र गप्पा होत. आम्ही आमच्या शाळेविषयी, तर ते त्यांच्या कामाविषयी बोलत. गणित अवघड जाते ही माझी नेहमीची तक्रार असे, तर माझा भाऊ गणितात चांगले गुण मिळवत असे.

हळूहळू पण निश्चितपणे एक नवा विषय आमच्या गप्पात कावेबाजपणे निघावा तसा निघू लागला. अर्थात आईचा तो मास्टर प्लॅन होता हे मला नंतर समजले.

''आपण जर्मनीत सुटीवर गेलो होतो तेव्हा तुम्हा मुलांनी किती मजा केली होता ना?'' आई मध्येच असा एखादा प्रश्न विचारे.

''हो, हो. खूपच.'' आम्हा भावंडांची तत्काळ प्रतिक्रिया असे. आम्हाला वाटत असे की आता परत एकदा आई आम्हाला सुटीवर युरोपला घेऊन जाणार आहे.

पहिल्यांदा हा विषय तिने काढला आणि जणू काही फार महत्त्वाचे असे काही नाही म्हणून सोडून दिला होता. परंतु हळूहळू जर्मनीला जायचा विषय परत परत निघू लागला. आम्ही जेव्हा तिला परत एकदा सांगितले की, 'आम्हाला जर्मनीला जायला खूप आवडेल.' तेव्हा ती ताबडतोब बाबांना म्हणाली, ''बघ, मी तुला सांगत होते ना की, मुलांना तिथे राहणं आवडेल. इथल्यापेक्षा तिथे राहणं कितीतरी चांगलं आहे. शिवाय तिथे आपले इराकमधील नातेवाईक आपल्याजवळ असतील.

एकाएकी तिचा हेतू माझ्या ध्यानात आला. ''थांब, थांब'' मी ओरडले, ''तुला नक्की काय म्हणायचंय? हा देश सोडून आपण सर्वांनी जर्मनीला जाऊन राहायचा तर तुझा बेत नाही ना?''

''हो! मी नेमकं तेच सांगते आहे. तुझ्या बाबांचं आणि माझं यावर बोलणं झालं आहे.''

''अगं पण, माझ्या सर्व मैत्रिणी इथे आहेत. पुढचं शिक्षण पूर्ण करून मला करिअर करायचंय. तुला पक्कं माहीत आहे की, मला डॉक्टर किंवा फोरेन्सिक ॲनलीस्ट व्हायचंय आणि तूच मला नेहमी सांगतेस की ज्ञान हीच खरी संपत्ती असते.''

''तू तुझं शिक्षण, तिथेही करू शकतेस की! युरोपातल्या शिक्षणाला केव्हाही जास्त महत्त्व आहे.''

मी त्या वेळेस सतरा वर्षांची होते. आईच्या बोलण्यावर अधिक चर्चा करणे मला जमेना. जर्मनीत राहणे केव्हाही जास्त चांगले असणार होते. माझे शिक्षणही तिथे पुरे झाले असते. पण मला माझ्या बाबांचे वाईट वाटत होते. ते मागे राहून सर्व आर्थिक व्यवहार, घर विकून गहाण टाकणे इत्यादी गोष्टी पूर्ण करणार होते. आईला पैसे पाठवणार होते आणि मगच जर्मनीला आमच्याकडे येणार होते.

''हे पैसे तुमच्या दोघांच्या भविष्यासाठी उपयोगी पडतील. अर्थात तुमच्या लहान बहिणीचापण फायदा होईल.'' ते आम्हा दोघांना म्हणाले.

परंतु बाबांना अजिबात कल्पना नव्हती असे एक गुपित मला एक दिवस समजले. आई घरी नसताना मला बँकबुके बघण्याची अनिवार इच्छा झाली. बँकबुकातून तर जवळजवळ दोन लाख डॉलर्स काढण्यात आले होते. बाबांनी रात्रंदिवस कष्ट करून जमविलेले पैसे होते ते. नंतर मला समजले की, आईने ते पैसे कुर्दिस्तानात राहणाऱ्या माझ्या मामांना पाठविले होते. त्या मागचा आईचा दुष्ट हेतू मला नंतर समजणार होता. माझ्यात जर का भविष्यात डोकावण्याची शक्ती असती तर आमच्यापुढे काय वाढून ठेवलंय, याची कल्पना मला तेव्हाच आली असती.

माझे बाबा आम्हाला विमानतळावर सोडायला आले होते. १९९८ सालचा उन्हाळा होता तो.

''बाबा, प्लीज गुडबाय म्हणू नका. लवकरच आपली भेट जर्मनीत होईल ना?'' माझ्या तोंडून शब्द निघाले.

आम्ही ड्युसेलडॉर्फपर्यंत विमानाने गेलो. तेथून सीजेन या पश्चिम जर्मनीतील विद्यापीठ नगरीत पोहोचलो.

कलोन शहराच्या पूर्वेकडे पन्नास मैलांवर सीजेन आहे. कच्च्या लोखंडाच्या खाणीसाठी एके काळी नावाजलेले हे शहर, आता एक ज्ञानकेंद्र म्हणून पुढे आले होते. तेथील पांढऱ्या रंगाच्या इमारतींना डोंगरमाथ्यांची पार्श्वभूमी लाभली होती. त्यामुळे कुर्दी लोकांना उत्तर इराक, तुर्कस्तानचा पूर्व भाग आणि झाग्रास पर्वतश्रेणींची आठवण येणे स्वाभाविकच होते. याच शहरात जगविख्यात चित्रकार रुबेन्सचा जन्म झाला होता.

आमच्या ओळखीचे तिथे कोण आहे याची चौकशी मी आईजवळ केली. तेव्हा आईचा एक दूरचा भाऊ बालपणापासून तिथे राहत होता, आता तो एक नावाजलेला वकील होता, शिवाय त्याचे पिझ्झा रेस्टॉरंट होते, असे तिने सांगितले.

सुरुवातीला आम्ही आमच्याच नातेवाइकाच्या लहानशा अपार्टमेंटमध्ये राहू लागलो. शहराच्या अगदी मध्यभागी. लवकरच माझ्या आईची त्या दूरच्या भावाशी ओळख झाली. बाळाकडे लक्ष ठेवायला कोणी मिळाल्यामुळेच आई आम्हा दोघांना

घेऊन कुर्दिश लोकांच्या पार्टीला गेली होती.

"इथे आलेल्या एकाला तुम्ही दोघांनी भेटावं असं मला वाटतं." असे म्हणून आम्हा दोघांना घेऊन ती एका देखण्या पुरुषाकडे गेली. तो शांत वृत्तीचा असावा असे पाहताक्षणीच माझे मत झाले. त्याला इंग्लिश येत होते. त्यामुळे मला बरे वाटले. कारण बाकी सर्वच मंडळी कुर्दिश किंवा जर्मन भाषेत बोलत होती. मागे कधीतरी सुट्टीवर आलो असता त्या गृहस्थाची भेट झाली होती असे आई म्हणत होती. मला काहीच आठवत नव्हते. बहुतेक तेव्हा मी बरीच लहान असावी.

काही आठवड्यांनी आईने मध्ययुगीन काळातील आणि सीजेनच्या उत्तरेला असलेल्या म्युनस्टर शहरात घर घेतले. मी विचारल्यावर आईने मला सांगितले की तिचा तो दूरचा भाऊ त्याच शहरात राहत होता. हे अपार्टमेंट मोठ्या कलात्मक रितीने सजविलेले होते. घराला तीन बेडरूम आणि लाकडी तक्तपोशी होती. आम्हा दोघा मोठ्या मुलांना आता स्वतंत्र खोल्या होत्या. आई आणि छोटी तिसऱ्या खोलीत असत. पण ते घर खूप अंधारे होते. मला तर ते जडशीळ वाटत असे. अर्थात त्या घराची तुलना मी ऑस्ट्रेलियातील आमच्या उजेडभरल्या घराशी करणे योग्य नव्हते.

आईने प्रथम मला जर्मन शिकायला पाठवले. म्युनस्टरची प्रसिद्धी सायकलींचे गाव अशी होती. पण ब्रिटिश सैन्याचे ते एक मोठे ठाणेसुद्धा होते. जर्मन शिकण्याबरोबरच आईने मला पिझ्झा रेस्टॉरंटमध्ये वेट्रेसचे काम करण्यास सांगितले. येणारे फोन घेणे आणि ब्रिटिश सैनिकांना पिझ्झा देणे असे माझे काम होते. त्या सैनिकांबरोबर संवाद कसा साधावा ही अडचण मला नव्हती. तेसुद्धा मला "कम ऑन बेबी" असे चेष्टेने म्हणत. आईच्या त्या दूरच्या भावाला आणि मित्रालासुद्धा मी तेथे काम करणे हवेच होते. म्हणजे त्याचे ब्रिटिश गिऱ्हाईक वाढले असते.

माझ्या आईने माझे उच्च माध्यमिक शिक्षण चालू ठेवायचे वचन दिले होते. पण भाषेची मोठी अडचण होती. बोलीभाषासुद्धा मला धड जमत नव्हती. माझा भाऊ मात्र शाळेत जाऊ लागला आणि एकीकडे जर्मनचे धडे गिरवू लागला. आता तो एक देखणा तरुण झाला होता. मुलीसुद्धा जाता-येता त्याच्याकडे नजरा टाकत असत. इलेक्ट्रिकल इंजिनिअर होण्याची त्याची इच्छा होती. शिवाय अरेबिक, पर्शियन, जर्मन भाषेत पारंगत होण्याचे त्याचे स्वप्न होते.

आईचे लग्न लहान वयातच झाले होते. अपार कष्ट आणि अडचणींतून तिने स्वत:ला घडवले होते. त्या मानाने माझे आयुष्य सुखाचे होते. पण बहुतेक त्यामुळेच की काय माझ्या आयुष्यात मी यशस्वी झालेच पाहिजे असा तिचा आग्रह असे, आणि नेमका याच गोष्टीचा ताण माझ्या मनावर येत असे.

काही दिवसांतच माझा भाऊ घरोघरी पिझ्झा पोहोचविण्याचे काम करू लागला. त्या कामात त्याला चांगले पैसे मिळत.

माझ्या भावाची आणि माझी लहानपणापासूनच चांगली गट्टी होती. इतकी की इतर लोक आम्हाला जुळी भावंडे समजत. लहान असताना आम्ही आईच्या हातात हात अडकवून शाळेत जायचो. मला आठवतो तो त्याचा शाळेचा पहिला दिवस. त्याला बालवर्गात नेण्यासाठी जेव्हा त्याची शिक्षिका आली, तेव्हा माझ्यापासून दूर जाण्याच्या कल्पनेने तो इतका घाबराघुबरा झाला होता की, त्याला चड्डीतच शू झाली होती.

बवर माझा फक्त लहान भाऊच नव्हता तर आम्ही दोघे खूप छान मित्र होतो. लहानपणी आम्ही केलेल्या गमतीजमती, आमची गुपिते आम्ही कोणालाच कळू देत नसू. माझ्या बॉयफ्रेंडबद्दल आणि आमच्यात चाललेल्या प्रेमाच्या गमतीजमती फक्त बवरलाच माहीत होत्या. मी पॅट्रीकबरोबर फोनवर बोलताना तो राखण करे, आणि जर का आई येताना दिसली तर तो मला ओरडून सांगे, ''बंद कर फोन. आई येतेय.'' आता सिडनीहून लांब आलो असलो तरी आमच्या भावा-बहिणींच्या नात्याची वीण घट्टच होती. या नव्या देशात तर आम्ही आणखीच जवळ आलो होतो.

म्युनस्टरमध्ये येऊन काही महिने झाले होते. बवरच्या शाळेतील त्याच्या एका मित्राबरोबर आम्ही दोघे एक दिवस नाईट क्लबमध्ये गेलो होतो. ऑस्ट्रेलियात मी डिस्कोथेकमध्ये रेकॉर्डवर नृत्य करण्यासाठी कधीकधी जात असे. पण हे नाईट क्लब प्रकरण काही वेगळेच होते. तिथली हवा गोड, मधुर सुवासाने सुगंधित झाली होती. तो गोड सुवास मारीजुआनाचा होता, हे माझ्या ताबडतोब लक्षात आले. मला मारीजुआनाची चव घेण्याचा मोह होत होता. पण मी स्वत:ला आवरले आणि बाबा घेत त्या व्होडकाचा एक घोट घेतला आणि लगेच थुंकूनही टाकला. बाबांना व्होडका घेण्यात काय मजा येई देव जाणे! 'असल्या चवीचे ड्रिंक एखादे धार्मिक कार्य करावे अशा नेमाने ते कसे काय घेतात?' माझ्या मनात विचार आला. बाबा मात्र रोज रात्री जेवताना व्होडका घेत.

मला आठवतेय, कधीकधी आई आमच्याशी अति कठोरपणे वागे. शिवाय ऑस्ट्रेलियात ती परपुरुषाला भेटत असल्याचा संशय मला होताच. तरीसुद्धा आईविषयी आम्हा दोघांना आदर वाटे. नाईट क्लबमध्ये जाताना ती आम्हाला घराची किल्ली देत असे. पण आम्हीसुद्धा या गोष्टीचा फारसा गैरफायदा कधी घेतला नाही. नाईट क्लबमध्ये जाणाऱ्यांचे पहाटे दोनच्या आत येणे म्हणजे काही फार उशीर नाही असे आम्हाला वाटे किंवा आम्ही तशी समजूत करून घेतली होती.

काळ पुढे धावत होता. माझे जर्मन खूप सुधारले होते. आईचा तो दूरचा भाऊ आणि मित्र इंग्लिश आणि जर्मन भाषेतील भाषांतराचे काम करत असत, त्याला त्यासाठी कोणी माणूस हवा होता. त्याने मला विचारले. सुरुवातीला मला तितकासा

विश्वास वाटेना. पण काही दिवसांतच माझे काम नुसतेच सुधारले नाही तर माझे जर्मन खूपच सुधारले. हे काम, पिझ्झा रेस्टॉरंटमधले काम, या बरोबरच मी एका ब्युटिकमध्ये काम करू लागले. त्या दुकानात साऱ्या युरोपमधून डिझायनर कपडे विक्रीसाठी येत असत.

मला माझे पैसे साठवून ऑस्ट्रेलियात बाबांना भेटायला जाण्याची घाई झाली होती.

म्युनस्टरमध्ये महिन्यातून एकदा आंतरराष्ट्रीय प्रदर्शनाचे आयोजन केले जात असे. तिथे जाऊन मी स्वत: बनवलेले तऱ्हेतऱ्हेचे दागिने विकत असे. माझा स्वत:चा व्यवसाय! तो दूरचा भाऊ मला स्पेन, मोरक्को आणि आफ्रिकेमधून दागिने बनविण्यासाठी आवश्यक ते मणी मिळवून देत असे.

पण माझे बाबा? ते होते तरी कुठे? मी ऑस्ट्रेलियाच्या तिकिटासाठी पैसे जमवत होते खरी, पण आपण मुळात जर्मनीतच का आलो हेच मला कोडे पडले. मी आईला विचारले की, तिचे उत्तर ठरलेले, "जरा धीर धरावा माणसानं. काही कामांना वेळ लागतो." तिच्या मनात होते तरी काय? माझ्या पाच वर्षांच्या बहिणीला घेऊन ती आता लंडनच्या फेऱ्या करू लागली होती.

ती लंडनला गेली की घरी फोन येत. ते मी घेत असे. फोनवर नेहमी कोणीतरी अरबी भाषेच्या धर्तीवर इंग्लिश बोलत असे. मी त्यांना विचारत असे. "ही नावे कुर्दिश सरकारमधील सर्वांच्या परिचयाची असत. माझ्या आईचे या लोकांबरोबर नक्कीच काहीतरी लागेबांधे असणार ही गोष्ट स्पष्टच होती.

जर्मनीतून शेतीची अवजारे कुर्दिस्तानात निर्यात करण्याचा व्यवसाय ती करी. या व्यापारात ती मध्यस्थ असे. हे जरी खरे होते तरी तिच्या फोनवरील संभाषणातून ती काही फक्त तेवढेच काम करत नव्हती हे मला जाणवले. कारण तिच्या बोलण्यात कुर्दिश सरकारातील लोकांची नावे येत, परंतु शेतीच्या अवजारांबद्दल चकार शब्द निघत नसे.

मग एक दिवस तिला मी सरळच विचारले, "आई, तू लंडनला जाऊन काम तरी काय करतेस?"

मी असा काही प्रश्न विचारेन याची तिला कल्पनाच नव्हती.

"ते कळायला तू अजून फार लहान आहेस" ती माझ्यावर खेकसली. "तू तुझं काम कर. तुझी जर्मन भाषा सुधार. म्हणजे तुला पुढचं शिक्षण घेता येईल."

"मी ऑस्ट्रेलियात राहून जास्त चांगल्या प्रकारे माझं शिक्षण पूर्ण करीन." मी माझ्या मनातली इच्छा तिला सांगितली.

माझ्या भावाचे तर ऑस्ट्रेलियात खूप मित्र होते. त्याला क्रिकेटही खूप आवडे. इथे जर्मनीत क्रिकेटचे नावही नव्हते. वैतागून तो म्हणे, "या अख्ख्या जर्मनीत

क्रिकेट दाखविणारं एकही चॅनेल कसं नाही?''

या नव्या देशातील नीरस आयुष्यात कधीकधी मात्र आमचा वेळ छान जात असे. आई आम्हाला युरोपातील इतर देशांत सुट्टीवर घेऊन जात असे. आम्ही त्या काळात इटली, स्वित्झर्लंड, स्पेन अशा देशात फिरलो. बहुतेक वेळा आमचा प्रवास ट्रेनमधून होत असे. एखाद्या सरदारासारखा आमचा प्रवास ऐटीत होत असे. राजेशाही हॉटेल, उत्तम जेवण आणि उबदार सूर्यप्रकाश अशा गोष्टींचे पुरेपूर सुख आम्हाला मिळे. अर्थात हे काही दिवसांपुरतेच असे. नंतर मात्र आम्हाला जर्मनीतल्या अंधाऱ्या घरात परत यावे लागत असे.

माझ्या भावाच्या एका मित्राबरोबर माझी ओळख झाली होती. त्याचे नाव होते ओजो. तो अर्धा जर्मन आणि अर्धा आफ्रिकन होता. त्याच्याबरोबर कॉफी शॉपमध्ये जाण्यात आम्हा दोघांना मजा येत असे. अर्थात कॉफी शॉपमध्ये जाऊन मी चहाच पित असे! कधीकधी आम्ही सिनेमाला जात असू. एखादे दिवशी फक्त ओजो आणि मी दोघेच मिळून जगभरच्या गप्पा मारत असू. अर्थात ओजो आणि मी असे एकत्र आईच्या नजरेला पडू नये म्हणून मला खूप काळजी घ्यावी लागत असे.

आईला काळ्या लोकांचा तिटकारा होता. मिश्र वंशाची काळी व्यक्तीसुद्धा तिला चालत नसे. कदाचित तिच्या पाचूच्या रंगाच्या डोळ्यांतून आणि फिकट रंगाच्या केसातून तिची आर्य वंशाची पार्श्वभूमी प्रगट होत होती. कदाचित काळे न आवडण्याचे तेही एक कारण होते.

पण तरीसुद्धा शेवटी मला आस लागे ती ऑस्ट्रेलियात परतण्याची, आणि त्या विचाराने मला एकटेपणा घेरून टाकत असे. ऑस्ट्रेलियापेक्षा हा देश मला गर्दी गोंधळाचा वाटे. इथले आकाश तर सतत खाली ओथंबून माझ्या अंगावर येत आहे असे मला वाटत असे.

या साऱ्या कंटाळवाण्या आयुष्यात आम्हा भावंडांना घेऊन आई जेव्हा इतर भावंडांना भेटायला सीजेनला जाई तेव्हा मला जरा बरे वाटत असे. अशाच एका भेटीत मी माझ्या दूरच्या भावाला मिखाईलला भेटले. त्या वेळी माझे वय अठरा होते आणि तो माझ्यापेक्षा चार वर्षांनी मोठा होता. त्यापूर्वी मला तो दोनदा भेटला होता. एकदा तर तो मला जरा मजेशीरच वाटला होता. पण आता मात्र तो तेवीस वर्षांचा तरणाबांड, देखणा, उंचापुरा काळासावळा झाला होता आणि गालातल्या गालात हसण्याची त्याची लकब आकर्षक होती. जर्मनीतच मोठा झाल्यामुळे त्याचे वागणे-बोलणे पूर्ण पाश्चिमात्य थाटाचे होते. त्याचे आई-वडील मात्र जुन्या परंपरा सांभाळून होते. त्या वेळी तो कायद्याचे शिक्षण घेत होता. हे सगळे खरे होते तरी लवकरच मला त्याची अत्यंत वाईट कामे समजणार होती.

''तुला माहीत आहे का?'' माझी एक बहीण माझ्या कानात कुजबुजली.

"त्याला तुझ्यात फार रस आहे बरं का!"

"काय मूर्खपणा आहे हा! मी त्याच्या बरोबर कधी कुठं जाणं शक्य नाही." मी उत्तर दिले. पण मनातून मात्र मला त्याच्या बरोबर डेटला जावे असे वाटत होते.

शेवटी एकदा एका नात्यातल्या लग्नात आमची समोरासमोरच गाठ पडली आणि आमचे कॉफीसाठी बाहेर जायचे ठरले.

काही दिवसांतच आम्ही कॉफी पिण्याऐवजी अकराच्या स्नॅक्ससाठी भेटू लागलो. हळूहळू दुपारचे जेवण आणि बागेत फिरणे सुरू झाले. सिडनीत असताना मी माझ्या मित्रांना भेटत असे. लायब्ररीत भेटलेल्या मुलाविषयी तर माझ्या मनात काहीशी सात्त्विक प्रेमभावना निर्माण झाली होती. परंतु मिखाईलविषयी माझ्या मनात निर्माण होऊ लागलेली भावना वेगळी होती. मला वाटतं की मी त्याच्या प्रेमात पडले होते. अर्थात ही गोष्ट आईच्या कानापर्यंत न गेलेलीच बरी होती. ती माझ्याबरोबर नसतानासुद्धा माझ्यावर पाळत ठेवून आहे असे मला वाटते. असो.

सीजेनना आमचे वारंवार जाणे होत असे. प्रत्येक भेटीत मिखाईलला भेटण्याची संधी मी सोडत नसे. आमच्या भेटी बागेत किंवा कॉफी शॉपमध्ये होत. हळूहळू मला दिवस मावळल्यावर तो काय धंदे करत असे ते समजू लागले. अर्थात मला धक्का बसेल अशा तऱ्हेने त्याने कधीच या गोष्टी उघडपणे सांगितल्या नाहीत. जातायेता अशा काही गोष्टी तो अगदी सहजपणे बोलत असे. पण एकंदरीत त्याचे असले धंदे मला भीतिदायक वाटू लागले. त्याची काही भावंडे तुर्की, अरब, मोरक्कन अशी मुले मिळून त्यांचा एक गट बनला होता. दुकानातून आणि घरातून चोऱ्या करून हस्तगत केलेला माल ते एका गोदामात भरून ठेवत. एक दिवस तर कॉफी शॉपमध्ये त्याने त्याचे जॅकेट थोडे बाजूला करून आत लपवलेली हॅन्डगनच दाखविली.

"अरे बापरे! तू हे कुठून मिळवलंस?" मी विचारले.

"हॅं! माझ्याकडे अशा बऱ्याच आहेत. मला ड्रगसुद्धा मिळू शकतात. हवंय का तुला काही?"

"नको थँक्स." मी जरा जोरात बोलले.

एकीकडे माझी प्रेमभावना चांगलीच बलवान होत चालली तर दुसरीकडे त्याच्या असल्या धंद्यामुळे मी चांगलीच अस्वस्थ होऊ लागले. बऱ्याचदा त्याच्यापासून दूर जाणेच चांगले असेही वाटे. पण त्याचवेळी त्याच्याविषयी आकर्षण वाटे.

एकदा त्याने मला सांगितले की, त्याच्या घरातील टब बाथमध्ये त्याने विषारी साप ठेवले आहेत आणि एकाला तो ते विकणार आहे.

"अरे, पण बाहेर पडून ते कुणाला चावले तर?"

"काळजी करू नकोस. टब बाथरूम खूप गुळगुळीत आहे. त्यांना बाहेर पडताच येत नाही." त्याने माझी खात्री पटवली.

त्याचे आईवडील त्याच्याकडे जी गोष्ट मागत, ती तो त्यांच्यापुढे हजर करत असे. अर्थात त्या वस्तू चोरीच्या आहेत हे त्यांना कळू न देता!

माझ्या एका बहिणीजवळ मी या गोष्टींचा उल्लेख केला. तिला त्याच्या सर्व धंद्यांची पूर्ण कल्पना होती. तो आणि त्याच्या मित्रांचा पाठलाग करून तो नक्की काय करतो हे बघण्याचे तिनेच मला सुचविले आणि मग एके रात्री सीजेनच्या रस्त्यांवरून आम्ही त्याचा पाठलाग सुरू केला. त्याची चाल संथ झाली की, आम्ही पटकन दुकानाच्या आड लपत होतो. शेवटी तो एका बागेत शिरला. अंधारात काही दिसेनासे व्हायच्या आत मला तिथे काही लोक दिसले. त्यांनी त्यांचे केस एका विशिष्ट पद्धतीने कापले होते. मी ओळखले की ती नव्या नाझींची खूण होती.

"चल इथून लवकर" घाबरून थरथरत असलेली माझी बहीण म्हणाली, "त्यांनी आपल्याला बघितले तर ते आपल्यावर बलात्कार करून आपले गळे चिरून टाकतील."

मिखाईल जरी असले उद्योग करत होता तरी तो माझ्याशी मृदू वागत होता. माझ्याबरोबर असताना एकही कठोर शब्द त्याच्या तोंडून बाहेर पडत नसे. एखाद्या घरंदाज स्त्रीबरोबर वागणूक असावी अशा तऱ्हेने त्याचे वागणे होते. माझे वयच मुळी वेडे होते. त्या वेड्या वयातल्या मुलींप्रमाणे त्याच्या सहवासात मला सुखाच्या शिखरावर असल्यासारखे वाटे. तरीसुद्धा त्याच्याबरोबर शारीरिक संबंध असावेत, असा विचार माझ्या मनात येत नसे.

मी म्युनस्टरला, तो सीजेनला. आमच्या गाठीभेटी वारंवार होत नसत. माझी नोकरी आणि क्वचित सीजेनला जाणे असा माझा आयुष्यक्रम होता.

माझ्या एकोणिसाव्या वाढदिवसाच्या आधी म्हणजे १९९९ मध्ये कुटुंबातील एका लग्नासाठी आम्ही सीजेनला गेलो. त्यावेळचा आमचा मुक्काम थोडा जास्त म्हणजे सुमारे तीन आठवड्यांचा होता.

आमचा यावेळचा सीजेनमधील मुक्काम माझ्या आयुष्याला पूर्णपणे कलाटणी देणारा ठरणार होता.

प्रत्यक्ष लग्नाच्या दिवशी काय झाले कोणास ठाऊक! पण मला लग्नाला जावेसे वाटेना. मग मी घरीच थांबायचे ठरविले. नाहीतरी जर्मनीतील कुर्दिश विवाह समारंभ म्हणजे केवळ जमलेल्या गर्दीत एकमेकांविषयी फालतू गप्पा मारणे एवढाच असे. त्यामुळे त्या दिवशी दुपारी घरात मी एकटीच पुस्तक वाचत बसले होते. मधेच फोन वाजला. फोनवर मिखाईल होता.

"तू लग्नाला गेला नाहीस ?" मी विचारले.

"नाही गेलो. माझी तब्येत थोडी खराब आहे. तुला माहीत आहे, आज मला कसली आठवण येतेय? काही दिवसांपूर्वी तू माझ्यासाठी बनवलं होतंस ना, त्या

चिकन स्वीट कॉर्न सूपची! तुला नाही का वाटत माझ्यासाठी आज सूप बनवावं?''

''तुझ्या हातचं सूप घेतलं की मला बरं वाटेल!'' थोडं थांबून तो म्हणाला.

कसे असते बघा! बरे वाटत नसताना हा माणूस मला त्याच्या घरी घेऊन जाण्यासाठी येतो आणि या गोष्टीचे मला जराही आश्चर्य वाटत नाही. त्याचे दुमजली घर शहराच्या बाहेर म्हणजे तसे दूरच होते. त्याचे कपडे अगदी नीटनेटके होते. एवढेच नव्हे तर मला आफ्टर शेव्हचा सुगंधही जाणवला.

मी त्याच्या स्वयंपाकघरात सूप बनवत असताना त्याने लाऊंजमध्ये म्युझिक सुरू केले आणि तो जाझच्या जोशपूर्ण गिरक्या घेऊ लागला. या प्रकारातसुद्धा मला काही गैर वाटले नाही.

आमचे सूप घेऊन झाल्यावर थोडावेळी टीव्ही बघण्यास त्याने सुचवले. त्याचा टीव्ही वरच्या मजल्यावर त्याच्या बेडरूममध्ये होता.

मी फार वेळ तिथे थांबू शकणार नव्हते. लग्नाहून आई घरी येण्याच्या आत मला घरी पोहोचणे भाग होते.

''ओ! त्या लोकांना परतायला बारा वाजून जातील.'' तो हसत हसत म्हणाला, ''चल वर. जरा टीव्ही बघू.''

मी त्याच्या मागोमाग जिना चढू लागले.

■

तीन

मी बघितले. बेडरूम लहान होती. तिथे फक्त टीव्ही आणि एका माणसाला पुरेल असा पलंग होता. त्याने टीव्ही चालू केला. कुठलासा जर्मन सिनेमा हलक्या आवाजात चालू झाला. आम्ही उशांना टेकून पाय पसरून बसलो. खोलीत पलंगाजवळच्या दिव्याचा मंद प्रकाश आणि टीव्हीमधून येणारा उजेड होता. आम्ही दोघे इतक्या जवळजवळ बसलो होतो की, हळूहळू एकमेकांच्या मिठीतच शिरलो. माझा विरोध नव्हता. तसाही तो माझा दूरचा भाऊच होता.

"छान वाटतंय." माझ्या मानेला अलगद स्पर्श करत तो म्हणाला.

"पण तुला माहीतीये? तू खरंच कशी आहेस ते अनुभवायची माझी इच्छा आहे. तुझ्या कोमल त्वचेचा स्पर्श माझ्या सर्वांगाला व्हावा असं वाटतंय. तुला कळतंय लतिफा, मी काय म्हणतोय ते?"

मला कळत होते. मलासुद्धा तसेच वाटत होते. पण माझ्या मनात खोल कुठेतरी धोक्याच्या घंटा वाजत होत्या का? खरोखरच वाजत असल्या तरी तिकडे मी पूर्ण दुर्लक्ष केले आणि अंगावरचे कपडे उतरवू लागले.

मी मिखाईलकडे बघितले. "मला तुझ्याकडून वचन हवंय. आपण एकमेकांच्या फक्त मिठीत राहू. तुझ्यापासून दिवस राहावेत अशी माझी बिलकूल इच्छा नाही. आपण मिठीत राहून फक्त स्पर्शसुखाचा आनंद घेऊ. बस्स! एवढंच."

"मी वचन देतो." त्याने मला मिठी मारत सांगितले.

माझ्या मनात शाळेतल्या आठवणी जाग्या झाल्या. लैंगिक शिक्षणातील हास्यास्पद धडे आठवले. काही झाले तरी पुरुषाने गर्भनिरोधक वापरले तरच शारीरिक संबंधाला होकार द्यावा. आम्हा मुलींना शिकविण्यात आले होते. मी परत त्या गोष्टी आठवू लागले. तेवढ्यात तो माझ्या अंगावर झोपण्याचा प्रयत्न करत असल्याचे मला जाणवले.

एकाएकी त्याने माझ्या तोंडावर त्याचा हात दाबून ठेवला. तो त्याच्या पायांनी माझे पाय बाजूला व्हावेत म्हणून झगडू लागला.

"थांब. थांबव हे सगळं." मला किंचाळावेसे वाटत होते. पण माझ्या ओठावरची त्याची पकड घट्ट होती. माझ्या शरीरात काहीतरी टोकदार घुसल्यासारखी वेदना मला झाली.

थोड्या वेळाने तो माझ्या शरीरावरून दूर झाला. माझ्या तोंडावरची त्याची पकड सुटली. मला दम लागला होता. मी जोरजोराने श्वास घेऊ लागले. त्याने माझ्याबरोबर शारीरिक संबंध केला होता, इतके मला नक्की समजले. माझ्या डोळ्यांसमोर परत एकदा शाळेतले लैंगिक शिक्षण आले. गर्भारपण, वाईट रोग...

अरे देवा! हे काय होऊन बसले? माझ्यावर बलात्कार झाला होता का? ही माझीच चूक होती का? मी त्याला प्रोत्साहन दिले होते की काय? सेक्स सेक्स म्हणतात ते प्रकरण असेच असते की काय? इतके दु:खदायक? इतक्या झटकन होणारे? इतके हिंसात्मक?

माझ्या मनात विचारांचे वादळ उठले. तो पलंगावरून बाजूला झाला. माझ्याकडे पाठ करून त्याने खाली वाकून स्वत:च्या शरीराचे निरीक्षण केले. आणि खुर्चीवरचा टॉवेल उचलला.

मग त्याने माझ्याकडे बघून स्मित केले. आता त्याच्या डोळ्यात प्रेम नव्हते. त्याचा चेहरा एकाएकी कठोर झाला होता.

"आता तू माझी झालीस. कायमची." तो म्हणाला.

मी टॉवेलकडे नजर टाकली. त्यावर रक्ताचे डाग होते.

"आता तर मी तुझ्यावर खूपच प्रेम करतो. आता तुझ्यावर माझ्याशिवाय कोणाची मालकी असणार नाही. दुसरा कोणी तुझा स्वीकार करणार नाही."

माझे अंग थरथरले. त्याच्या बोलण्याचा अर्थ तरी काय होता? मला काही समजेना.

"आता आपण आपल्या लग्नाची तयारी करू शकतो. आता मला नाकारणं तुला शक्य नाही."

"लग्न?" मी विचारलं. मला बसलेल्या धक्क्याने माझा आवाज कापत होता. "तू कशाविषयी बोलतोयस?"

"अगदी साधी गोष्ट. आता तू माझी आहेस."

..... त्याला मी घरी सोडायला सांगितले. वाटेत आम्ही दोघे गप्प होतो. माझे हात थरथरत होते. आता अंधार पडला होता. रस्त्यावरच्या दिव्याच्या उजेडात मी बघितले. त्याच्या चेहऱ्यावर हसू होते. माझे सगळे शरीर मात्र आक्रसून गेले होते. ठणकत होते. शरीरभर खिळे ठोकल्यासारखे वाटत होते. माझ्या डोळ्यासमोर

मेक्सिकन चित्रकार फिदा काहलोची चित्रे आली. तिचे आयुष्यभराचे सोसणे तिच्या चित्रातून उमटत होते. त्याची आठवण मला आत्ता का बरे व्हावी?

दुसऱ्या दिवशी मी माझ्या दूरच्या बहिणीला कॉफी शॉपमध्ये भेटले. केवळ उत्सुकतेने मी तिला विचारले, "शरीरसंबंध जेव्हा पहिल्यांदाच घडतो तेव्हा मुलीच्या अंगातून रक्त का येतं गं?"

"म्हणजे तुला माहीत नाही?" तिने आत्मविश्वासाने विचारले. "अग, रक्त म्हणजे तिचं कौमार्य नष्ट होतं. म्हणून तर लोकांना, इतकंच काय; पण देवालासुद्धा ती पवित्र वाटत नाही."

मला माझीच लाज वाटली. स्वत:चाच राग आला. खरंच मी एक साधीभोळी मुलगी होते. काय करून बसले होते मी!

माझ्या कानात मिखाईलचा आवाज घुमू लागला. "आता कोणीच तुझा स्वीकार करणार नाही. आता तू कायमचीच माझी आहेस."

त्याला गाठून त्याचा जीव घ्यावासा वाटू लागला. माझी काहीतरी मूल्यवान गोष्ट त्याने हिरावून घेतली होती. ती मला कधीच परत मिळणार नव्हती. माझी प्रतिष्ठा, माझ्या शरीराचा एक बहुमोल भाग त्याने हिरावून घेतला होता. यापूर्वी सिडनीच्या शाळेत किंवा घरातही कौमार्य आणि त्याचा भंग या गोष्टी मला कोणी समजावून सांगितल्या नव्हत्या. या घटकेपर्यंत मुलींसाठी कौमार्य किती बहुमोल असते याची मला काहीच कल्पना नव्हती.

एका दुसऱ्याच मुलीसाठी मला या गोष्टी जाणून घ्यायच्या आहेत असे नाटक मला बहिणीबरोबर बोलताना करावे लागले.

"अगं, पण ती मुलगी पवित्र नाही म्हणजे नक्की काय?" मी परत विचारले.

"याचा अर्थ असा की, ज्या कोणी पुरुषाने तिचा कौमार्यभंग केला आहे, फक्त त्याचाच हक्क तिच्यावर असतो. कोणताही मुस्लीम पुरुष, जी मुलगी कुमारिका नाही, म्हणजेच त्या पुरुषाच्या आधी तिचा कोणा दुसऱ्या पुरुषाबरोबर संबंध आला असेल, तर तिच्याबरोबर लग्न करणार नाही. तिला फक्त त्या पुरुषाशीच लग्न करावं लागतं. नाहीपेक्षा समाज तिला वेश्या ठरवून वाळीत टाकतो."

मी दु:खाने मनातल्या मनात वेडीपिशी झाले. "तू कधी कुटुंबाच्या इज्जतीपायी मुलीला ठार मारल्याचं ऐकलं नाहीस का?" ती पुढे बोलतच राहिली. "कुर्दिस्तानात नवऱ्याला किंवा मुलीच्या कुटुंबाला ती कुमारिका नसल्याचं समजलं तर तिला मारून टाकतात. कारण तिच्यामुळे कुटुंबाची बेअब्रू होते आणि नवऱ्याचा तर तो फार मोठा अपमान ठरतो. तिकडे बऱ्याच बायकांच्या नशिबी असं मरण लिहिलेलं असतं."

मला बसलेला धक्का मी दिसू दिला नाही. भीतीने अंग शहारू दिलं नाही.

स्तब्ध राहून पाश्चात्त्य देशात वाढल्याबद्दल देवाला दुवा दिला. अशा भयानक चालीरितींपासून मुक्त अशी एक ऑस्ट्रेलियन मुलगी होते मी. शिवाय जर्मनीमध्ये अशा गोष्टींवर कोणी विश्वास ठेवला नसता. टिव्ही, सिनेमा, जाहिराती या सर्वच ठिकाणी पाश्चात्त्य देशात लैंगिकतेविषयी चर्चा होत असे. तरीही मला अतिशय लाज वाटत होती. मिखाईलने मला फसविले असे वाटत होते. त्याने काय केले होते आणि त्याचे परिणाम काय होतील हे त्याला पक्के ठाऊक होते. भविष्यात मी ज्या व्यक्तीवर प्रेम करेन त्याच्याशी नक्कीच लग्न करू शकले असते. पण माझ्या मातृभूमीतील, कुर्दिस्तानातील कुणाही पुरुषाबरोबर माझे लग्न होण्याची शक्यता मिखाईलने संपवली होती. इतकेच काय मुस्लीम जगतातील कोणाशीच माझे लग्न होऊ शकणार नव्हते.

या घटनेनंतर जेव्हा आप्तांच्या गाठीभेटीत मिखाईल भेटला तेव्हा तो माझ्याजवळ येऊन कुजबुजला होता की, त्याला मला पुन्हा एकदा भेटायचे होते. ''कधीच नाही'' मी म्हणाले. तो माझ्याशी ज्या प्रकारे वागला होता त्यानंतर पुन्हा भेटणे कधीच शक्य नव्हते.

''पण तुला मागच्या वेळेसारखी काळजी करायचं कारण नाही, मी आता कंडोम वापरेन. म्हणजे कुठलाच धोका राहणार नाही.'' तो म्हणाला.

तो आमच्या म्युनस्टरच्या घरी रोज फोन करू लागला. मी जिथे काम करत होते त्या माझ्या चुलत भावाच्या ऑफिसमध्ये त्याचे फोन येऊ लागले.

तो म्हणत असे, ''लतिफा, मी तुझ्याशी लग्न करणार आहे तुला माहितीये ना?''

''छे छे. लग्नाचा विचार करण्यासाठी मी अजून खूप लहान आहे. मला माझं शिक्षण पूर्ण करायचं आहे. माझ्या घरी ऑस्ट्रेलियाला परत जायचं आहे. माझे बाबा अजूनही इथे येऊ शकलेले नाहीत.''

''तू असं काही करूच शकत नाहीस.'' मिखाईल म्हणाला.

''मी माझ्या मनाला वाटेल ते करू शकते.'' मी उत्तर दिले.

त्या संध्याकाळविषयी मी जेव्हा विचार केला तेव्हा माझी खात्री झाली की, सुरुवातीला कपडे काढण्यासाठी जरी मी होकार दिला होता तरी मिखाईलचे वागणे म्हणजे माझ्यावर बलात्कारच होता. त्याने थांबावे म्हणून मी ओरडत होते. पण त्याने तोंडावर हात दाबून माझा आवाज बंद केला होता आणि हवे ते मिळविले होते. त्याच्या या अत्याचाराविषयी पोलिसात तक्रार करावी असाही विचार मी केला. पण त्यातील फोलपणा माझ्या लक्षात आला. कपडे मी स्वत:हून उतरविले होते आणि आपल्यापैकी एका चांगल्या कुर्दी मुलाविरुद्ध कुर्दी समाज काही करेल असा विश्वास मी कसा बाळगणार होते. माझी बाजू सुरुवातीपासूनच लंगडी होती.

जसेजसे दिवस उलटू लागले तसतसा मिखाईलचा दबाव वाढू लागला. त्या घटनेनंतर आम्ही एकमेकांना स्पर्शही केला नव्हता. आमचा प्रणय जणू संपून गेला होता. त्याच्या दृष्टीने त्याने माझ्यावर हक्क स्थापन केला होता.

''तुला मागणी घालण्यासाठी मी माझ्या आईला तुझ्या घरी पाठवणार आहे.'' मिखाईल म्हणाला.

मला त्याचा हा विचार हास्यास्पद वाटला. पण नंतर मला समजले की, कुर्दिस्तानात हीच रीत चालू होती. कुठल्याही स्त्रीला लग्नाची मागणी घालण्यासाठी पुरुषाला आपल्या आईला पाठवावे लागत असे. आई मुलीच्या घरी जाऊन मुलीच्या घरच्यांशी बोलत असे. मुलीने किंवा तिच्या नातेवाइकांनी दिलेला नकार हा मुलाच्या आईचा अपमान समजला जात असे.

''असं करू नकोस मिखाईल. मी भीक मागते. मला तुझ्याशी लग्न करायचं नाही.'' मी म्हणाले.

परंतु आईला मिखाईल आवडला होता. तो देखणा होता, चांगल्या घरचा होता. पण तो करत असलेला शस्त्रास्त्रांचा, अमली पदार्थांचा व्यापार आणि सगळ्यात मोठे कृष्णकृत्य म्हणजे माझा त्याने केलेला कौमार्यभंग याविषयी तिला काहीच कल्पना नव्हती. त्या दिवशी, त्या क्षणी माझ्यावर बलात्कार झाला होता याबद्दल माझ्या मनात काहीच शंका नव्हती. आता जन्मभरासाठी मला कलंक लागला होता. जर मी कुणा पाश्चिमात्याशी लग्न केले असते तर माझ्या कौमार्यभंगाचे एवढे मोठे अवडंबर माजले नसते कदाचित. पण मिखाईल तर मला मागणी घालण्यासाठी त्याच्या आईला घरी पाठविणार होता. माझ्या आईने या लग्नाला नक्कीच होकार दिला असता. कुर्दी समाजाविषयीच्या प्रेमाचा विचार करता मी मिखाईलच्या मागणीला होकार द्यावा म्हणून तिने हट्ट धरला असता. आणि मी नकार दिला असता तर तिने कारण विचारले असते. मग मी मात्र शरमिंदी झाले असते.

त्या वेळी माझे धाडस कमी पडले का? माझी अवस्था पिंजऱ्यात पकडल्यासारखी झाली होती. एक कुमारवयीन मुलगी एका जुनाट संस्कृतीच्या आणि विचारांच्या जाळ्यात अडकली होती. पिझ्झा कॅफेमधील थट्टामस्करी करणारे ब्रिटिश सैनिक सोडता माझ्या सभोवतीची सर्व माणसे कुर्दी होती. मित्र-मैत्रिणी कुर्दी होत्या. आम्ही म्युनस्टरहून सीजेनला जात असू ते आमच्या कुर्दी नातेवाइकांना भेटायला. माझी आई कुर्दिस्तानातील उच्चपदस्थांसाठी काम करत होती, यात शंका नव्हती. तिने स्वत:हून मला हे सांगितले नसले तरी घरी येणारे फोन कुर्दी लोकांचेच असत.

शेवटी तो दिवस उजाडला. आईने मिखाईलशी लग्न करण्याचा प्रस्ताव मांडला. ती स्वत: या प्रस्तावावर अतिशय खूश होती. तिने मला माझे मत विचारले. मी नकार दिला असता तर तिने मी होकार द्यावा म्हणून माझ्यावर दबाव

आणला असता. आणि तो वाढतच गेला असता. माझ्या मनातील आवाजाच्या विरोधात जाऊन मी आईला होकार देऊन बसले.

"मला आजच्याइतका तुझा अभिमान कधीच वाटला नव्हता." बैआन म्हणाली, "तू मिखाईलबरोबर संसार थाटावास यापेक्षा आई म्हणून माझी आणखी कोणतीही इच्छा नाही."

आमच्या लग्नाची तयारी सुरू झाली. पारंपरिक पद्धतीप्रमाणे हे लग्न दोन भागात होणार होते. प्रथम इस्लाम पद्धतीप्रमाणे इमामासमोर अल्लाच्या साक्षीने आम्हा दोघांना पती-पत्नी म्हणून घोषित केले जाणार होते. परंतु त्या रात्री आम्ही एकत्र येणार नव्हतो. लग्नाच्या दुसऱ्या भागात लग्नाची अधिकृत नोंद झाल्यावर मोठा स्वागतसमारंभ, नाच-गाणे होणार होते. आणि त्यानंतर वधूने वराला सर्वस्व अर्पण करणे अपेक्षित होते. अर्थात मिखाईल आणि मी आम्हा दोघांनाच आमचे लाजिरवाणे गुपित माहीत होते. पुढे काय वाढून ठेवलेय या विषयी मी अतिशय भेदरून गेले होते. जवळचे नातेवाईक आमच्या पहिल्या शारीरिक संबंधाचा पुरावा मागणार होते. त्यांना पांढऱ्या चादरीवरील रक्ताचे डाग बघण्यात रस होता, आम्हाला त्याचा खोटा देखावा करावा लागणार होता.

जसजसा आमचा पारंपरिक विवाह जवळजवळ येऊ लागला तसतसा मी मिखाईलला सूप करून दिलेला तो दिवस मला आठवू लागला. 'चिकन आणि स्वीट कॉर्न सूपचा दिवस!' अशीच त्या दिवसाची माझी आठवण राहणार होती. मिखाईलने किती चतुराईने माझा गैरफायदा घेतला होता. त्याचा स्वत:चा तो पहिला अनुभव नव्हता याविषयी माझ्या मनात शंका नव्हती. आपण काय करत आहोत याची त्याला पूर्ण जाणीव होती. पण दोष पुरुषांचा नसतोच. कुर्दी समाजात तर स्त्रीच पुरुषाला त्या मार्गावर नेते आणि चूक सर्वस्वी तिचीच असते असे मानले जाते, हे मला आता मला पक्के समजले होते. लग्नापूर्वी शारीरिक संबंध 'हराम' म्हणजे पूर्ण निषिद्ध असतात आणि असे घडल्यास सर्व पाप फक्त स्त्रीच्या माथी मारण्यात येते.

मी सिडनीत मोठी होत असताना या सर्व गोष्टी माझ्या आईवडलांनी मला का बरं समजावून सांगितल्या नव्हत्या? माझी आई सिडनीत नव्याने वसत असलेल्या कुर्दी समाजाचा महत्त्वाचा घटक होती. आपल्या कुर्दी परंपरेचा तिला नको इतका अभिमान होता. ऑस्ट्रेलियात नव्याने आलेले कुर्दी असोत की तिच्या मायभूमीतले, ती सर्वांनाच आर्थिक मदत करत असे.

आम्ही आमच्या अपार्टमेंटमध्ये इमामासमोर उभे होतो. माझ्या आईसह सर्व नातेवाइकांच्या चेहऱ्यावर हसू होते. माझ्या मनातील कडवटपणा मात्र जात नव्हता. 'तो' दिवस जवळ येत चालला होता. माझ्या मित्र-मैत्रिणींना मी कशी तोंड देऊ या विचारात माझी मन:स्थिती सैरभैर झाली होती. माझ्या आईला काहीतरी गडबड

असल्याची शंका आली. पण तिने विचारताच मोठ्या धाडसाने मी चेहऱ्यावर स्मितहास्य आणून सर्व ठीक असल्याचा निर्वाळा दिला. मी तिला सत्य परिस्थिती सांगितली असती तर भीती आणि शरमेने तिची मान खाली गेली असती. दुसरा कोणताच मार्ग नसल्याने हे लग्न मी पार पाडावे असाच हट्ट तिने धरला असता.

इस्लामी विवाह समारंभात कुराणाचे पठण झाले. एका तासात तो समारंभ संपला. मी सोडून सर्वांच्या चेहऱ्यावर हसू होते. विवाहाची नोंदणी अजून व्हायची होती. त्यानंतर माझ्यासमोर जे वाढून ठेवले होते ते आणि माझे भविष्य याला सामोरे जाणे मला शक्य नव्हते. माझ्या नजरेसमोर पाच वर्षांनंतरची लतिफा होती. मुलांच्या संगोपनात बुडालेली. शिक्षण अर्धवट, करिअरची तर सुरुवातही नाही आणि वय फक्त पंचवीस वर्षे. पंधराव्या वर्षी लग्नाची जबरदस्ती होऊनसुद्धा माझ्या आईने स्वतःच्या व्यवसायात प्रगती केली होती. ही गोष्ट खरी. पण माझी गोष्ट वेगळी होती. मी तर युरोपमध्ये राहणारी होते. आईच्या कोवळ्या वयात तिच्यावर नवरा आणि मुलांची जबाबदारी पडली. मधूनमधून ती परदेशी जात असे. त्या सगळ्यापासून मुक्त होत असे. दूर राहून आपल्या मनाप्रमाणे वाट चोखाळावी असे तिला वाटलेच असणार. पण तिला नेहमीच संसारात परतावे लागले होते. तिला आवडो वा न आवडो; ते तिचे विधिलिखित होते. तिच्या नशीबाचा खेळ एका दूर देशात मांडला गेला होता. पण आजही ती तिच्या देशाच्या सांस्कृतिक जोखडात अडकली होतीच.

लग्नात माझी एक दूरची बहीण मला भेटली. अशा वेळी तिची गाठ पडावी हा नियतीचा क्रूर खेळ म्हणावा की योगायोग, की आणखी काही? तिने मला त्याच आठवड्यात कुर्दिस्तानमध्ये घडलेली घटना सांगितली. ती भयानक घटना एताब नावाच्या माझ्या एका नात्यातील मुलीची होती. सात वर्षांपूर्वी जेव्हा माझ्या आईवडलांनी मला कुर्दिस्तानला नेले होते तेव्हा ती मला भेटली होती. माझ्याच वयाची होती ती. आम्ही त्या वेळी खूप मजा केली होती. तिने माझे पाश्चिमात्य पद्धतीचे कपडे घालून पाहिले होते. तिच्या आणि माझ्या वडलांचे नाते होते. ती वयात येताच तिचे लग्न लावून दिल्याचे मला समजले होते. पण त्या लहान वयात मला त्या घटनेचा अर्थ समजला नव्हता. माझी ती सुंदर, गोरीपान, काळ्याभोर केसांची मैत्रीण आता चार मुलांची आई होती आणि तिच्यावर व्यभिचारी म्हणून आरोप केला गेला होता. तिच्या सौंदर्यानेच तिचा घात केला होता. ती जिथे जिथे जात असे तिथे तिथे पुरुषी नजरा तिचा पाठलाग करत, तिच्याशी बोलण्याची संधी पुरुष सोडत नसत. लवकरच तिला चारित्र्यहीन, कुलटा असे सर्व जण म्हणू लागले. खरी परिस्थिती अशी होती की, तिचा नवराच बाहेरख्याली होता. तिच्या चेहऱ्यावर या गोष्टीचे दुःख सतत दिसत असे. तिच्या नवऱ्याला तिच्याविषयी काहीच प्रेम वाटत नव्हते. त्यामुळे ती इतर पुरुषांबरोबर बोले. त्यामुळे तिची

व्यभिचारी अशी कुप्रसिद्धी झाली. तिच्या नातेवाइकांनी तिची बाजू ऐकून घेतली नाही. तिचा दोष नाही हे सर्वांनी नाकारले. एका रात्री घरातील पुरुषांनी, माझ्या वडलांच्या नातेवाइकांनी तिला गाडीत घालून दूर वाळवंटात नेले. तिच्यावर पेट्रोल ओतून आग लावून दिली. ती जिवाच्या आकांताने ओरडत असतानाच तिच्या नवऱ्याने बंदूक काढली आणि तिच्या डोक्यात गोळी झाडून तिचे आयुष्य संपविले. तिच्या आईला आणि आजीला अशाच कारणावरून ठार केले गेले होते. कुटुंबाचे नाव, अभिमान, प्रतिष्ठा यासाठी हे सर्व क्रूर खेळ. विहिरीवर पाणी भरायला गेली असताना, पुरुषांच्या घोळक्याशी बोलण्यासाठी ती थांबली, हाच काय तो तिचा गुन्हा! रिकामटेकड्यांच्या गावगप्पा आणि अफवांमुळे एखादी स्त्री आयुष्यातून उठू शकते?

मी विचार केला, "देवा, मी पाश्चात्त्य देशात राहते ही तुझी कृपा आहे." जो जीव आपण निर्माण केला नाही त्याला मारणे हे सर्वस्वी चुकीचे आहे, असे कुराण सांगते. असे असताना एका तरुण, सुंदर आयुष्याचा अंत करणे हा गुन्हा नव्हे काय? कोणीही स्वत:ला देवापेक्षा श्रेष्ठ ठरवू शकत नाही असे मुस्लीम धर्मग्रंथात सांगितले आहे. ऑस्ट्रेलियात असताना मी स्वत: जरी कुराणाचे पठण करीत नसे तरी मी स्वत: कुराणाचा अभ्यास केला होता. 'जो आपल्यापेक्षा लहान आणि असहाय्य व्यक्तीला मारतो तो स्वत:ला कितीही शक्तिशाली समजत असला तरी त्याचे हे कृत्य त्याची दुर्बलताच दर्शविते अशी कुराणातील शिकवण आहे.

आमच्या कोर्टातील लग्नाची तयारी सुरू असताना मिखाईल आणि मी काही काळ एकत्र आलो. आमच्या एकत्र येण्याआधी मी त्या गोष्टीवर खूप विचार केला होता. यावेळी आमच्या नात्यात प्रेम, अनुराग असेल या आशेने मला हे नाते फुलवायला अजून एक संधी द्यायची होती. पण मला या हळुवार भावना जाणवल्याच नाहीत. मला उपभोगून माझ्यासाठी इतर कोणत्याही भावना, ना शब्दातून ना कृतीतून व्यक्त न करताच तो खोलीच्या बाहेर निघून गेला. तुझ्या आयुष्यात पुढे हेच वाढून ठेवलेय, मी स्वत:ला बजावले. 'नाही, अजिबात नाही!' पतीपत्नी म्हणून मिखाईल आणि माझ्या नात्याला काहीच अर्थ नव्हता, काहीच भविष्य नव्हते. पण भविष्यात दिसत असणाऱ्या या वैवाहिक कैदेतून सुटका करण्यासाठी मी कुणाकडे मदत मागू शकणार होते?

शेवटी मी ठरवले. कौमार्यभंगाचे गुपित उघड न करता बाकी सर्व भावना आईजवळ व्यक्त करण्याचा निर्णय मी घेतला.

आई व मी स्वयंपाकघरात असताना मी आईला म्हणाले, "मी अशी जगू शकणार नाही. माझं या माणसावर प्रेमच नाही. मला ऑस्ट्रेलियाला परत जायचंय. माझं शिक्षण पूर्ण करायचंय. नोकरी करायची आहे आणि त्यानंतर असा एखादा

जोडीदार शोधायचा आहे की ज्याच्यावर माझं खरंखुरं प्रेम असेल. स्वत:च्या लग्नाची मागणी घालायला आईला पाठविणाऱ्याशी मला लग्न करायचं नाही. हा तर मूर्खपणा झाला. हे खरं प्रेम नव्हे!''

माझ्या आईला धक्काच बसला. तिचा चेहरा उतरला. हातातील कप तिने खाली ठेवला. खोलीत शांतता पसरली. मी माझ्या शब्दांना थोपवू शकले नाही. मी म्हणाले, ''बाबांच्या घरच्यांनी तुला कशी वागणूक दिली? तू तर त्यांच्या कुटुंबाच्या कैदेतच होतीस. त्यांची काळजी घेणं, त्यांना जेवू घालणं ही जणू तुझ्यावर सक्तीच होता, तुला ते घर सोडावं लागेपर्यंत. तू बाबांशी बोलताना मी सगळं ऐकलं आहे. कुर्दिस्तानात त्यांनी तुला कसं वागवलं ते सगळं मला माहीत आहे.

आई झर्रकन् माझ्याकडे वळली. तिचा चेहरा रागाने पांढराफटक पडला होता. पण तिच्या तोंडून एकही शब्द बाहेर पडला नाही. ''जशी तुझी अवस्था झाली तशी माझी व्हावी असं मला वाटत नाही.'' मी पुढे बोलतच राहिले. ''मी मिखाईलशी लग्न केलं तर इराकमध्ये तुझी स्थिती होती तशीच माझी होईल. त्याचं कुटुंब शोषण करेल माझं, गुलाम होईन मी त्यांची. तुझ्या सासूने तिच्या अपेक्षांचं, कामाचं ओझं तुझ्यावर लादलं तशी माझी सासू माझ्यावर लादणार नाही हे कशावरून?''

आई माझ्याकडे पाहतच राहिली. ती आपला राग आवरू पाहत आहे हे मला दिसत होतं. इराकमधील आयुष्याविषयी मी पहिल्यांदाच तिच्याशी अशाप्रकारे बोलले होते. तिच्या शब्दांचा भडिमार ऐकण्याची मी मनाची तयारी करत असतानाच ती फक्त म्हणाली, ''प्रेम नंतर होतं. ती भावना नंतर जाणवते.''

''पण मला माझ्या वडिलांबरोबर तर... तुझं खरंच प्रेम आहे त्यांच्यावर?'' मी वाक्य पुरं न करताच तिला प्रश्न केला.

ती माझ्याकडे बघतच राहिली. माझ्याविषयी तिच्या नजरेत दिसणारा परकेपणा पाहून मी थिजले. ''पुन्हा कधीही तुझ्या वडिलांविषयी आणि माझ्याविषयी असं बोलू नकोस, कधीही नाही. तुझा त्यांच्याशी काहीही संबंध नाही.'' ती अतिशय कठोरपणे म्हणाली.

मी माझ्या खोलीत जाऊन झोपले. मनात विचारांचे थैमान चालू होते. माझ्या आईने माझ्या भावनांची दखलच घेतली नव्हती. माझे गुपित तर मी तिला कदापि सांगू शकत नव्हते. पण त्या विषयी कोणाशी तरी बोलणे आवश्यक होते. मनाच्या भिंती फोडून माझे गुपित जणू बाहेर पडू पाहत होते. कोणाशी बोलू मी? असे कोण होते? माझ्या ओळखीची माणसे तर सर्व कुर्दी समाजातीलच होती. माझे भोग मला मनातच दडवून ठेवण्याची गरज होती आणि तेवढ्यात मला माझ्या जर्मन मित्राची ओजोची आठवण झाली.

आम्ही एका कॅफेमध्ये शिरलो. मी त्याला घडलेल्या सर्व घटना सांगितल्या.

त्या ऐकल्यावर त्याचा चेहरा दु:खाने ग्रस्त झाला. माझ्याविषयी त्याच्या मनातील भावना मी जाणल्या होत्या, म्हणूनही असेल कदाचित पण माझ्यासाठी आणि त्याच्या स्वत:साठी त्याला दु:ख झाल्याचे त्याच्या चेहऱ्याकडे पाहून मला कळले. त्याने पुढे होऊन माझा हात धरला.

तो म्हणाला, "लतिफा, आयुष्य खूप लहान असतं गं! त्यात इतकं दु:ख, इतक्या यातना कशाला सोसतेस? त्याच्याबरोबर तू कायम दु:खी राहशील. अशा व्यक्तीवर देवाकडून आयुष्याची मिळालेली अनमोल भेट उधळून टाकू नकोस."

"पण मी माझ्या आईला, पूर्ण कुटुंबाला निराश करू शकत नाही." मी म्हणाले, "गोष्टी इतक्या पुढे गेलेल्या असताना मी मागे वळू शकत नाही."

त्यानं माझा हात घट्ट पकडला आणि तो म्हणाला, "तुझं मन, तुझा विवेक सांगेल तुला काय करायचं ते." माझ्यापेक्षा फक्त एका वर्षाने तो मोठा होता. पण एखाद्या प्रगल्भ माणसासारखा बोलत होता. "तुला माझ्याकडून निर्णय ऐकायचाय का लतिफा? मग त्या माणसाबरोबर राहू नकोस. त्यानं तुला वाईट वागणूक दिली आहे. तुझा दुरुपयोग करून घेतला आहे. पहा एकदा स्वत:कडे, जणू मूर्तिमंत दु:ख. मला माहीत असलेली, हसरी, मजा करणारी लतिफा कुठे हरवली? आता मी जिच्याबरोबर बसलो आहे ती लतिफा कोणी वेगळीच आहे."

मी घरी परतले, तेव्हा माझ्या दु:खात भर घालणारी बातमी जणू माझी वाटच बघत होती. माझ्या आईने मला आश्चर्याचा धक्का दिला. ती म्हणाली, "मिखाईल आणि तू लग्न होऊन स्वत:च्या घरी जाईपर्यंत, तू घराबाहेर पडायचं नाहीस. माझ्याबरोबर घरातच राहायचंस."

माझा भाऊ रोज संध्याकाळी पार्टीला, नृत्याला, मित्रांना भेटायला जात असे. मी मात्र घरातच अडकून पडले होते, नाउमेद! घरात एखाद्या जखमी वाघिणीसारखी मी फेऱ्या मारत राहत असे.

"तुला झालंय तरी काय?" बैआन विचारे. "तू अमली पदार्थ तर खात नाहीस ना? माझी मुलगी असल्यासारखी वागतच नाहीस तू आजकाल."

"आणि तू माझी आई असल्यासारखी वागत नाहीस." मी रागाने ओरडे. प्रत्येक वेळी तिच्याशी बोलताना माझा हताशपणा, मनाचा कोंडमारा उफाळून वर येई. मी घरात गोलगोल चकरा मारत बसे. नाहीतर दु:खाच्या भरात झोपून जाई. मी कामाला जाणे बंद केले. कोणाला भेटणेही बंद केले. सगळे माझ्याकडे वधू म्हणून बघत असताना, माझे दु:ख मला त्यांना दिसू द्यायचे नव्हते.

माझ्यासाठी घराचा झालेला कैदखाना मला सहन होत नव्हता. शेवटी माझी आई आणि भाऊ घरात नसताना एक दिवस मी बॅग भरली आणि ओजोकडे पळून गेले. त्याच्याबरोबर शृंगार करताना मला काहीही लाज वाटली नाही. कुणीतरी मला

जवळ घ्यावे, सुखाचा परमोच्च क्षण मी अनुभवावा, एवढीच माझी इच्छा होती. ती पूर्ण झाली. आम्हाला दोघांना एकमेकांविषयी ओढ होती, काळजी होती. लग्नाच्या कैदेत अडकलेल्या इतर कुर्दी मुलींविषयी त्याला माहिती होती. माझी तशी गत व्हावी अशी माझी इच्छा नव्हती. कुर्दी समाजात आपला मान राहावा म्हणून कुर्दी मुलींचे पालक त्यांना पाच वेळा नमाज पढण्यास भाग पाडत. यात धार्मिक श्रद्धेचा काही एक भाग नसे. त्या ठरलेल्या वेळी, त्या घरी नसतील तर परतल्यावर भरपाई म्हणून त्यांना दोन वेळा नमाज पढावा लागत असे. मी एकदा माझ्या एका बहिणीला विचारलंही होतं की, ती नमाज पढते की घरच्यांना खूश ठेवण्यासाठी नाटक करते? तेव्हा "तुला काय वाटतं?" तिने विचारलं, "दुसरा कुठला मार्ग नसताना तुम्हाला हे करावंच लागतं." असं ती म्हणाली.

ओजोबरोबर थोडे दिवस राहून घरी परतले तेव्हा आई अगदी गप्प होती. घरात भयानक शांतता होती. मला वाटले होते माझ्यावर भयंकर संतापून ती आरडाओरडा करेल, पण तसं काही घडलं नाही. तिने मनात राग दाबून ठेवला होता आणि कधीतरी तो उफाळून बाहेर येईल हे मला माहीत होते. पण त्या प्रकारात माझ्या सुटकेच्या सर्व वाटा बंद होणार होत्या, हे मला कसे माहीत असणार होते?

■

चार

माझे वडील सुरी घेऊन माझ्या अंगावर धावून येत होते. त्यांचे डोळे व्होडका पिऊन लालबुंद झाले होते. ''तुझा हात दे मला,'' ते उद्गारले. ''मी तुझी बोटंच तोडून टाकतो बघ. मुली, मला तुझ्या किंकाळ्या ऐकायच्या आहेत. हो, हो! तुझ्याच किंकाळ्या मला ऐकायच्या आहेत.''

त्या दु:स्वप्नातून मी जागी झाले तेव्हा घामाने डबडबले होते. काय होता त्या स्वप्नाचा अर्थ? स्वप्नातील माणूस माझा प्रेमळ पिता नक्कीच नव्हता. मला त्यांना फोन करणे आवश्यक होते. माझे आई आणि भाऊ सकाळीच बाहेर पडले होते. ऑस्ट्रेलियात जरी रात्र झाली होती तरी मी बाबांना फोन लावला.

''बाबा, तुम्ही कसे आहात?''

''बरा आहे आणि वाईटही,'' ते म्हणाले, ''तुला तुझ्या आईबद्दल आणि माझ्याबद्दल माहीतच असेल.''

''नाही. काय?''

मला काही सांगण्याबाबत ते नाराज होते, हे मला जाणवले.

''आम्ही एकमेकांपासून फारकत घेत आहोत किंवा असं म्हणू की तिला माझ्यापासून दूर व्हायचं आहे. या विषयात माझ्या पसंतीला किंवा नापसंतीला काहीच महत्त्व नाही. मी तुमच्याबरोबर राहायला येऊ शकणार नाही.''

माझी मती गुंग होऊन गेली. असे काही होईल याचे काहीच पूर्वसंकेत मला मिळाले नव्हते. ''बाबा हे कसं झालं?'' मी रडतरडत विचारले. त्यांनी काहीच उत्तर दिले नाही. शांततेचा भंग करीत मीच म्हणाले, ''ऑस्ट्रेलियात परत येऊन तुमच्याबरोबर राहावं अशी माझी खूप इच्छा आहे. आपण जसं जगत होतो तसं परत जगू. मला तुमची आणि सिडनीची खूप आठवण येते.''

''तुझ्या आईच्या इच्छेप्रमाणे वाग.'' ते म्हणाले, ''आपण लवकरच भेटू.

काळजी करू नकोस. माझी खात्री आहे की तू सुटीत इथे येऊ शकशील किंवा मी तिकडे येऊ शकेन.''

त्यांच्या आवाजात मला खूप दुरावा जाणवला. पण तो कशामुळे हे मी समजू शकले नाही.

आधीच मन खूप उदास होतं. त्यात बाबांबरोबर झालेल्या बोलण्याने माझी मानसिक स्थिती खूपच खालावली. माझ्या हे लक्षात यायला हवं होतं की आता ते दोघे वेगळे राहणार होते. बाबा आमच्याबरोबर राहायला येण्याचे काहीच चिन्ह नव्हते. ते आमच्या सिडनीतल्या घराला चांगली किंमत यावी म्हणून थांबले आहेत असेच मी गृहित धरून चालले होते.

जीवनात किती नाट्यपूर्ण बदल घडतात. आमच्या या संभाषणानंतर बाबा लवकरच जर्मनीत आले. त्यांच्या बायकोला किंवा मुलाला भेटायला ते आले नव्हते तर सीजेनमध्ये राहणाऱ्या आणि कार अपघातात मरण पावलेल्या त्यांच्या धाकट्या भावाचे पार्थिव परत न्यायला ते आले होते. बाबांनी त्याचे पार्थिव कुर्दिस्तानला नेण्याचा हट्टच धरला आणि कुर्दी रिवाजाप्रमाणे आठ दिवसांत पार्थिवावर अंत्यसंस्कार करण्याचा त्यांचा विचार होता. त्यांनी बैआनाला फोनसुद्धा केला नाही. दोन दिवसांत आपल्या भावाचे पार्थिव घेऊन ते विमानात बसले.

माझ्या आईने माझ्याशी धरलेले मौन मला असह्य होत होते. तिच्या या मन:स्थितीचा बाबांशी घेतलेल्या फारकतीशी अजिबात संबंध नव्हता. ती माझ्यावर अजूनही भयंकर संतापलेली होती. जसे दिवस जात होते तसा या सर्वांचा स्फोट होईल असे मला वाटत होते. माझ्या आणि बाबांच्या संभाषणाबाबत मी तिच्याशी काही बोलले नव्हते आणि तिच्या अपरोक्ष मी बाबांशी बोलले म्हणून तिचा संताप आणखी वाढला असता.

एके दिवशी मी तिला बाहेर काही खरेदीसाठी जात आहे असे सांगितले.

''हो का? कोणाबरोबर? तुझ्या त्या काळ्या मित्राबरोबर?'' तिने खोचकपणे विचारले. असे होते तर! जेवढे दिवस मी घराबाहेर होते, त्या विषयी फक्त विचार करुनच ती थांबली नव्हती, तर मी कोणाबरोबर होते, याची माहितीसुद्धा तिने काढली होती. तिने ओजोविषयी सर्व माहिती मिळवली होती आणि तिचे सर्व कुटुंबीय मात्र मला मिखाईलची पत्नी म्हणून स्वीकारण्याची तयारी करत होते. एक-दोनदा मी तिला फोनवर बोलताना ऐकले. मला वाटले ती इराकमधील माझ्या वडलांशी बोलत असावी. त्या संभाषणात सतत 'ती'...'ती'...'ती' असा माझा उल्लेख झालेला मी ऐकला.

आम्ही जेव्हा जेव्हा सीजेनला जात होतो, तेव्हा मिखाईल माझ्याशी सतत आमच्या होणाऱ्या मुलांविषयी आाणि मला कोणत्या शहरात राहायला आवडेल या

विषयीच बोलत होता. एके दिवशी एका लग्न समारंभात आम्ही भेटलो असता मला त्याचे सततचे असे बोलणे असह्य झाले. आम्ही बागेत गेल्यावर मी त्याला म्हटले, "तू ज्या प्रकारे माझ्याशी वागलास त्यानंतर आपल्या दोघातील नात्याला कुठलंच भविष्य उरलेलं नाही."

"भविष्य तर नक्कीच आहे" तो म्हणाला, "लग्नाचा कोणताही विचार मनात नसताना आपल्या दोघात काय घडलं ते तुझ्या आईला समजलं तर तिची प्रतिक्रिया काय असेल असं तुला वाटतं?" तो छद्मीपणाने म्हणाला.

शेवटी परिस्थिती धमकी देण्यापर्यंत पोहोचली होती तर! आणि अजून आमचे लग्नही लागले नव्हते. माझ्या झालेल्या कौमार्यभंगाचा वापर माझ्याच विरोधात करण्यात येत होता. माझ्या डोक्यात विचारचक्र सुरू झाले. मला दिलेल्या धमकीचा मी कसा सामना करू? आणि माझ्या डोक्यात वीज चमकली. इतके सोपे तर होते ते!

"तू केलेल्या पापांविषयी तुझ्या कुटुंबीयांना समजलं तर काय होईल? त्यांची प्रतिक्रिया काय असेल आणि पोलीस? त्यांना मी तुझ्या चोरीच्या वस्तूंनी भरलेल्या गोदामाविषयी, अमली पदार्थांविषयी आणि बंदुकांविषयी सांगितलं तर ते काय करतील? तू माझ्यावर कुरघोडी करण्याच्या नादात तुरुंगात जाशील!"

या प्रश्नाचे त्याच्याजवळ उत्तर नव्हते. तो गर्रकन वळून निघून गेला. जोपर्यंत मी त्याचे गुपित उघडे करण्याची धमकी देत राहीन तोपर्यंत माझे गुपित त्याच्याकडे सुरक्षित राहील हे मला कळून चुकले.

त्यानंतर काही दिवसांतच अचानकपणे माझ्या आईने मला आनंदाश्चर्याचा धक्का दिला. मी जर्मनीत स्थायिक होण्यापूर्वी ती मला सुटीवर घेऊन जाण्याचा विचार करत होती. तिच्या वडलांची तब्येत बिघडल्यामुळे आता तिकडे जाणे निकडीचे होते. ते पंचाहत्तरीचे होते. खूप आजारी आणि अशक्त झाले होते. अशा अवस्थेत ते किती दिवस काढतील याची शाश्वती नव्हती.

"तुला माहीत आहे की, त्यांचं तुझ्यावर किती प्रेम आहे ते!" आई म्हणाली. मला आठवत होते की, आम्ही जेव्हा त्यांच्याकडे जायचो तेव्हा ते माझे खूप लाड करत. "त्यांना मरण्यापूर्वी सगळ्या नातवंडांना भेटायचं आहे. तुला तर तुझ्या या सगळ्या नाटकातून सुटी मिळाली तर बरंच होईल." आई म्हणाली.

माझ्या कानांवर माझा विश्वासच बसेना. एका मोठ्या सुटीवर जायचे? तसे झाल्यास मिखाईलपण मला भेटू शकणार नव्हता. कदाचित परत तो माझ्यामागे लग्नाची भुणभुण लावणार नव्हता. न जाणो माझ्या आणि मिखाईलच्या मुलांची आजी होण्याचे स्वप्न आईही विसरून गेली असती. तिची मन:स्थिती आणखी सुधारावी म्हणून मी तिला शब्द दिला की, जर्मनीत परत आल्यावर मी तिला माझा

अभिमान वाटेल अशीच वागेन. माझे शिक्षण मी पुढे सुरू ठेवेन. माझी मिखाईलशी लग्न करण्याची इच्छा नाही हे तिने समजून घ्यावे. हे मी तिला सांगण्यामागचे आणखी एक कारण होते. तिने हसून मान डोलावली. कित्येक आठवड्यांनंतर मी तिला हसताना बघत होते.

माझ्या मरणासन्न आजोबांचा विचार करून मला खूप दु:ख झाले. ते शाळेत शिक्षक होते. माझ्या आईला त्यांनीच इंग्लिश शिकविले होते. पण मला असेही आठवत होते की, त्यांनी माझ्या आईला कधीच घराबाहेर पडू दिले नाही आणि लहान वयातच तिचे लग्न लावून दिले. तरीदेखील या पूर्वी सुट्ट्यात मी जेव्हा जेव्हा त्यांना भेटले तेव्हा मजा आली होती. ते लुकलुकणाऱ्या डोळ्यांचे, आनंदी गृहस्थ होते. त्यांच्या सर्व नातवंडांना ते आपल्या भल्याथोरल्या हातांनी कवटाळायचे.

माझ्या आईने स्वत:चे, माझे आणि माझी लहान बहीण बोजीन अशी विमानाची तीन तिकिटे काढली. माझ्या भावाची परीक्षा असल्यामुळे तो आमच्याबरोबर येणार नव्हता असे आईने सांगितले. वयाच्या एकोणिसाव्या वर्षी तो स्वत:ची काळजी घेण्यास समर्थ होता. आम्ही दोन आठवड्यांसाठी जाणार होतो. त्याच दरम्यान तिच्या वडलांचे देहावसान झाले तर आमचा मुक्काम वाढणार होता. मी स्वयंपाकघरात टेबलाशी परतीच्या तिकिटांकडे पाहत बसले होते. मिखाईलच्या भविष्याविषयी असणाऱ्या अपेक्षांच्या कचाट्यातून मी मुक्त होणार होते. लवकरच मी त्याला आमच्यातील सर्व काही संपले आहे, असे सांगू शकले असते, असा विश्वास मला वाटू लागला.

आम्ही निघायच्या काही दिवस आधी मी ओजोला भेटले. माझ्या आजोबांच्या आजारपणाविषयी आणि आम्ही दोन आठवडे कुर्दिस्तानात जाणार आहोत हे मी त्याला सांगितले. "मी तुझ्यासाठी एक अरबी पोशाख आणीन म्हणजे तो घालून म्युनस्टरमध्ये फिरताना तू छान दिसशील." मी खिदळत म्हणाले.

"मला सतत जीन्समध्ये बघायची सवय असल्यामुळे तर मी नक्कीच छान दिसेन." तो हसून म्हणाला. पण त्या हसऱ्या चेहऱ्याआड भरून येणारे डोळे मला दिसले.

"काळजी करू नकोस. दोन आठवड्यांचा तर प्रश्न आहे. त्यानंतर मी तुझ्याकडे परत येईनच. मी मिखाईलला भेटणार नाही. वचन देते तुला. तुझ्याविषयीच्या माझ्या भावना तुला माहीत आहेत ना?"

"तुझं जाणंच मला पसंत नाही. तू फार फार दूर जात आहेस असं मला वाटतं." तो म्हणाला.

"अरे, दूर तर नक्कीच नाही. काही तासांचा तर प्रवास आहे. जर्मनीतून तुर्कस्तान आणि कारमधून तिथले डोंगर पार करत कुर्दिस्तान. मी तिथे पोहोचल्यावर

तुला फोन करेन.'' मी म्हणाले.

आम्ही तिघी जर्मनीतील ब्युसेलडॉर्फच्या विमानतळावरून इस्तंबूलला गेलो तो दिवस होता ५ जून २००१. तेथून आम्ही इराकी कुर्दिस्तान आणि तुर्कस्तानला विभागणाऱ्या डोंगररांगांच्या उत्तरेकडे असणाऱ्या दियारबकीर नावाच्या गावी गेलो. एखाद्या जुन्या गढीसारखे होते ते गाव. ट्रायग्रीस नदीच्या वरच्या अंगाला असणाऱ्या त्या सुंदर गावात जिकडे पहावे तिकडे मशिदी दिसत होत्या.

''आपण कुर्दिस्तानला पोहोचलो.'' आई म्हणाली.

''हे कसं शक्य आहे? आपण तुर्किस्तानात आहोत.''

''कुर्दी लोकांना वारसा लाभलेली आपली संस्कृती येथूनच सुरू होते. या सीमा तर मानवनिर्मित आहेत. पण आपल्या संस्कृतीला या सीमा बांधून ठेवू शकत नाहीत. नेहमी लक्षात ठेव.'' आई म्हणाली.

आम्ही आमच्या आईच्या मैत्रिणीच्या अपार्टमेंटमध्ये दोन रात्री राहिलो. तुर्कस्तानात असताना हॉटेलमध्ये राहणे आईला पसंत नव्हते आणि लोकांच्या नजरेस येईल असे काही ती करीत नव्हती, असेही तिने मला याविषयी सांगितले. त्याचे कारण मात्र तिने मला कधीच सांगितले नाही. दियारबकीरमधील आमच्या शेवटच्या दिवशी दुपारी मला आणि बोजीनला एका बागेत ताटकळत ठेवून ती एका कॅफेमध्ये काही तुर्की माणसांशी बोलायला निघून गेली. एका टेबलाभोवती बसून जोरजोरात उत्साहाने बोलताना मी त्यांना बघितले. परंतु या घटनेविषयी तिने अवाक्षरही काढले नाही.

दुसऱ्या दिवशी मला आणि माझ्या बहिणीला आईने पहाटेच उठवले आणि तुर्की सीमेपार नेण्यासाठी ड्रायव्हर आल्याचे सांगितले. गाडी आम्हाला घेऊन इराकी कुर्दिस्तानाकडे म्हणजे आमच्या मायभूमीकडे निघाली. तो रस्ता तीन तासांचा होता. मागे खूपच माती उडत होती. आम्ही अनेक गावे पार करून दूरवरच्या पर्वतरांगांकडे निघालो होतो. माझे मन सर्व दिशांना मोकाट सुटले होते. जर्मनी, ऑस्ट्रेलिया आणि आता ज्या गावी आम्ही निघालो होतो, ते पर्वतांपलीकडे असलेले माझ्या आईचे गाव दोहुक. या सर्व गोष्टी माझ्या मनात पिंगा घालत होत्या. अचानक मी एक गोष्ट केली. ती करण्यासाठी मला का, कोठून आणि कोणी प्रेरणा दिली हे मला आजपर्यंत सांगता आले नाही. मी आणि बहीण बोजीन मागे आणि आई व ड्रायव्हर पुढे बसलेलो असताना मी माझा ऑस्ट्रेलियाचा पासपोर्ट काढला. माझ्या बहिणीकडची पेन्सिल घेऊन फोटो असलेल्या पानावरील सर्व माहिती मी एका कागदावर उतरवून घेतली. त्या पानावरील पासपोर्ट नंबर, पासपोर्ट दिला गेल्याची तारीख, ती संपण्याची तारीख, याशिवाय पानाखाली लिहिलेला सुरक्षा नंबरदेखील लिहून घेतला. त्यानंतर तो कागद मी माझ्या ब्रामध्ये लपवून ठेवला.

पुढील काही वर्षांत म्हणजे २००७ मध्ये हा सर्व भाग युद्धमय होणार होता. पण आता २००१ मध्ये तुर्की भूमीवर हक्क सांगणाऱ्या इराकी कुर्दीवर जोरदार हल्ले चढविण्यापूर्वी हा भाग खूप शांत होता. सीमारेषेवरील 'नो मॅन्स लॅन्ड' पार करून पोहोचवणाऱ्या टॅक्सीने आम्हाला इराकी सीमेवरील गस्त चौकीवर सोडले. सीमेवरील गस्तीसाठी तिथे काही छोट्या इमारती होत्या. जेव्हा गस्त घालणारा सैनिक आमच्याजवळ आला तेव्हा माझ्या आईने त्याला आतील व्यक्तीला ती आली असल्याची वर्दी देण्याच्या सूचना दिल्या. त्यानंतर लगेचच आम्हाला त्या इमारतीत नेण्यात आले. आम्ही खाकी गणवेशातील मिशा असलेल्या व्यक्तीला भेटलो. तो पन्नाशीचा असावा. त्याने खूप वर्षांनी एखादी मैत्रीण भेटत असल्यासारखे आईभोवती आपले भले मोठे हात टाकत तिला कवटाळले आणि तिच्या गालाचे चुंबन घेतले. मला वाटले की तो कधीतरी नक्कीच पाश्चिमात्य देशात होता. कुर्दिस्तानचा रहिवासी एक महिलेचे स्वागत अशाप्रकारे करणे कधीच शक्य नव्हते. तिला भेटल्यामुळे तो फार खूश होता. असे तो कुर्दी भाषेत बोलला. आजारी वडलांना भेटण्यासाठी आपण घरी परतत असल्याचे आईने त्याला सांगितले. तिने माझा व तिचा पासपोर्ट त्याच्याकडे दिला. माझ्या बहिणीचे नाव आईच्याच पासपोर्टवर होते.

हे दस्तऐवज परत केले गेले तेव्हा मी माझा पासपोर्ट घेण्यासाठी गेले. पण आईने तो स्वत:च्या पर्समध्ये टाकला. युरोपातून अनेक वेळा इथे आलो होतो त्या वेळी तिने असे काही केले नव्हते. असे वागण्याची तिची ही पहिलीच वेळ होती. जेव्हा मी तिच्याकडे प्रश्नार्थक नजरेने पाहिले, तेव्हा तिने सरळ माझ्या नजरेला नजर भिडवली. तिच्या डोळ्यात जे भाव होते त्यावरून मी जरा काळजीतच पडले. आम्ही इराकी सीमेत आल्यावर एका टॅक्सीत बसलो आणि दीड तासानंतर दोहुकला पोहोचलो. माझ्या आईने माझा पासपोर्ट का बरं घेतला होता? मी इथून पळून जाईन असा विचार तर तिने केला नसेल? तशी तर शक्यताच नव्हती. दोहुकला येत असताना तर सगळीकडे फक्त पर्वत आणि वाळवंटच दिसत होते. शिवाय आजारी आजोबांना मरण्यापूर्वी भेटायची इतकी ओढ मला असताना मी पळून कशी गेले असते?

मागच्या सुटीनंतर जरी बऱ्याच वर्षांनी मी इकडे येत होते तरी माझ्या आठवणीत शहराच्या बाहेरचा भाग पुसटसा होता. रस्त्यावरच्या जुन्यापान्या गाड्या तशाच होत्या, तसेच कंटाळवाणे कपडे, लांब झगा आणि डोक्यावर रुमाल बांधलेल्या बायका आणि ढगळ पँट घातलेले पुरुष! आजूबाजूच्या सगळ्या गोष्टीत आईला कधीच रस नव्हता. ती तिच्या केसात हात खुपसून मला खाली, करून बसली होती. जणू आमच्यापासून दूर, आपल्याच विचारात गर्क होती. शेवटी

आम्ही शहराच्या मध्यभागी असलेल्या एका मोठ्या इमारतीसमोर थांबलो. मला ती इमारत आठवत होती. त्या इमारतीभोवती खूप काळपट आणि दोन मीटर उंचीची भिंत होती. प्रवेशद्वार कुठल्याशा धातूचे होते आणि त्यावर मोर काढलेले होते. ते माझ्या आईच्या वडलांचे म्हणजेच माझ्या आजोबांचे घर. दारावरचे मोर हे सरदार घराण्याचे प्रतीक होते. माझी आई 'शाराफानी' या टोळीतील सरदार घराण्याची वारसदार होती. त्यामुळे असे मोर दारावर असणे अगदी सयुक्तिक होते. तिला तिच्या वारसाचा इतका अभिमान होता की, सिडनीच्या रेडिओ स्टेशनवर स्वत:ची ओळख करून देताना ती हे नाव नेहमी वापरत असे.

आईच्या नात्यातील चार कुटुंबे तेथे राहत. त्या घरात अगदी उदास वातावरण असेल असे मला वाटत होते. पण मला तर भिंतीपलीकडून लहान मुलांच्या हसण्याचा आवाज येत होता. आम्ही अगदी प्रवेशद्वार उघडून चालत आत चौकात गेलो, तरी आमचे स्वागत करायला कोणीच आले नाही. जणूकाही आमच्या येण्याची त्यांना कल्पनाच नव्हती आणि तसेच होते. आमचे येणे अनपेक्षित होते.

लाल केस असलेल्या माझ्या एका छोट्या भावाने आम्हाला येताना पाहिले आणि तो ओरडत आत पळाला. 'बैआन आत्या आली!' जोरात ओरडण्याचा आवाज आला. आम्हाला भेटायला घरातील बायका बाहेर आल्या. त्यांच्या मागोमाग कुणाच्या तरी बाळाला कडेवर घेऊन माझे आजोबा आले. ते तर एकदम ठणठणीत दिसत होते.

त्यांना मिठी मारण्याआधी मी आईकडे वळून म्हटले, ''मला तर वाटलं हे आजारी आहेत.'' तिने काहीच उत्तर दिले नाही. आता सगळे जण मला मिठी मारून माझे नाव घेऊन बोलत होते. पण माझी नजर मात्र आजोबांकडे गेली. त्यांनी आपल्या हातांनी आईला कवेत घेतले. एका खोटेपणाची साक्षीदार होते मी!

''तुम्ही येण्याविषयी कळवलं का नाही?'' माझी एक मामी म्हणाली, ''आम्ही तुमच्यासाठी मटणाचं जेवण केलं असतं.'' अजून एक खोटे उघडे पडले होते. माझ्या आईने मला सांगितले होते की, आम्ही माझ्या आजोबांना शेवटचे भेटायला चाललो आहोत आणि आम्ही येणार असल्याचे तिने त्यांना आधीच कळवले आहे.

माझ्या चाललेल्या या अवस्थेतून मला बोलण्यासाठी शब्द सापडले आणि मी आजोबांना विचारले, ''आजोबा तुम्ही कसे आहात?'' ''एखाद्या तरुणाइतका तंदुरुस्त.'' ते जोरात हसत उत्तरले, ''अल्लाने मला चांगलं आयुष्य दिलं आणि अजूनही त्याची माझ्यावर कृपा आहे.''

आम्ही दिवाणखान्यातील गादीवर गोल करून बसलो होतो. या कुटुंबात पाहुणे आले असताना स्त्रिया आणि पुरुष एकत्र बसू शकत. काही वेळानंतर स्त्रिया त्यांच्या खोलीत निघून जात.

पेस्ट्रीज, हुमुस, बाबागानो अशा सर्व नाष्ट्याच्या गोष्टींबरोबर आमचे चहापान झाले. जेव्हा आई तिच्या बहिणी आणि भावजयांबरोबर स्वयंपाकघरात गेली तेव्हा त्यांच्या बोलण्याचे आवाज मला ऐकू येत होते. पण त्या काय बोलत होत्या ते मला नीटसे कळत नव्हते. त्या कोणाविषयी बोलत असतील हा अंदाज मी बांधू शकत होते. गेल्या काही आठवड्यातील माझ्या आईचे वागणे आणि विशेषत: आजच्या दिवसातील वागणे मला काळजीत टाकणारे होते. कदाचित त्या साचलेल्या रागाच्या उद्रेकाची मी अपेक्षा करीत होते, त्याला आता मला तोंड द्यावे लागणार होते. मी मुलं आणि मोठ्या माणसातून उठून तिची हँडबॅग ठेवली होती तिथे गेले. बॅग माझीच आहे असे दाखवत माझा पासपोर्ट मी त्यातून काढून घेतला. मी स्वयंपाकघरात जात आहे असे सगळ्यांना सांगून खोलीतून बाहेर पडले आणि तिथे जाण्यापूर्वी पासपोर्ट माझ्या पर्समध्ये टाकला.

स्वयंपाकघरात चालू असलेल्या बोलण्याविषयी माझी उत्सुकता शिगेला पोहोचली होती. ते जाणून घेण्यासाठी हातपाय कोठे धुवायचे हे विचारण्याचे निमित्त करून मी स्वयंपाकघरात त्या बायकांजवळ गेले. मला पाहून त्या अचानक गप्प झाल्या आणि मला निरखून पाहू लागल्या. आई म्हणाली, ''त्याची नको चिंता करुस, आपण आता दुसरीकडेच जाणार आहोत.''

''कुठं जाणार आहोत?''

मला उत्तर न देता ती आमच्या सामानाकडे गेली. आमच्या दोघींच्या बॅगेतून तिचे स्वत:चे कपडे ती काढू लागली. माझ्या जर्मनीतील मित्र-मैत्रिणींचा पत्ता आणि नंबर लिहिलेली वही त्यात होती. ऑस्ट्रेलियातील काही मैत्रिणींशी मी अधूनमधून संपर्क ठेवत असे, त्यांची नावे त्या वहीत होती. ती वही पाहताच तिच्या डोक्यात विचारचक्र फिरले असणार. तिने झटकन स्वत:ची हँडबॅग तपासली. त्यात माझा पासपोर्ट नव्हता. माझी खांद्यावरची पर्स तिने हिसकावून घेतली आणि झर्रकन् त्यातील पासपोर्ट काढून घेतला. मी तो परत खेचायचा प्रयत्न केला. पण तोपर्यंत उशीर झाला होता.

''आई, हे काय चालू आहे? तू काय करते आहेस? आपले कपडे वेगळे का करते आहेस? माझा पासपोर्ट का काढून घेतलास? सांग मला, कृपा करून सांग.''

''तू तुझ्या वडलांना भेटायला जाणार आहेस.'' ती म्हणाली.

मला एकदम हायसे वाटले. तिचे असे वागणे, माझे कपडे वेगळे करणे या कारणासाठी होते तर? ती इथे तिच्या कुटुंबीयांत राहणार होती आणि मी बैआनबरोबर विभक्त झालेल्या वडलांबरोबर. पण मग माझा पासपोर्ट आणि पत्त्यांची वही...

''माझ्या वस्तू मला परत दे.'' मी म्हटले, ''मला माझ्या मैत्रिणींना पोस्टकार्ड

पाठवायची आहेत. काहींना मला फोन करावासा वाटेल.'' हे बोलताना मी मनात ओजोचा विचार करत होते. कुर्दिस्तानात पोहोचल्यावर लगेच फोन करण्याचे वचन मी त्याला दिले होते. पण त्याचा नंबर माझ्या वहीत होता. त्याला फोन करण्यासाठी या वहीची गरज होतीच; पण वहीतली माझ्या मित्र-मैत्रिणींची यादी तिने वाचू नये अशी माझी इच्छा होती. ओजोचे नाव मी काही सांकेतिक भाषेत लिहिले नव्हते.

''माझ्या पत्त्याची वही आणि पासपोर्ट परत दे,'' मी पुन्हा तिला विनवले. तिने हाताची घडी घालून माझ्याकडे बघितले. खोलीतील सर्व जण मला न्याहाळत होते.

''तुला त्या वहीची आता कधीच गरज भासणार नाही. तू त्यातील सर्व लोकांना विसरून जा. आणि हो तुला तुझ्या पासपोर्टचीसुद्धा गरज नाही. तुला इथून कुठेही जायचं नाही. तू आता तुझ्या वडलांबरोबर राहणार आहेस. तेच आता तुझं घर. इथे राहशील, इथेच तुझं लग्न होईल आणि इथेच तू तुझ्या मुलांना वाढवशील.''

माझा माझ्या कानांवर विश्वास बसेना. ही माझी आईच माझ्याशी बोलत होती का? जसे माझे बाबा माझी बोटे कापायला चालून येत असल्याचे स्वप्न मला पडले होते तसेच हे एक भयंकर स्वप्न तर नव्हते? माझा घसा कोरडा पडला. माझ्या प्रेमाच्या माणसांपासून तोडून एक वेगळेच आयुष्य जगण्याची शिक्षा मला दिली गेली होती. माझी स्वत:ची आई माझ्याविरुद्ध चाल खेळली होती. तिने मला फसवले होते, माझा विश्वासघात केला होता.

तिथे उभी असताना आधी कधी न अनुभवलेली भीती मला जाणवू लागली. माझे शरीर कापू लागले. काही क्षणांपूर्वी आईने उच्चारलेले शब्द माझ्या कानात घुमत होते. ''तू इथे राहशील, इथेच तुझं लग्न होईल.... इथेच लग्न, इथेच लग्न. या एका साध्या वाक्याचा परिणाम काय होईल याची मला धास्ती वाटू लागली. मी कुमारिका नव्हते. पण इथे कुणालाच काही माहीत नव्हते. माझ्या आईलासुद्धा नाही. मला ओरडून ओरडून ही गोष्ट सगळ्यांना सांगावीशी वाटली. पण एताबची स्थिती काय झाली होती ते मला आठवले. तिला कसे खेचून आणून ठार मारले गेले ते आठवले. त्यांच्या नजरेतून मी पवित्र नाही हे मी ओरडून सांगितले असते तर माझे काय झाले असते कोणास ठाऊक! त्यांनी लोकांना बोलावून मलाही ठार केले असते का?

''चल, तुझी तुझ्या वडलांकडे जायची वेळ झाली. बाहेर गाडी उभी आहे.'' आई म्हणाली.

भीतीपोटी मी स्वयंपाकघराकडे पळाले. मागे मागे सरकू लागले. सगळ्या बायका माझ्या दिशेने सरकू लागल्या. मला पकडण्यासाठी त्यांचे हात पुढे येत

होते. तितक्यात माझ्या हाताला काहीतरी लागले. सुरी! सुरी होती ती. मी ती उजव्या हातात पकडली आणि त्यांच्यावर रोखली. सगळ्याजणी एकदम थांबल्या.

"हात लावू नका मला. हात लावू नका." मी किंचाळले.

मी माझा डाव हात पुढे आणला आणि सुरी मनगटात खुपसली. त्यांच्या अंगावर रक्ताचे कारंजे उडाले. सगळ्या बायकांचे चेहरे भीतीने पांढरेफटक पडले होते.

■

पाच

मला रस्त्यावर खेचण्यासाठी पुढे आलेले हात जागीच थांबले. मी दगडी जमिनीवर कोसळत असताना त्या हातांनी मला धरले. मला चक्कर येत होती. कोणीतरी पंचा शोधून आणला, माझ्या जखमेभोवती गुंडाळला. रक्ताने माखलेली ती सुरी जमिनीवर पडली होती.

पलंग असलेल्या एका खोलीत मला नेण्यात येत होते. जखमेवरचा कपडा काढून त्यावर मलम लावले गेले. हाताची शीर थोडक्यात वाचली होती. हाताच्या हाडाला आपटून सुरी दुसऱ्या बाजूने सरळ वरपर्यंत घुसली होती.

माझे दुःख माझ्या आईला दिसावे, जाणवावे अशी माझी इच्छा होती. शारीरिकच नाही तर माझी मानसिक वेदना तिने जाणून घ्यावी असे मला वाटत होते. पलंगाभोवती जमलेल्या लोकांमध्ये ती उभी होती आणि माझ्या जखमेवर पट्टी बांधली जात असताना माझ्याकडे बघत होती. पण ती काहीच बोलली नाही.

"मला माझ्या आजोबांना भेटायचं आहे." मी म्हणाले. ते दरवाजातून आतच पाहत होते.

"मी इथे आहे."

घरातील वयाने सर्वांत मोठ्या असलेल्या सदस्याचा शब्द कोणी मोडत नाही हे आठवून मी म्हणाले, "आजोबा, त्यांना मला इथेच ठेवायचं आहे. हे लोक मला घरी ऑस्ट्रेलियाला किंवा जर्मनीला जाऊ देणार नाहीत. मला मदत करा. कृपा करून त्यांना सांगा की, ते असं करू शकत नाहीत. मी जवळजवळ एकवीस वर्षांची मोठी मुलगी आहे. ऑस्ट्रेलियाची नागरिक आहे. मला फसवून इथे आणलंय." आईकडे बघत मी पुढे म्हणाले, "माझ्या या आईनं तुम्ही आजारी असल्याचं आणि मला भेटण्याची तुमची इच्छा असल्याचं मला सांगितलं. आणि तुम्हाला तर काहीच झालेलं नाही. यावरून तुम्हाला काही उमजत नाही का?"

ते खजिल झालेले दिसले. त्यांना या सगळ्यात पडण्याची इच्छा दिसली नाही. माझ्या आईची त्यांच्या घरात चालणारी सत्ता त्यांच्या मूक राहण्यातून दिसून आली. काही तासांपूर्वी ते त्यांच्या नातवंडांबरोबर, त्याच्या छोट्या भाचरांबरोबर खेळत होते आणि आता एक पाश्चात्त्य जगात मोठी झालेली मुलगी स्वत:चे मनगट कापून घेत, घरी जाण्यासाठी त्यांच्याशी रुजवात घालत होती...

ते काहीच बोलत नाहीत हे बघून माझ्या डोळ्यातून अश्रूंच्या धारा लागल्या. त्यांच्या विरोधात घरातील खूप जण होते हे त्यांना माहीत होते. त्यांना माझी गरज होती असे आईने सांगितल्यामुळे मी त्यांना भेटायला जर्मनीतून आले होते. आता मला जेव्हा त्यांची गरज होती तेव्हा ते फक्त मुखस्तंभासारखे उभे होते.

मी माझ्या लहान बहिणीला बायकांच्या घोळक्यातून वाट काढत माझ्याकडे येताना पाहिले. ती या सर्व प्रकाराने आणि माझ्या रडण्याने पार गोंधळून गेली होती आणि रडत होती.

त्या बायकातील एक माझ्या आईला म्हणाली, ''हिला या स्थितीत आपण पाठवू शकत नाही. तिला थोडी विश्रांती घेऊ दिली पाहिजे.''

माझ्याबरोबर त्या खोलीत माझी मामी थांबली. पहारेकरी म्हणून की काय कोणास ठाऊक! बाकी सगळे बाहेर गेले आणि मी माझे डोळे मिटून घेतले. माझी जखम ठणकत होती. पण मनात चाललेल्या वादळापुढे हे दु:ख काहीच नव्हते. माझी आई अशी कशी काय वागू शकली? सुट्टीचे आमिष दाखवून, खोटी कारणे सांगून मला इथे घेऊन आली. आता मला सांगते आहे की, या देशातच मी आयुष्यभर वास्तव्य करायचे? हा विचारसुद्धा मला नकोसा होत असताना माझे मन विचार करत होते. किती असेल माझं सगळं आयुष्य? जर कुटुंबाच्या प्रतिष्ठेसाठी मुलींना ठार केलं जात असेल तर त्यांनी माझ्यावर लग्नाची जबरदस्ती केल्यास माझ्या आयुष्याचा अंत ठरलेलाच होता, मला पुन्हा एताबची आठवण झाली. तिला अशाच कारणासाठी जिवंत जाळून वर गोळी घातली होती. माझे जबरदस्तीने लग्न लावल्यावर माझ्या होणाऱ्या नवऱ्याला जेव्हा समजेल की मी कुमारिका नाही तेव्हा माझ्या नशिबातही असंच मरण असेल का? मला पुन्हा एकदा ती 'चिकन आणि कॉर्न सूप'वाली संध्याकाळ आठवली. माझ्यावर जबरदस्ती करताना माझ्या तोंडावर दाबून ठेवलेला मिखाईलचा हात आठवला. किती अनभिज्ञ होते मी. हे काय चालू आहे ते मला समजायला हवे होते. पण नाही समजलं, आणि आता खूप उशीर झाला होता.

एका तासानंतर मला शरीरात थोडी ताकद जाणवली. मी उठून न्हाणीघराकडे चालू लागले. माझी लहान बहीण माझ्याकडे धावली. तिने माझ्या पायाला घट्ट मिठी मारली. हे सगळे काय चाललेय ते समजायला ती फारच लहान होती. मात्र काहीतरी

भयंकर घडले आहे याची जाणीव तिला होती.

मी माझ्या तोंडावर पाणी मारले. वाटले आता तरी या दुःस्वप्नातून जाग येईल. पण डोळे उघडून पाहिले तर अजूनही मी त्या जुनाट न्हाणीघरातच उभी होते. माझ्या जखमेभोवती गुंडाळलेल्या फडक्यातून रक्त झिरपत होते.

"ह्या सगळ्यामुळे कुठलीच गोष्ट बदलणार नाही." मला आईचा आवाज ऐकू आला. ती न्हाणीघराच्या दाराशी उभी होती. "तुझ्या परिस्थितीत काहीच बदल होणार नाही. तू छतावरून उडी मारण्याची धमकी दे नाहीतर गाडीखाली यायची. माझा विचार बदलणार नाही."

ती माझी आई नव्हतीच. तिला काय झाले होते? मी काहीच बोलले नाही. मनगटात सुरी खुपसल्यानंतरसुद्धा मी घरी जाण्याविषयी तिचे मन वळवू शकले नव्हते. तर केवळ शब्दांचा काहीच उपयोग नव्हता. आतापर्यंत दुपार ढळत आली होती. माझे सामान बांधून दरवाजात ठेवले होते. माझ्या एका मामीने मला थोडे खायला दिले. मी तिच्यावरही माझा राग काढला. माझी धाकटी बहीण सोडून त्या खोलीतले सर्व मला माझे शत्रू वाटत होते.

"मी कशाला तुमच्या कोणाबरोबर खाऊ? तुमच्या कोणाच्याच लक्षात येत नाही का तुम्ही काय करताय ते? मला कैदी बनवताय आणि हे कायद्याच्या विरुद्ध आहे." मी म्हणाले.

मी काय बोलते आहे ते त्यांना समजलंच नाही. मी माझ्या आईकडे वळले. सर्वांच्या देखत तिला खजिल करायचे ठरवून मी म्हटलं, "तू मलाच नाही तर माझ्या वडलांनाही फसविलं आहेस. ऑस्ट्रेलियात असताना तू, त्यांच्या मागे अनेक पुरुषांना भेटायचीस, हे मला माहीत नाही, असं समजू नकोस. तू अतिशय दुष्ट बाई आहेस. तुझ्या नातेवाइकांना हे समजलं पाहिजे."

तिच्या नातेवाइकांच्या नजरा माझ्याकडून तिच्याकडे वळल्या. कुणाला एका नजरेत ठार मारता आले असते तर त्याच क्षणी माझा मृत्यू झाला असता. त्या कुणाचाही माझ्यावर विश्वास बसला नव्हता, हे स्पष्ट दिसत होते. ही एका हाताबाहेर गेलेल्या मुलीने चालवलेली आगपाखड आहे, असेच त्या समजत होत्या. मी त्या खोलीत झोपलेली असताना तिने तिच्या बहिणींना काय सांगितले होते देव जाणे!

त्यातील एक जण म्हणाली, "चल, आता निघूया. अंधार पडण्याआधी तू निघून गेलेली बरी." बाहेर गाडीशी माझा एक भाऊ उभा होता. माझ्या आजोबांप्रमाणेच त्यालाही आता या भानगडीत पडायचे नव्हते. त्याने माझे सामान उचलले आणि तो मला बाहेर घेऊन गेला.

माझ्या लहान बहिणीला बोजीनला माझ्याबरोबर फक्त एका तासासाठी, नेण्याची परवानगी देण्यासाठी मी आईची विनवणी केली. आश्चर्याची गोष्ट म्हणजे

आई तयार झाली.

एकवीस वर्षांपूर्वी मारले जाणाऱ्यांच्या यादीत माझ्या वडलांच्या कुटुंबीयांचे नाव आहे हे समजले होते आणि आईवडील त्यांच्या मोसूलच्या घरातून पळून गेले होते. त्यामुळे आपल्या लहान भावाच्या अपघातानंतर त्याच्या मृतदेहाबरोबर कुर्दिस्तानला आलेले माझे वडील बैआनच्याच गावात राहत होते. विभक्त झाल्यावर त्यांची स्वत:ची मुले आईबरोबर जर्मनीत राहत असल्यामुळे ते ऑस्ट्रेलियाला अगदीच एकटे पडले होते. त्यामुळे भावाच्या पार्थिवाबरोबर कुर्दिस्तानला परतल्यावर आपल्या दु:खी आईला सोबत म्हणून तिथेच राहण्याचा निर्णय त्यांनी घेतला होता. आपापल्या वेगळ्या मार्गांनी जायचे ठरविल्यानंतर माझ्या आईवडलांनी सिडनीतले आमचे घर विकून टाकले होते आणि पैसे आईच्या बँकेत जर्मनीत जमा केले होते. पण ही केवढी मोठी चूक होती हे माझ्या वडलांना नंतर समजणार होते.

माझ्या वडलांच्या घराकडे फक्त दहा मिनिटांत आम्ही पोहोचलो. पण माझे लक्ष रस्त्याकडे नव्हते. माझ्या डोळ्यांना धारा लागल्या होत्या आणि मी बोजीनचा हात घट्ट धरून ठेवला होता. ती घाबरली होती. "हे काय चाललंय? तू अशी का रडतेस? तू आणि आई का ओरडत होता?" त्या छोट्या मुलीच्या मनात येणारे प्रश्न ती विचारत होती. पण तिचे समाधान होईल असे कुठलेच सोपे उत्तर माझ्याकडे नव्हते. मी तिला समजावण्याचा प्रयत्न केला की दोन आठवड्यांची सुट्टी ती आईबरोबर घालवणार होती आणि मी वडलांकडे राहणार होते. पण येत्या काही दिवसांत मी तिला नेहमी भेटेन याची मला खात्री आहे असे मी तिला सांगितले.

दोन मीटर उंचीची भिंत असलेल्या एका बैठ्या घराजवळ आम्ही आलो. अशा नमुन्याची घरे दोहुकमध्ये सगळीकडे होती. माझ्या आईचे घरही असेच होते. अंजिराच्या झाडांची पाने रस्त्यावर सगळीकडे पसरली होती. मला खूपच भीती वाटत होती. मी माझ्या वडलांना १९९८ नंतर म्हणजे आम्ही जर्मनीत गेल्यापासून बघितलेच नव्हते. गाडीचा आवाज झाल्यावर मोठा लोखंडी दरवाजा उघडला गेला. समोरच माझे वडील–खलिद उभे होते. त्यांच्या जाड काळ्या भुवया माझ्या चांगल्याच परिचयाच्या होत्या. त्यांचे करडे केस आता पांढरे होऊ लागले होते. पुढच्या भागात खूपच विरळ झाले होते. या व्यतिरिक्त त्यांच्यात काहीच बदल झालेला दिसत नव्हता. निदान दिसण्यात तरी बदल झाला नव्हता. पण दिसते तसे कुठे असते?

"तुझ्या घरी तुझं स्वागत आहे, माझ्या मुली." ते मला मिठी मारत म्हणाले. मी पूर्ण बाह्यांचा पोषाख घातला होता. त्यामुळे माझ्या मनगटावरची पट्टी त्यांना दिसली नव्हती. मी येणार असल्याचे त्यांना माहीत होते. पण त्यांच्या घरात फोन नसल्यामुळे मी स्वत:ला भोसकल्याची बातमी देण्याची संधी आईला मिळाली

नव्हती. त्यांनी बोजीनला घट्ट कवटाळून धरले. आम्हाला घेऊन आलेला भाऊ न हसता हे बघत उभा होता. माझ्या जखमी हातावरून तो काही बोलेल असे मला वाटत होते. पण तो गप्प बसला. कदाचित आईकडच्या लोकांनी त्याला या घटनेविषयी काही सांगितले नसावे.

"तू पुरेसे कपडे आणले आहेस का?" खलिदने मला आणि बोजीनला आत नेताना विचारले. "तुझ्या आईनं तुला काय सांगितलंय, माहीत नाही. पण तू थोडे दिवस इथेच राहणार आहेस आणि मी पुरेसे पैसे जमविल्यानंतर आपण ऑस्ट्रेलियाला परत जाणार आहोत."

माझ्या हृदयात पुन्हा आशा फुलली. "कधी? असं कधी होईल?"

"ते मी आताच सांगू शकत नाही. पण माझ्यावर विश्वास ठेव."

त्याच वेळी त्यांची आई, माझी आजी, आमच्याकडे येताना दिसली. ती साठच वर्षांची असली तरी चेहऱ्यावरील सुरकुत्यांमुळे वृद्ध वाटत होती. तिच्या एकत्र जुळणाऱ्या जाड भुवया आणि काळ्याभोर केसांवरून तिची अरब वंशावळ कळून येत होती. तिची पांढुरकी त्वचा बघून असे वाटत होते की, सूर्यकिरणांनी तिथे कधीच प्रवेश केला नव्हता. आपला उग्र चेहरा माझ्याजवळ आणत तिने माझ्या गालाचे चुंबन घेतले. पण त्यात प्रेमाचा लवलेश नव्हता. मला तो निव्वळ शिष्टाचार वाटला. कारण आम्ही बैआनची मुले होतो. आणि आजी बैआनचा मनापासून द्वेष करत असे. त्यामुळे तिला आम्हीही कधी आवडलो नव्हतो. एवढेच कशाला, माझ्या बहिणीची चेहरेपट्टी माझ्या आईसारखी असल्यामुळे ती माझ्या आजीची अधिकच नावडती होती. जेव्हा माझी आई तिच्या नवऱ्याच्या आईविषयी म्हणजे सासूविषयी तिच्या मनात असलेल्या घृणेविषयी बोलायची तेव्हा मला खूप वाईट वाटायचे. माझ्या आईने तर लग्न झाल्या झाल्या तिच्या मुलाला मूल दिले होते. माझा जन्म झाला होता. पण तरी माझ्या जन्मामुळे आईला तिच्या सासूचे प्रेम तर सोडूनच द्या, पण साधी मर्जीसुद्धा संपादन करता आली नव्हती.

माझ्या आजीने काळा वेष परिधान केला होता. ती अजूनही तिच्या धाकट्या मुलाच्या मृत्यूचा शोक व्यक्त करत होती. मला आठवले तिचा दुर्मुखलेला चेहरा आमच्या आधीच्या भेटीच्यावेळी असाच दिसायचा. तिला समोर पाहून मी आणखी उदास झाले. या घरात फक्त ती आणि माझे वडीलच राहत होते. पुढे येणारे दिवस, आठवडे, महिने मी कसे घालवणार होते? महिन्यांचा तर विचारसुद्धा मी करू शकत नव्हते. या अशा खाष्ट बाईबरोबर आणि माझ्या वडलांबरोबर राहायच्या तयारीत असताना मला आता ओजोने पाहिले असते तर त्याच्या मनात काय विचार आले असते? माझ्या मनात विचार आला. फक्त काही दिवसांपूर्वी खूप आनंदात मी जर्मनी सोडली होती. त्याला फोन करण्याचे वचन दिले होते. मला त्याची

आठवण येईल असे सांगून मी दोनच आठवड्यात परत येईन असं मी त्याला म्हणाले होते. मला ते दोघे घर दाखवत होते. तेव्हा मला आठवले की, कुर्दिस्तानला जाण्याविषयी ओजो साशंक होता. त्याचा मला या क्षणी भयंकर राग येत होता. काही गडबड होईल असे त्याच्या मनात होते तर त्याने मला थांबविले का नाही? 'तू गेलीस तर परत आल्यावर मी तुझ्यासाठी येथे नसेन' किंवा असेच काहीतरी तो का बोलला नाही माझ्याजवळ? माझ्या खाष्ट आजीबरोबर पहिली काही मिनिटे घालवताना हे आणि असे विचार माझ्या मनात येऊ लागले. पण हे विचार माझ्या घाबरलेल्या मन:स्थितीमुळेच होते, फक्त माझ्यावर ओढवलेल्या परिस्थितीचा दोष मी दुसऱ्या कोणावर तरी लादू पाहत होते.

माझे बाबा बोजीनबरोबर थोडे बोलले. त्यांनी तिला सरबत दिले. त्यानंतर तिची आजोळ घरी जायची वेळ झाली. मी तिला घट्ट जवळ घेतले. आमच्या दोघींच्या डोळ्यांतून अश्रुधारा वाहत होत्या. मागच्या काही तासांत जे घडले त्याने ती फारच गोंधळून गेली होती आणि ती पुन्हा कधी दिसेल का नाही या विचाराने मी रडत होते.

मला वडलांच्या घरात जी खोली दिली होती, त्यात आम्ही मोसुलामध्ये राहत असताना माझ्या आईवडलांकडे असलेले फर्निचर ठेवले होते. पलंग, गोल आरसा असलेले टेबल, समोर लेसच्या पडद्याने झाकलेले कपाट सगळे त्यांचे होते.

बाकी घरात पुरुषांसाठी एक दिवाणखाना होता. त्यात एक टीव्ही होता, एक सोफा आणि खूप उशा होत्या. खरंतर घरात चार टीव्ही होते. पण त्यावर फक्त स्थानिक चॅनेल्स दिसत. त्यापैकी एकही चॅनेल करमणुकीचे नव्हते. सतत बातम्या किंवा कुराण पठण एवढेच दिसे. एक स्त्रियांचा दिवाणखाना होता. त्यात बसण्यासाठी फक्त सतरंज्या आणि उशा होत्या. एक आजीची आणि एक वडलांची खोली होती. एक स्वयंपाकघर आणि एक न्हाणीघर होते. तेथे शॉवर म्हणजे एक स्टूल, बादली आणि मग होता. त्या मगने आंघोळ करणारा अंगावर पाणी ओतून घेत असे. माझ्या खोलीला खिडकी अशी नव्हतीच, फक्त स्वयंपाकघर, कोठीची खोली आणि माझी खोली वेगळ्या करणाऱ्या भिंतीवर काचेचे तावदान होते. घराच्या इतर सर्व मोठ्या खिडक्यांना उभे गज लावले होते.

मला नैराश्याने घेरले. अजून संध्याकाळच होती. 'मी झोपायला जाते,' असं सांगून सगळ्यांचा निरोप घेतला. माझा हात ठणकत होता, डोके प्रचंड दुखत होते.

"काय पण सुट्टी घालवते आहे मी" असं स्वत:शीच उपहासाने बोलत मी स्वत:ला सावरण्याचा प्रयत्न केला. पण त्याचा काही उपयोग झाला नाही. शेवटी मी झोपेच्या अधीन झाले ती दुसऱ्या दिवशी दुपारपर्यंत झोपलेच होते. माझ्या आजीने आणि वडलांनी मला जेवायला बोलावले. जेवणात बिर्याणी, मटणाचा रस्सा आणि मटणाचे तुकडे होते. अगदी कुर्दी पद्धतीचे जेवण. मध्यपूर्वेत करतात तसा जाड

पाव, काकडीची कोशिंबीर आणि लिंबू पिळलेले कांद्याचे काप. जेवणानंतर मी पुन्हा माझ्या खोलीत येऊन पडले. माझे मन ऑस्ट्रेलिया आणि जर्मनीतल्या आठवणीत रमले होते. मला माझ्या मित्र-मैत्रिणींचे चेहरे आठवत होते. माझ्या आईने तर माझी पत्रं लिहिलेली वहीसुद्धा काढून घेतली होती. मला अगदी एकटे वाटू लागले. मी त्याविषयी विचार करणे सोडून दिले. शेवटी रात्र झाली आणि झोपेने पुन्हा माझ्यावर पांघरुण घातले.

दुसऱ्या दिवशी माझे मागे राहिलेले कपडे देण्यासाठी माझ्या आईच्या बहिणी आणि चुलत्या आल्या. मी जरा आनंदात असल्याचा त्यांच्यासमोर देखावा करावा, असे मला वाटले. कदाचित मला घेऊन जाण्यासाठी त्या आल्या असतील, अशी आशा माझ्या मनात होती. पण ते होणे नव्हते. दोन दिवसांपूर्वी मी घातलेल्या गोंधळावरून मी अतिशय दुःखी आहे हे त्यांना माहिती होते. पण त्याविषयी त्यांनी चकार शब्द काढला नाही. माझ्या हाताची पट्टी दिसूनसुद्धा माझ्या हाताविषयी त्यांनी साधी चौकशीसुद्धा केली नाही. माझे मन किती उदास आहे हे माझ्या चेहऱ्यावरून बहुधा कळत असावे. माझ्या वडलांबरोबर आणि माझा द्वेष करणाऱ्या आजीबरोबर त्या चार टीव्ही असलेल्या घरात मी आनंदी असावे अशी अपेक्षा कोणी कशी केली असती? माझे बाबासुद्धा किती वेगळेच वाटत होते, अर्थात त्याचे कारण मला लवकरच कळणार होते.

"मला असं वाटतं की थोडा वेळ बाहेर जाऊन यावं." मी म्हणाले.

सगळ्या माना नकारार्थी हलल्या. "तू बाहेर पडू शकत नाहीस." मावश्या म्हणाल्या, "शेजारच्या घरातील मुलं छतावर असतील, ती तुला बघू शकतील."

"ती मला बघू शकतील म्हणजे काय? मी काही उघडी बाहेर जात नाही." मी म्हणाले. माझ्या शब्दांनी मला धक्काच बसला. त्याचे कारणही मला लवकरच कळले. कुठल्याही लग्न न झालेल्या, वयात आलेल्या मुलीने दुसरी लग्न झालेली व्यक्ती बरोबर नसताना स्वतःचा चेहरा कुणा पुरुषाला दाखविला तर तिला वेश्या समजले जाई. मी एखाद्या दुकानात साधी चक्कर मारायला जाणेही अशक्य होते म्हणायचे. अरे देवा! आणि ती शेजारची मुले बाहेर गच्चीत असतील तर मला साधे घरातल्या बगीच्यातसुद्धा जाणे शक्य नव्हते. खरंच एका बंदिस्त समाजाची बंदी होते मी. ऑस्ट्रेलियातील खुल्या, निळ्या आकाशाखाली वाढलेल्या एका मुलीला यामुळे किती यातना होऊ शकतात हे जसजसे दिवस जातील तसतसे मला समजणार होते.

चौथ्या दिवशी मला भेटायला आलेल्या मावश्यांना मी माझ्या बहिणीला भेटायला जाण्याविषयी विचारले. त्यांच्या उत्तराने मी पूर्ण चक्रावूनच गेले.

"तू तिला भेटू शकणार नाहीस. बोजीन आणि तुझी आई आज परत गेल्या."

"गेल्या? कुठे गेल्या?"

"त्या जर्मनीला परत गेल्या."

मला हसावे की रडावे तेच कळेना. माझी पूर्ण फसवणूक झाली होती. माझ्या आईने हा सर्व बेत आधीच पक्का केला होता, हे माझ्या लक्षात आले. तिच्या रागाचा खरा स्फोट, माझ्यासमोर आता होत होता. माझ्या मावश्यांच्या शब्दांमधून... "त्या परत गेल्या."

माझ्यासाठी सुटी ही कधीच नव्हती. कुर्दी माणसाबरोबर लग्न न करण्याची बंडखोरी ठेचून काढण्यासाठी मला उत्तर म्हणून इराकमध्ये फेकून देण्यात आले होते. मिखाईलला नाकारल्याने माझ्या आईचा संताप झाला होता. या माझ्या धर्मांध आईला मीसुद्धा तिच्याच लोकांसारखं व्हावं, असं वाटत होतं. मी एक चांगली मुसलमान मुलगी व्हावं आणि तिला हवा तसा नवरा मी शोधू शकले नाही तर माझं लग्न तिच्या मर्जीने लावून देण्यात यावं अशी तिची मनोमन इच्छा होती.

तिला कल्पना नसली तरी माझ्या आईने माझी दुहेरी फसवणूक केली होती. एकतर माझ्यावर कायमची मृत्युघंटा टांगून ठेवली होती. माझे लग्न झाल्यावर माझ्या नवऱ्याला मी कुमारिका नाही हे माहीत झाले असतेच आणि "मी ऑसी आहे, आम्ही लोक स्वतंत्र असतो," असा कितीही कंठशोष केला असता तरी त्याने माझा बचाव झाला नसता. मग मला मृत्युदंडाची शिक्षा ठरलेलीच होती.

माझ्या एखाद्या तरी नातेवाइकाला माझे गुपित मी सांगू शकले असते तर? पण माझी आशा फोल होती. एके दिवशी दुपारी झोपायचा प्रयत्न करत मी माझे दुःख विसरायला बघत होते. तोच माझी आजी आणि माझ्या तीन आत्या माझ्या खोलीत शिरल्या. लेसच्या पडद्याआड मी माझे कपडे हँगरवर लावून ठेवले होते. त्या चौघींनी सरळ माझ्या कपड्यावरच धाड टाकली. माझे खोल गळ्याचे टॉप्स हँगरवरून काढून त्या हातात उंच धरू लागल्या. किती लाजिरवाणे कपडे आहेत हे, असा भाव त्यांच्या नजरेत होता. त्यानंतर तर त्यांनी कमालच केली. माझ्या कपाटाचा ड्रॉवर उघडून त्यांनी माझ्या लेसच्या ब्रा आणि वीतभर मापाच्या चड्ड्या बाहेर उपसल्या.

"जरा बघा या कपड्यांकडे" एक जण म्हणाली, "एखादी वेश्याच असे कपडे घालत असेल." त्या सर्व माझ्याकडे बघत मला चिडवू लागल्या.

माझ्याकडे बघून त्या म्हणाल्या, "थांब, या सर्व कपड्यांचीच विल्हेवाट लावून टाकतो बघ आणि तुला घालायला योग्य असे कपडे देतो."

त्या सर्व जणी कपडे उपसून काढत होत्या. तितक्यात माझ्या आजीने एक कात्री आणली आणि माझ्या त्या सुंदर कपड्यांचे बारीक लांब तुकडे करू लागली. मी त्यांच्याकडे आ वासून बघतच राहिले. हा सर्व प्रकार माझ्या आकलनापलीकडचा

होता. माझ्या कपड्यांच्या चिंध्यांचा ढीग जमा होत होता. तेवढ्यात एका आत्याने त्वेषाने तो ढीग लाथ मारून दाराकडे ढकलला. हे सर्व बघून माझी दातखीळच बसली.

एका आत्याने माझी काळी पँट उचलली. "बघा, बघा. इकडे बघा. ही इतकी घट्ट आहे की, या पँटीचे दोन पाय मिळूनसुद्धा माझा एक पाय त्यात मावणार नाही."

"शी! किती लज्जास्पद, हेच कपडे तिच्या अंगावर असतात की काय?" दुसरी आत्या फणफणली.

"ही ब्रा तर बघा किती खोल गळ्याची आहे."

"आता ही ब्रा तिने या टॉपबरोबर घातली तर आतलं सगळं दिसेल की!"

"आपल्यासाठी ती लज्जास्पद मुलगी आहे. तिच्या या सगळ्या सवयी आपल्याला बदलाव्या लागतील."

आता मात्र हा अपमान सहन होण्यापलीकडचा होता. मी उडी मारत पलंगावरून उतरले. "माझ्या वस्तूला हात लावू नका कोणी." मी ओरडले, "दुसऱ्याच्या वस्तूला अशा तऱ्हेने हात लावणं तुम्हाला शोभत नाही."

"अशा वस्तूंना हात लावला तर काय झालं? तू नेहमी असलेच कपडे वापरतेस की काय?"

"तुम्हाला बडबड करायला काय जातं? जरा स्वतःच्या जुन्या अजागळ कपड्यांकडे बघा. सगळे नुसते धुळीने माखलेत. किती दिवसात धुतले नाहीत तुम्ही ते?"

तेवढ्यात माझे वडील खोलीत आले. मी देवाचे आभारच मानले. कारण सिडनीत असताना मला चांगल्या सुंदर वस्तू खरेदी करण्याची किती आवड होती हे त्यांना माहीत होते. ते नक्कीच माझी बाजू घेतील असं मला वाटलं. पण ते मात्र डोळे वटारून माझ्याकडे बघत होते.

"उलट उत्तर देऊ नकोस. तुझ्या आईच्या वळणावर जाऊ नकोस. सांगून ठेवतो." ते म्हणाले.

त्यांच्या शब्दांची मला भीती वाटू लागली. ज्या लबाड बायका माझे कपडे टराटर फाडून टाकत होत्या, त्यांची बाजू घेऊन ते बोलले होते. शिवाय त्यांच्या मनात असलेल्या आईविषयीच्या भावना, त्यांच्या तोंडून मी प्रथमच ऐकत होते. त्यांनी एकमेकांपासून फारकत घेतली, हे जरी खरं होतं तरी तिच्यावर अशाप्रकारे टीका करताना मी त्यांना प्रथमच बघत होते.

माझ्या कपड्यांची लागत असलेली विल्हेवाट ते दारातून बघत होते. तोच माझ्या एका आत्याने माझ्या बॅगेतून वयात येणाऱ्या मुलींसाठी असलेले एक जर्मन

मासिक बाहेर काढले. त्या मासिकात तरुण मुली नवनव्या फॅशनचे कपडे घालून मॉडेलिंग करत असल्याचे फोटो होते. ते मासिक तिने दाराबाहेर भिरकावून दिले. मला एकाच गोष्टीचे आश्चर्य वाटले की, माझा वॉकमन आणि माझ्या आवडत्या गायिकेच्या ट्रेसी चॅपमनच्या सीडींना त्यांनी स्पर्शही केला नाही. ट्रेसीची गाणी मी आठव्या वर्षापासून ऐकत होते. भविष्यातही ट्रेसीच्या गाण्यांमुळेच मला मन:शांती मिळणार होती.

माझे वडील त्यांच्या कुटुंबाबरोबर एकरूप झाले होते हे तर स्पष्टच झाले होते. जेव्हा त्यांनी माझी बाजू न घेता स्वत:च्या बहिणींची तळी उचलून धरली होती तेव्हाच ते समजले होते. पण ते ज्या तऱ्हेने माझ्या चेहऱ्याकडे बघत होते ती नजर मात्र वेगळीच होती. त्या नजरेत नक्की काय होते ते मात्र मी समजू शकले नाही. अशा तऱ्हेने त्या घरातील पहिला आठवडा तर निराशाजनकच गेला. त्यानंतर एक दिवस सकाळीसकाळी ते माझ्या खोलीत आले. मला जागे करून म्हणाले, "तू आता नमाज पढणार नाहीस का?" त्यांचे शब्द ऐकल्यावर माझ्या डोळ्यांवरची झोपच उडाली.

"नमाज? आपण ऑस्ट्रेलियात कधी नमाज पढलं नव्हतं?"

"आपण आता ऑस्ट्रेलियात नाही हे तुझ्या लक्षात आलं असेल असं मला वाटलं होतं."

"ते मला चांगलंच कळून चुकलंय." मी म्हटलं.

"मला उलट उत्तरं देऊ नकोस. अलीकडे तू मोठ्यांचा मान न ठेवता फार उलट उत्तरं द्यायला शिकली आहेस. मी प्रश्न विचारल्यावर त्याचं उत्तर दे. आणि आता सच्चा मुस्लिमांसारखी नमाज पढायला लाग."

एवढे बोलून ते मला बुचकळ्यात टाकून खोलीतून निघून गेले. .

अच्छा! असे होते तर मग! त्यांचे सतत सिगरेटी ओढणे, दारू पिणे, या सर्वांचे अल्लावरील श्रद्धेत रुपांतर झाले होते तर! माझ्या जन्माआधी स्वातंत्र्यसैनिक म्हणून डोंगरदऱ्यात मुक्कामाला असताना आणि कुर्दिस्तानात लहानाचे मोठे होत असताना ते पाच वेळा नमाज पढत होते की नाही याची मला काहीच कल्पना नव्हती. हा विषय निघण्याचे काही कारणच नव्हते. कारण आम्ही सर्व ऑस्ट्रेलियात होतो आणि मी तिथेच लहानाची मोठी झाले होते. त्यांच्यात झालेला हा बदल इथे येताच माझ्या लक्षात आला होता, पण आता सगळेच स्पष्ट झाले होते. आता ते अजिबात दारू पीत नव्हते. त्यांनी जरी सिगरेट सोडली नव्हती तरी हॉलमधून उठून ते बऱ्याचदा त्यांच्या झोपण्याच्या खोलीत जात ते नमाजासाठी हे मला आता उमगले होते. पण मी कुठे पाच पाच वेळा नमाज पढत मोठी झाली होते? आता हे नवीनच काहीतरी सुरू करण्याची माझी अजिबात इच्छा नव्हती. त्यांच्या धार्मिक

चालीरिती माझ्यावर लादण्याचा त्यांना काहीच हक्क नव्हता. एके दिवशी दुपारी माझ्या बऱ्याच आत्या घरी जमलेल्या असताना त्यांनी परत नमाजाचा विषय काढला. जगात फक्त एकच अल्ला आहे आणि त्याच्यासाठी माझे जीवन पवित्र असले पाहिजे, माझ्या जवळपास ज्या दुष्ट गोष्टी आतापर्यंत जमा झाल्या होत्या त्यांना मी दूर सारले पाहिजे, असे आख्यान त्यांनी लावले. या सर्व गोष्टी माझे वडील मला सांगत होते, यावर माझा विश्वासच बसेना. कारण ऑस्ट्रेलियातील पाश्चात्त्य जीवनपद्धती त्यांना आवडत असत. एखादा माणूस इतक्या लवकर असा बदलू शकतो? जणूकाही एखादा प्रखर प्रकाश त्यांच्या डोळ्यांवर पडल्याने त्यांच्या समोर आता पूर्ण दुसरे जग उभे होते. नंतर मला समजले की, या सर्व बदलामागचे कारण त्यांच्या लहान भावाचा मृत्यू हे होते. त्यांच्यातली धार्मिक नैतिकताच जणू जागी झाली होती. तरुणवयात स्वातंत्र्यसैनिक असताना त्यांनी अनेक मृत्यू बघितले होते. पण त्यानंतर ऑस्ट्रेलियात नव्याने आयुष्य सुरू करताना पूर्वीच्या गोष्टी मागे पडल्या होत्या. त्यामुळे भावाच्या अचानक झालेल्या मृत्यूने त्यांना धक्का बसला होता. भावाचे पार्थिव कुर्दिस्तानात आणून त्याच्या अंत्यविधीत आणि प्रार्थनांमधून भाग घेतल्यामुळे त्यांच्या अल्लावरील असलेल्या भक्तीचे बंद दार अचानक उघडले होते.

आता माझे धार्मिक आचरण त्यांच्यासारखे व्हावे म्हणून ते प्रयत्न करत होते. अर्थात असे घडणे कदापि शक्य नव्हते. इथून शक्यतो लवकर निघून जायचे असा माझा पक्का निर्धार होता. कारण माझे वडील आणि त्यांच्या घरातील बायका माझ्या वागणुकीवर दडपण आणत होत्या. माझे रुपांतर कुर्दी बाईत व्हावे असा त्यांचा स्पष्ट प्रयत्न होता. या एका गोष्टीशिवाय मी माझे कौमार्य हरवून बसले होते आणि त्या बायकांना माझे हे बिंग कळले असते तर त्यांना मला रस्त्यावर फेकून दिले असते आणि मी घराण्याच्या अब्रूला काळिमा लावला हे आजूबाजूला कोणाला समजण्यापूर्वीच मला त्यांनी नाहीशी करून टाकले असते.

''तुझ्या या असल्या वागण्यानं तू तुझ्या वडलांचा अपमान करत आहेस.'' एके दिवशी सकाळी मी नाश्त्याच्या बशा धूत असताना आजी मला म्हणाली. बशा धुण्यामुळे मला काहीतरी काम मिळत होते, नाहीपेक्षा मी दिवस नुसता बसून काढत होते.

''कसलं वागणं?'' मी विचारले, ''तुझंच वागणं चुकतंय. माझ्या कपड्यांच्या चिंध्या करून तूच मला दाखवून दिलंस की तुझ्या दृष्टीसमोरसुद्धा मी तुला नकोय. माझ्याबद्दल तुझ्या मनात इतका द्वेष असेल तर मला घरी का जाऊ देत नाहीस?''

तिने ओठ गच्च दाबून धरले आणि ती हॉलमध्ये निघून गेली. उरलेल्या एकुलत्या एका मुलाजवळ जाऊन ती काही सांगत असलेलं मी ऐकलं.

तेवढ्यात ते माझ्या मागे येऊन उभे राहिल्याचं मला जाणवलं. दुसऱ्या क्षणाला माझ्या केसांना धरून त्यांनी मला हिसका दिला. मी गर्रकन वळल्याने माझा चेहरा त्यांच्या समोर आला. त्यांनी माझ्या गालावर एक सणसणीत चपराक ठेवून दिली.

"परत कधी तुझ्या आजीला उलट उत्तर दिलंस तर याद राख. तू तिच्याशी नम्रपणेच वागलं पाहिजेस."

"ती हुबेहूब तिच्या आईसारखी आहे." वडलांच्या पाठीमागे उभी राहून ती म्हणाली, "तिला काबूत ठेवलं नाहीस तर तुलासुद्धा ती त्रास देईल."

मी इतकी हतबुद्ध झाले होते की, माझ्या डोळ्यांतून पाणीसुद्धा येईना. माझ्या चेहऱ्याची आग आग होत होती. त्यांच्या नजरेला नजर भिडवून त्यांच्याशी बोलताना माझा आवाज थरथरत होता.

"मला माहीत आहे ते माझे बाबा वेगळे होते. माझे बाबा खूप चांगले होते. तुम्ही मात्र दुष्ट आहात."

मला परत थप्पड बसणार म्हणून मी तयारीत होते. पण तसे झाले नाही. ते मागे वळून तिथून निघून गेले. त्यांची आई लगालगा त्यांच्या मागे गेली.

माझ्या वडलांना सात बहिणी होत्या. एक जर्मनीत, एक बगदादमध्ये आणि एक अमेरिकेत होती. बाकीच्या चौघी दोहुकमध्ये होत्या. आजी त्या चौघींवर सत्ता चालवी. त्यामुळेच त्या माझ्या मृत्यूला कारणीभूत ठरतील अशी भीती मला वाटू लागली.

■

सहा

हळूहळू त्या कंटाळवाण्या दिनक्रमाची मला सवय होऊ लागली. माझ्या या अत्यंत निराशाजनक परिस्थितीपासून दूर पळण्यासाठी संधी मिळेल त्या त्या वेळी मी झोपून राहू लागले आणि स्वप्नांच्या खोट्या दुनियेत रमू लागले. माझ्या डोळ्यांपुढे मित्र-मैत्रिणींबरोबर हसण्या-खेळण्याचे ते आनंदी दिवस उभे राहत. मी दुपारच्या जेवणापर्यंत खोलीबाहेर पडेनाशी झाले. दुपारी थोडे खाऊन मी परत खोलीत जाऊन झोपत असे. इथे आल्यापासून माझे पाऊल दरवाजाबाहेर पडले नव्हते. शेजारच्या तरुण मुलांच्या दृष्टीस मी पडेन अशी भीती बाकीच्यांना वाटे. त्यामुळे पाय मोकळे करण्यासाठीसुद्धा बाहेर रस्त्यावर जाणे मला शक्य नव्हते.

निदान घरासाठी लागणाऱ्या वस्तूतरी मी घेऊन येते म्हणून मी वडलांच्या मागे लागे. त्यांची विनवणी करी. तर मला एकटीला घराबाहेर पडणे शक्य नाही असे ते सांगत. त्यांनी माझ्याबरोबर यावे असेही मी त्यांना सुचविले. त्यावर त्यांचे कायम उत्तर असे की, वडील आणि मुलगी खरेदीसाठी एकत्र बाहेर पडण्याची प्रथा इथे नाही.

''तुम्हाला आठवतसुद्धा नाही का की, ऑस्ट्रेलियात आपण दोघं बाहेर पडून खरेदी करायचो?'' मी विचारलं.

''असं बाहेर जाणं म्हणजे वेळेचा अपव्यय होता.'' त्यांनी मला अखेर झटकून टाकले होते.

''म्हणजे तुम्हाला असं म्हणायचंय का की ऑस्ट्रेलियातील आपलं जीवन अगदी कुचकामी होतं आणि त्याची तुम्हाला घृणा होती? आई आम्हाला घेऊन जर्मनीला पळून जाण्याचं आणि तुम्ही दोघं वेगळं व्हायचं हेच कारण होतं का ?''

हे माझे बोलणं म्हणजे उलट उत्तर देण्याची परिसीमा होती बहुतेक. त्यांनी

माझ्या गालावर जोराची थप्पड मारली आणि 'अशी मूर्खासारखी बरळू नकोस,' म्हणून बजावलं.

माझा एकविसावा वाढदिवस जवळ येत होता. आता मी कायदेशीररित्या सज्ञान होणार होते आणि खरंतर माझं बालपण केव्हाच सरलं होतं. अर्थात या सगळ्या कल्पना पाश्चिमात्यांच्या होत्या. तसलं काही इथे चालण्याजोगं नव्हतं. इथे मी केवळ वडलांची मुलगी होते, आणि त्यांच्या घरी राहत होते. माझ्या थोबाडीत मारावे असे त्यांना वाटले तर ते तसे करू शकत होते. नव्हे त्यांचा तो हक्क होता.

"आता ऑस्ट्रेलिया विसर. तू तिथे कधीच परत जाणार नाहीस."

"मी जेव्हा काही दिवसांपूर्वी इथे आले तेव्हा तर तुम्ही म्हणाला होतात की, आपण दोघं लवकरच सिडनीला परतणार आहोत म्हणून. माझ्या वडलांनी तर चक्क मला फसवले होते, त्यांच्या स्वतःच्या मुलीला!"

त्यांनी परत जोराची थप्पड मारली.

"तुम्ही मला कितीही मारा, माझे विचार बदलणार नाहीत. तुम्ही मला ऑसी मुलं वाढवतात त्याप्रमाणे वाढवलं आणि आता मी एक पाश्चिमात्य विचारांची मुलगी आहे. आता मात्र क्षणार्धात डोळ्यांची उघडझाप व्हावी इतक्या अवधीत तुमच्याप्रमाणे मी व्हावं असं तुम्ही सांगत आहात!"

"अशाप्रकारे वागणं आता सोडून दे!" असं बजावून ते माझ्यासमोरून निघून गेले.

मी बाबांची अशी अवज्ञा केल्यामुळे माझ्या आजीचा संताप झाला. माझ्या वडलांचा उतरलेला चेहरा त्यांच्या बहिणी आल्या की खुले. पण त्यांची आई मात्र माझ्याकडे सतत डोळे वटारून बघत राही.

"तू एखाद्या दुष्ट राक्षशिणींसारखी वागते आहेस. तू हुबेहूब तुझ्या आईसारखी आहेस." एक दिवस ती मला म्हणाली.

यावर मी तिला म्हणाले, "मुळीच नाही. मी माझ्या आईसारखी नाही. मी कोणालाच फसवलं नाही, पण कसं फसवलं जातं याचा अनुभव मात्र घेत आहे."

"तुझं हे हट्टीपणाचं वागणं इथे चालू दिलं जाणार नाही." ती तिच्या कर्कश आवाजात म्हणाली, "तू आता दैनंदिन नमाज पढू लागणार आहेस. म्हणजे अल्लाविषयी तुझ्या मनात आदर निर्माण होईल."

"याचा अर्थ असा झाला की, आदर वाटण्याजोगं कोणीतरी शोधायला हवं म्हणून मी अल्लाकडे वळले पाहिजे, कारण तुझ्याविषयी माझ्या मनात आदर नाही."

तिने ताबडतोब मुलाकडे धाव घेतली आणि माझे बोलणे त्याला ऐकवले. माझे वडील क्रुद्ध होऊन माझ्याकडे धावले आणि परत त्यांनी मला एक सणसणीत थप्पड लगावली.

माझ्या खोलीत जाणे एवढाच एक सुटकेचा उपाय होता. तुरुंगाच्या आत आणखी एक तुरुंग. माझी उशी रोज अश्रूंनी भिजून जाई. स्वत:ला करून घेतलेल्या जखमेमुळे दुखावलेला हात अजूनही त्रास देत होता. अर्थात आत्याने आणून दिलेल्या मलमांमुळे ती जखम बरी होत होती.

या सर्व दु:खात, अपमानास्पद जिण्यात एकच गोष्ट बरी होती. अद्याप आईवडलांनी मला लग्नाच्या रांगेत उभे केले नव्हते. त्यांचा बेत तोच होता आणि त्यांनी मला तशी धमकीही दिली होती. पण माझ्यावर कोणत्याच गोष्टीची बळजबरी होऊ न देण्याचा माझा निश्चय पक्का होता. या भयंकर जागेतून मी कधी बाहेर पडू शकेन? इतका चांगला देश हा! पण माझे जगणे किती दु:खदायक होते. माझे बळजबरीने लग्न लावून दिले तरी ते लग्न संपल्यातच जमा झाले असते. घटस्फोट तर बाजूला, पण माझा मृत्यू? माझ्या मनात रोज ओजोचे, माझ्या जर्मनीतील मित्राचे विचार येत. किती दिवस होऊन गेले, त्याच्याशी संपर्क नव्हता. घरात तर फोन नव्हताच, पण त्याचा नंबरही मी विसरले होते. माझ्या पत्त्यांच्या वहीत तो लिहिलेला होता. इथे माझ्यासाठी इंटरनेटची सोयसुद्धा नव्हतीच. शहरात एक इंटरनेट कॅफे असल्याचे मला काही दिवसांनी समजले. पण तिथे नेहमीच पुरुषांची गर्दी असणार होती. म्हणजे मला एकटीला तिथे जाणे शक्य नव्हते.

या सगळ्यांपासून सुटका होण्यासाठी काही उपाय सापडेल का असा विचार मी करत बसे. कोणाच्या तरी विनवण्या करून मला सीमेपर्यंत जाता आले असते तर तेथून तुर्कस्तानातील अंकारा किंवा इस्तंबूलपर्यंत किंवा इराणमधील तेहरानपर्यंत मला कोणाची तरी सोबत मिळाली असती. मग मी ऑस्ट्रेलियाच्या वकिलातीपर्यंत पोहोचू शकले असते. किती छान कल्पना होती! खरंतर माझ्याकडे साधा पासपोर्टसुद्धा नव्हता आणि तरीसुद्धा कोणीतरी मला विचारणार होते, "ओ! हॅलो यंग लेडी. तू सिडनीची आहेस आणि तुला सीमेपर्यंत पोहोचायचं आहे असं मला सांगत आहेस. अर्थात तेथपर्यंत मी तुला नेईनच. तुझ्या वडलांनी किंवा त्यांच्या भावांनी मला मारून टाकलं तरी चालेल. मी कसलीही अपेक्षा न धरता तुला सीमेपर्यंत सोडेन!'' फक्त कसली तरी आशा! माझ्याकडे पासपोर्टवरचा सर्व मजकूर खरडलेला कागद होता, शिवाय मी कुर्दिस्तानात आले आहे असे त्या कागदावर लिहून ठेवले होते. पण मुक्ततेसाठीचे ते काही तिकीट थोडेच होते? बाहेर पडण्याचा काही मार्गच नव्हता. बाहेरच्या जगाशी

काही संबंधच उरला नव्हता. इथल्या लोकांबरोबरही काही संबंध नव्हता.

पासपोर्टवरची माहिती लिहून ठेवण्याची मला कोणी बुद्धी दिली होती? कदाचित फार पूर्वी माझ्या वडलांनी स्वत:चे नाव आणि पत्ता लिहिलेला कागद बुटात लपवून ठेवला होता, त्यामुळेच आम्हाला कुर्दिस्तानातून पळून जावे लागले होते, ते माझ्या अंत:पटलावर कोरून ठेवले गेले असावे. कोणास ठाऊक! माझ्या वडलांच्या तोंडून मला ते भयंकर शब्द ऐकावे लागले.

''त्या तुझ्या आईने काय केलंय याची तुला कल्पना आहे का? तिने घटस्फोटाचा दावा तर लावला आहेच पण तिच्या भावांना कुर्दिस्तानात जमीन विकत घेता यावी म्हणून सिडनीचे घर विकून आलेले पैसेसुद्धा तिने त्यांना देऊन टाकले. ते पैसे तू आणि तुझ्या भावांच्या शिक्षणासाठी होते. तुझ्या भावाला जर्मनीत आणि तुला इथे उच्च शिक्षण मिळावं म्हणून ते पैसे मी राखून ठेवले होते.''

माझ्या डोक्यात दोनच शब्द शिरले. 'इथल्या तुझ्या उच्च शिक्षणासाठी!' यातून एकच गोष्ट सूचित होत होती की, माझं भविष्य कुर्दिस्तानातच असणार होतं!

माझे वडील पुढे बोलू लागले, ''आमचा घटस्फोट मान्य केला जावा, म्हणून तिच्या भावांना ही रक्कम देण्यात आली आहे. त्या पैशातून घेतलेल्या जमिनीचे तीन तुकडे करून प्रत्येक जण स्वतंत्र घर बांधेल आणि त्या घरात आरामात बसून ते माझी टर उडवतील.''

कुर्दिस्तानात घटस्फोट कुटुंब ह्या गोष्टीसाठी तयार असेल तरच होतो. नाहीपेक्षा विभक्त होणाऱ्या कुटुंबासाठी ती एक लांच्छनास्पद गोष्ट असते. माझे वडील मला समजावून देत होते.

जर एखाद्या बाईने व्यभिचार केला असता, तर तो प्रश्न तिच्या डोक्यात गोळी घालून झटकन सोडविला गेला असता, पण जर का पुरुषाने व्यभिचार करून दुसरी बायको करण्याचा निर्णय घेतला तर पहिल्या बायकोच्या कुटुंबाला नुकसानभरपाई मिळते. म्हणजेच ती लज्जास्पद गोष्ट विकत घेतली जाते. माझी आई मात्र दोहुकमध्ये असताना घटस्फोट हा शब्दही न उच्चारण्याइतकी हुशार होती. तिने दूर जाऊन घटस्फोटासाठी अर्ज केला होता.''

''ज्या बाईला तू आई म्हणतेस तिने खूप दिवसांपासून या गोष्टीचं नियोजन करून ठेवलं होतं.'' माझे वडील म्हणाले.

''खरं आहे, पण एवढी एकच गोष्ट तिच्या मनात नव्हती. तिच्या डोक्यात मला इथे आणून तुमच्या ताब्यात देण्याची योजनासुद्धा होतीच. जर तुम्ही तिच्या इतक्या विरोधात आहात तर माझी बाजूसुद्धा तुम्हाला समजली पाहिजे'' मी

उत्तर दिले.

"तुझी आणि तिची जागा माझ्या जीवनात वेगळीवेगळी आहे. तू तिची मुलगी आहेस इतकाच काय तो संबंध आहे."

"मी तुमचीसुद्धा मुलगी आहे."

पण माझ्या वाद घालण्याला काहीच अर्थ नव्हता. माझ्या आजीच्या जिभेवरचा विखार मला त्यांच्या शब्दात दिसत होता. आजीचा वडलांवर फार मोठा प्रभाव होता. परंतु माझ्या आईविषयी तिच्या मनात किती द्वेष भरला होता हे तिने वेळोवेळी दाखवून दिले होते. पूर्वी बरेचजण माझे चालणे माझ्या आईसारखे असल्याचे सांगत. मी दिसायला आईसारखी नाही. पण मी तिच्यासारखी उंच आहे. शिवाय माझे हसणे तिच्यासारखे आहे. अर्थात मी तिच्यासारखी दिसत नसले तरी तिच्या सुनेची मी मुलगी आहे एवढे कारण उठसूठ माझ्यावर राग काढायला आजीला पुरेसे होते.

कधीकधी माझ्या मनात विचार येई की येथल्या आत्यांना माझे सिडनी आणि जर्मनीतले फोटो दाखवले म्हणजे मी कशा तऱ्हेचे आयुष्य जगत होते ते त्यांना उमगेल. माझ्या त्या आयुष्यातून मला उठविण्याचा प्रयत्न करणे त्या सोडून देतील. शिवाय कुर्दिस्तान माझ्यासाठी योग्य नाही हे त्यांना कळेल. अर्थात असे विचार क्षणार्धात विरून जात. कारण पाश्चात्त्य संस्कृतीविषयी इतक्या अनभिज्ञ असलेल्या माझ्या आत्यांना मी काय समजावून सांगणार होते? माझ्या आईने माझा पासपोर्ट आणि डायरीच ताब्यात घेतली नव्हती, तर सुटीवर जायचे म्हणून इथल्या नातेवाइकांना दाखवण्यास आणलेले फोटोसुद्धा काढून घेतले होते, ते मी विसरले नव्हते.

माझ्या वडलांच्या दोहुकामध्ये राहणाऱ्या बहिणी अजूनही मनात येईल तेव्हा माझ्या खोलीत शिरत होत्या. माझ्या सामानाची उचकाउचक करत होत्या. त्यांचा तो उद्धटपणा बघून मी अतिशय हताश होऊन जात असे. एकदा रागाच्या भरात मी हे वडलांना जाऊन सांगितले, "त्या तुमच्या गलेलठ्ठ कुरूप बहिणींना जाऊन सांगा, माझ्या खाजगी आयुष्यात त्यांनी ढवळाढवळ करू नये."

वडलांचा हात गालावर बसणार याची मी वाटच बघत होते. पण ते स्वत:च्या खोलीकडे नमाज पढायला निघून गेले.

इथे येऊन माझे वजन वाढू लागले होते, आजी आणि कधाकधी आत्या येऊन जेवण बनवत ते फार तेलकट असे. रोजच्या जेवणात बरेचसे मांसाचे पदार्थ आणि ब्रेडच असे. माझ्या शरीराला व्यायाम तर काहीच होत नव्हता. घरासमोरच्या अंगणात थोडी हिरवळ आणि अंजिराचे झाड होते. तिथे जायला

मला परवानगी होती. पण जर का शेजारची तरुण मुले त्यांच्या घराच्या छतावर बसलेली असली तर मला ताबडतोब घरात यावे लागे, तशी ती मुले नेहमीच छतावर रेंगाळत असत. तरी बरे मी माझे केस पूर्ण झाकून टाकत असे आणि मानेपासून घोट्यापर्यंत येणारा लांब झगा घालत असे. आजी आणि आत्यांना मात्र वाटे की मी माझ्या सौंदर्याचे प्रदर्शन करत हिंडत बसते.

एक दिवस माझ्यासाठी उजाडला तो मात्र फारच आनंदाचा ठरला. माझ्या आत्या मला शहरात शॉपिंगसाठी घेऊन जाणार होत्या. माझा विश्वासच बसेना. मी आणि इथे शॉपिंगला जाणार होते! ऑस्ट्रेलियात माझे रोजच काही ना काही शॉपिंग चाले. इथे मात्र शॉपिंग म्हणजे आनंदी आनंदच होता. मी पायघोळ झगा घालून केस स्कार्फखाली झाकून जय्यत तयारीनिशी आत्या आणि त्यांच्या मुलींबरोबर टॅक्सीत बसले. शहर गजबजलेले होते. पण सगळीकडे फक्त पुरुषच पुरुष दिसत होते. शहरात लहान लहान गल्ल्याबोळ सर्व दिशांना पसरलेल्या होत्या. रस्त्यांवर सर्वत्र मोठमोठे खड्डे होते. रस्त्याच्या कडेला सगळी पडझड आणि मातीचे ढिगारे. जणू काही नुकतेच बॉम्ब हल्ले झाले होते. अर्थात बॉम्ब हल्ले वगैरे काही झाले नव्हते. दुर्लक्ष आणि गैरकारभाराचा नमुना होता तो. टॅक्सीतून उतरल्यावर माझ्या लक्षात आले की, तोंडात जळणाऱ्या सिगरेटींसह पुरुष मला न्याहाळत होते. जणू नुसत्या डोळ्यांनीच ते माझी वस्त्रे फेडून मला विवस्त्र करत होते. इथे आल्यापासून मला लैंगिक छळाचा पहिला अनुभव आला. आम्ही अत्तरे आणि विविध मसाले असलेल्या एका बोळातून हिंडत होतो, तिथे एकसारखे मोटारींचे भोंगे वाजत होते. तेवढ्यात माझ्या पार्श्वभागाला कोणीतरी जोराचा चिमटा काढला. मी रागाने मागे वळून पाहिले पण त्या गर्दीत गुन्हेगार सापडणे कठीण होते. आतेबहिणीकडे वळून मी दुःखाने ओरडले. पण तिने मला आवाज कमी करण्याची विनवणी केली आणि झाल्या प्रकाराकडे लक्ष देऊ नकोस असे सांगितले.

''काही झालंच नाही असं दाखव.'' ती म्हणाली.

त्या भागात ज्या काही थोड्याफार बायका दिसत होत्या त्या तीन प्रकारच्या होत्या असे माझ्या लक्षात आले. नखशिखांत कपडे घातलेल्या माझ्या आत्यांसारख्या, दुसऱ्या असिरीयन होत्या. त्या कॅथॉलिक ख्रिश्चन असल्यामुळे त्यांना डोके स्कार्फने हिजावणे - झाकून टाकणे - बंधनकारक नव्हते. तिसरा प्रकार होता तो अजूनही लग्न न झालेल्या मुलींचा. त्यांनी पाश्चात्त्य पद्धतीचे कपडे घातले होते. अर्थात त्या मुली सुद्धा एकट्यादुकट्या नव्हत्या. तीन तीन चार चार जणी एकत्र हिंडत होत्या. एकही बाई एकटी नव्हती.

''या मुली म्हणजे आमच्या शहरातील सगळ्यात अजागळ आणि वाईट

बायका,'' त्या तरुण मुलींकडे बघत आत्या म्हणाली, ''तू त्यांच्यासारखी दिसणार नाहीस याची आम्ही खात्री करून घेऊ.''

''त्यांच्यासारखं दिसणं म्हणजे काय?'' मी विचारलं, ''मी तर कायम या मुलींसारखीच दिसत असे. त्यांनी बिचाऱ्यांनी तर काही प्रसाधनं वापरली नाहीत की उंच टाचांचे बूट त्यांच्या पायात दिसत नाहीत. त्यांनी फक्त गुडघ्यापर्यंत येणारे स्कर्ट घातले आहेत आणि तू तर त्यांना अजागळ, वाईट असं म्हणत आहेस. मी सिडनीत घालत असे तसे कपडे घातले म्हणजे तू अजागळ म्हणून जे काय हिणवते आहेस ते तुला कळेल.''

माझा राग म्हणजे काय असतो ते परत एकदा त्यांना कळले. पण त्यांच्या बरोबर असेच बोलणे आवश्यक होते. अशा गोष्टींना विरोध दाखविण्यासाठीच मी त्याच्याशी भांडत होते. ही माझी अगदी नैसर्गिक प्रतिक्रिया होती. माझी बाजू मलाच सांभाळायला हवी होती.

''तुम्हाला माहीत आहे का की माझे वडील म्हणजे तुमचा प्रिय धार्मिक भाऊ ऑस्ट्रेलियात कसा होता? ते तर मला बिकीनी सुद्धा घालू देत. बिकीनी काय असते माहीत आहे तुम्हाला? माझे पाय संपूर्ण उघडे असत, माझं पोट उघडं असे इतकंच काय तर माझी छातीसुद्धा बिकिनीमधून दिसे!''

आम्ही कापडाच्या दुकानापासून खरेदी सुरू केली. त्या दुकानात आकाशातील इंद्रधनुष्याप्रमाणे विविध रंगांचे कापडाचे तागे होते. कापडांची रचना अशाप्रकारे केली होती की, मला वाटले माझ्यापुढे बॉलीवुडच्या सिनेमातलेच दृश्य उभे आहे. माझ्या वडलांच्या सूचनेप्रमाणे माझ्यासाठी बरेचसे लांबलचक ड्रेस घेण्यात आले. घरात मला लांब पॅन्ट घालायची परवानगी होती. पण जसजसे माझे वजन वाढू लागले तसे माझ्या वडलांनी सांगितले की, माझ्या नितंबांचा आकार बाहेरून दिसणे त्यांना पसंत नव्हते. त्यामुळे मला पँटवरून लांब झगा घालायचे फर्मान त्यांनी सोडले.

ऑस्ट्रेलियात पोहण्याचा झिरझिरीत ड्रेस मला घालू देणारेच हे माझे वडील होते. घरातल्या इतक्या कडक नियमांना माझी आजीच जबाबदार असणार असा संशय माझ्या मनात आला. परंतु वडील सुद्धा इतके बदलले होते की काय सांगावे? कदाचित ही त्यांचीच कल्पना असणे शक्य होते.

माझ्या मनात बऱ्याचदा विचार येत असे की, स्वत:च्या मुलाच्या लग्नाची आयांना घाई तर असते पण एकदा लग्न लागले की त्यांच्या मनात, त्या नव्याने घरी आलेल्या मुलीबद्दल प्रचंड संताप निर्माण होतो. कारण ती नवी मुलगी आपल्या मुलाला आईपासून दूर करेल अशी भीती त्यांना वाटते. बहुतेक माझ्या वडलांच्या आणि त्यांच्या आईच्या बाबतीत हेच घडले असावे. पण लग्न होऊन नव्या घरी येणाऱ्या तरुण मुलींचे काय? त्यांनी तर नव्या संसाराची कितीतरी

स्वप्ने रंगवलेली असतात. पण ती स्वप्नेच ठरतात! कारण लग्नाच्या रात्री त्यांचे कुवारपण नष्ट होते आणि नवऱ्याच्या घराशी संबंध उरतो तो त्या घरात फक्त एक गुलाम होऊन जगण्याचा, स्वयंपाकपाणी, स्वच्छता, घासपूस आणि नवऱ्याच्या आईवडलांची सेवा. निदान ८५ टक्के बायकांचे जिणे हेच असते.

इथून सुटका कशी करून घ्यायची हा विचार माझ्या मनात घर करून होता. ज्या देशांच्या सीमा कुर्दिस्तानच्या जवळ होत्या, म्हणजे तुर्कस्तान आणि इराण - त्याबद्दल मी विचार करत असे. परंतु माझ्याकडे माझा पासपोर्ट नव्हता. शिवाय बराच विचार केल्यावर मी अशा निर्णयापर्यंत आले की, जरी पासपोर्ट असता तरी असे काही करणे म्हणजे मृत्यूला निमंत्रण देणे होते. आता एकच मार्ग उरला होता. काहीही करून बगदादला पोहोचणे आणि ऑस्ट्रेलियाच्या वकिलातीत जाऊन त्यांची मदत मागणे. तिथे माझी सगळी कथा ऐकून मी मदत मागितली तर त्यांनी तेवढे उपकार माझ्यावर केले असते. पण बगदादपर्यंत एकटीने प्रवास करणे अशक्यच होते. एकतर माझ्याकडे तेवढे पैसे नव्हते. शिवाय एकटीने प्रवास करण्यात फार अडचणी होत्या. एक मात्र खरे होते, की म्हाताऱ्या बायकांना असा प्रवास करताना अडचणी येत नसत. तरी सुद्धा आशेचा एक किरण मला दिसला.

माझ्या वडलांची एक बहीण हदर, बगदादमध्ये राहात होती. तिचा राजबिंडा दिसणारा नवरा संयुक्त राष्ट्र संघटनेच्या जागतिक अन्न विभागात ड्रायव्हर म्हणून नोकरी करत होता. हदर अर्धवेळ शिक्षिकेचे काम करत होती. मला ती आवडू लागली होती. तिची माझ्याशी असलेली वागणूक सौजन्यपूर्ण होती. मोठ्या शहरात राहून तिला परदेशी बायकांना बघायची सवय होती. त्यामुळे मी कसल्या सापळ्यात अडकले आहे याची तिला कल्पना असावी, असा माझा कयास होता. अर्थात तिला माझ्या वडलांकडे माझा विषय काढणे शक्य नव्हते आणि मी तिला माझे खाजगी गुपित सांगू शकत नव्हते. या धोकादायक देशात माझे गुपित माझ्याजवळ ठेवण्यातच शहाणपण होते. हदरविषयीचा माझा कयास बरोबर होता. तिला माझे दु:ख समजत होते. तिला माझी काळजी वाटत होती. मी तिच्याबरोबर काही दिवसांसाठी बगदादला जावे असे तिने तिच्या भावाला म्हणजे माझ्या वडलांना सुचवले, त्यांनी होकार दिला याचे तर मला आश्चर्यच वाटले. हदर स्वत:च्या भावाला खाली पाहायला लागेल असं काही करणार नाही याबद्दल वडलांना खात्री वाटत असावी. आम्ही बगदादला निघण्यापूर्वी माझ्यासाठी नियम ठरविले गेले. आम्ही कुर्दिस्तानच्या दक्षिणेकडे प्रवास करणार होतो आणि इराकी प्रदेशात जाणार होतो तिथे फक्त अरबी भाषा बोलली जात होती. मी फारशी अरबी बोलत नव्हते तरी मी बाहेर कुठेही अरबी बोलणार नाही

हा नियम ठरविण्यात आला. माझे अरबी हे कुर्दी धर्तीचे होते आणि शिवाय त्यात ऑस्ट्रेलियनच्या वळणावर माझे नाकात बोलणे मिसळून जात असे. तसा फारसा फरक खरं म्हणजे कोणाला जाणवला नसता. पण एखाद्याला मी हेर असल्याचा संशय आला असता; निदान माझ्याविषयी उत्सुकता निर्माण झाली असती. त्यावेळी सद्दाम हुसेनच्या विरोधात हेरगिरी करणाऱ्या हेराला पकडून दिले तर फार मोठे बक्षीस मिळत असे. मी दिसायला अरबी होते पण माझे उच्चार मात्र अरबी नव्हते. त्यामुळे मी हेर म्हणून त्वरित पकडली जाण्याची शक्यता नाकारता येण्याजोगी नव्हती. कदाचित मी पकडली जाणे माझ्या पथ्यावर पडले असते. पण त्यामुळे परिस्थिती बिघडली असती. एक ऑस्ट्रेलियाची बाई इथे कुर्दी भाषा कशाला बोलते आहे? शिवाय तिच्या पासपोर्टचा पत्ता नाही हे समजल्यावर त्यांनी माझ्या घरचा पत्ता विचारला असता. त्यांना समजले असते की माझ्या वडलांच्या विरुद्ध मृत्युदंडाचे फर्मान निघाले होते आणि त्या स्थितीत ते देश सोडून पळून गेले होते. मग माझ्या अटकेचा फायदा त्यांनी वडलांना पकडण्यासाठी करून घेतला असता. छे छे! अशी परिस्थिती निर्माण होणे अयोग्य होते. जरी वडलांनी माझा छळ चालविला असला तरी माझ्यामुळे ते पकडले जावेत हे मी कधीच घडू दिले नसते.

बगदादला जाण्याची तयारी करत असताना माझ्या डोक्यात असे नाना विचार येत होते. जोपर्यंत मला कोणी ऑस्ट्रेलियाच्या वकिलातीत नेऊन सोडणार नव्हते तोपर्यंत मला एखाद्या भित्र्या उंदरासारखे गप्प बसणेच भाग होते.

बगदादपर्यंतच्या सहा तासांच्या प्रवासाला आम्ही निघालो तो उन्हाळ्याचा तापलेला दिवस होता. पेट्रोल भरायला आम्ही इराकच्या सीमेपाशी आलो तेव्हा भीतीपोटी मी गाडीतच बसून राहिले. स्वच्छतागृहात जाण्याचे सुद्धा टाळले. आत्याचे घर येईपर्यंत मला स्वच्छतागृहात जाण्यासाठी थांबून राहावे लागले. हदर आत्या आणि तिचे कुटुंब बगदादच्या मौन्सूर भागात राहात होते. तेथे सधन लोकांची वस्ती होती. बाजूने चौफेर भिंती असलेल्या, पांढऱ्या रंगाने रंगविलेल्या घरात हदर आत्या राहात होती. मी बाथरूममध्ये अंघोळीला जाण्यापूर्वी त्यांनी मला माझी खोली दाखविली आणि माझी बॅग खोलीत नेऊन ठेवली. ऑस्ट्रेलिया आणि जर्मनीत मी कपडे काढून अंगाभोवती टॉवेल गुंडाळून बाथरुममध्ये जात असे आणि लगेच शॉवर चालू करे. दोहुकच्या घरी लहान भांड्याने बादलीतील पाणी घेऊन अंगावर ओतावे लागे. आत्याच्या घरी मात्र शॉवर होता. मी अंघोळ करून एक लांबलचक कफ्तान अंगावर घेऊन खोलीकडे निघाले. अचानक माझ्यामागे मला कसली तरी हालचाल जाणवली. ओला टॉवेल धुवायला टाकणार तेवढ्यात कोणाचे तरी हात माझ्याभोवती पडले.

माझ्या वक्षस्थळाला हलकासा स्पर्श झाला. मी गर्रकन मागे वळले. अब्दुला हदर हा आत्याचा नवरा माझ्यापुढे हसत उभा होता.

"जरा बघितलं तुला अंघोळीनंतर कसं वाटतंय ते आणि सगळं शरीर चोळून काढलंस की नाही? हे असं," म्हणून त्याने स्वत:ची छाती, मांड्या आणि खालचा भाग स्वत:च्या हाताने चोळून माझ्याकडे बघितले. अति भयाने माझे डोळे विस्फारले. मी त्याच्याकडे बघतच राहिले. खरं तर मला जोरात किंचाळायचे होते. पण कसा कोण जाणे! मी स्वत:ला आवर घातला. माझ्या किंचाळण्याने आत्या तिथे आली असती. मला त्या दोघांच्यात भांडण लावून द्यायचे नव्हते. ही गोष्ट तिच्या आईच्या कानावर गेली असती तर तिने लगेच मीच कशी वाईट आहे हे सर्वांना सांगण्याची संधी सोडली नसती. शिवाय आत्याचा नवरा थोडाच स्वत:ची चूक कबूल करणार होता? त्याने सुद्धा मलाच दोषी ठरविले असते. माझी आणि हदर आत्याची मैत्री त्यामुळे धोक्यात आली असती. मी गप्पच बसायचे ठरवले. जाऊ दे. त्याला काहीतरी विनोद करायचा असेल, पण त्याने थोडे पुढचेच पाऊल उचलले असेल अशी मी माझी स्वत:चीच समजूत घालण्याचा प्रयत्न केला. त्याच्याबरोबर मला आत्ता तरी दुरावा निर्माण करायचा नव्हता. त्याच्याकडे गाडी होती. तो मला बगदाद शहरात फिरवू शकला असता. कदाचित मला ऑस्ट्रेलियाच्या वकिलातीजवळ घेऊन गेला असता. पळून जाण्यात अशाप्रकारे त्याची मदत मला झाली असती. खरं तर तो एक निरर्थक विचार होता. पण त्याक्षणी तरी मी माझ्या सुटकेबद्दल जिवावर उदार होऊन साहस करायचे ठरविले होते.

दुसऱ्या दिवशी सकाळी हदर आत्या मला घेऊन बगदाद शहरात गेली. भोवताली आत्या आणि आते बहिणींचा गराडा असताना दोहुकच्या दुकानातून हिंडणे म्हणजे एक शिक्षाच होती. हदर आत्याबरोबर हिंडताना मी खूप मोकळी होऊन गेले. एका दुकानात मला रांगेने मांडून ठेवलेले कोआला दिसले. कोआला हा ऑस्ट्रेलियातील एक गोंडस छोटेखानी प्राणी. ते खेळण्यातले कोआला दिसताच मी आनंदाने किंचाळलेच. "आत्या, बघ बघ. ऑस्ट्रेलियातील कोआला!" पण मी लगेचच स्वत:ला सावरले. हो! उगीचच लोकांचे माझ्याकडे लक्ष जाणे बरोबर ठरणार नव्हते आणि तसेही मला ते खेळण्यातले कोआला आवडलेच नव्हते. त्यांचा रंग आणि आकार दोन्ही खऱ्या कोआलासारखे नव्हतेच. पण अर्थात ते इराकी कोआला होते!

दुसऱ्या दिवशी अब्दुल्ला मला शहरात घेऊन जाण्यास तयार झाला. बगदाद शहरात एखादा पुरुष शेजारी हिजाबने डोके झाकून घेतलेल्या आणि सर्व शरीर कफ्तानने झाकून घेतलेल्या बाईबरोबर दिसणे फारसे नवलाईचे दृश्य

नव्हते. लोकांना ते दृश्य पतीपत्नी बाहेर हिंडत असल्याप्रमाणे नेहमीच्या परिचयाचे होते. जर अब्दुल्लाला कोणी ओळखीचे भेटलेच तर त्याने मी त्याची नातेवाईक असल्याचे सांगून निभावून नेले असते. मला फक्त गप्प राहण्याची काळजी घ्यायची होती.

वाहतूक कोंडीतून बगदाद शहराकडे जाताना माझ्या मनात एक योजना आकारास येत होती. मी त्याच्याशी बोलताना मला ऑस्ट्रेलियाच्या वकिलातीकडे जायचे आहे असे सांगणार होते. ''केवळ ते ठिकाण कसे आहे ते बघण्यापुरते.'' असे मी त्याला सांगणार होते.

मला आजूबाजूला बऱ्याच पाश्चात्त्य गोष्टी दिसत होत्या. पेप्सीची मोठी जाहिरात, कंपनीचे नाव इंग्लिशमध्ये लिहिलेली एखादी गाडी वगैरे. त्यामुळे मी त्याला सहज सांगू शकले असते की, ''अरे, या सगळ्या गोष्टी तर मला ऑस्ट्रेलियाची आठवण करून देत आहेत.'' मी ऑस्ट्रेलियातील प्रख्यात पूल, ऑपेरा हाऊस या विषयी त्याच्याशी गप्पा मारू लागले. तो सुद्धा मला उत्सुकतेने प्रश्न विचारू लागला. मला हवे तेच घडत होते. ही संधी घेऊन मी त्याला विचारले, ''काय रे अब्दुल्ला, आपण ऑस्ट्रेलियाच्या वकिलातीजवळ तर नाही ना आलो? मला नुसती ती इमारत आणि तिच्यावरचा ऑस्ट्रेलियाचा झेंडा बघायला आवडेल. खूप दिवसांपूर्वी मी त्या देशात राहात होते, त्या माझ्या आठवणींना थोडा उजाळा मिळेल.'' मला ऑस्ट्रेलियाची ओढ लागली आहे हे न दाखविता अगदी सहज बोलल्याप्रमाणे मी बोलले. इमारतीजवळ गेल्यावर मी गाडीतून उडी मारून गेटजवळ गेले असते आणि आत प्रवेश मिळावा म्हणून विनवणी केली असती. खरंच असं करणं मला शक्य होतं का?

तेवढ्यात अब्दुल्ला म्हणाला, ''तुला काय तो झेंडा आठवत नाही? नुसता झेंडा बघणं हा केवळ मूर्खपणा आहे.''

''हो, तुझं बरोबर आहे. पण मला वाटतं की ऑस्ट्रेलियात बोलतात त्या धर्तीचं इंग्लिश माझ्या कानावर पडेल. इतक्या दिवसांनंतर ओळखीची भाषा कानावर पडली तर मला जरा बरं वाटेल. त्यात तर काही धोका नाही ना?''

गाडी ट्रॅफिकमध्ये थांबली तेव्हा त्याने रस्त्यावरचे लक्ष काढून माझ्याकडे बघितले. ''म्हणजे तू गेटवरच्या सुरक्षा जवानाकडे जाऊन विचारणार का, की मी इथं ऑस्ट्रेलियन बोलीचे आवाज ऐकू शकते का? तुला वेड तर लागलं नाही? एक तर ते तुला काही काम असल्याशिवाय आणि त्या कामाची वेळ ठरविल्याशिवाय आत सोडणार नाहीत. शिवाय असं रस्त्यावर येऊन तुझ्यासारख्या परक्या व्यक्ती बरोबर कोणी ती भाषा बोलणारही नाही. ते लोक इमारती बाहेर येतात, जातात ते त्यांच्या गाड्यांतून जाता-येतात मग काय तू त्यांना हात

करून थांबवणार आणि विचारणार का, की माझ्याशी बोलता का कोणी म्हणून मला तुमचा आवाज ऐकायचाय?''

तो पुढे रेटतच होता. ''तिथे सुरक्षा जवान असणार, तू त्याच्याशी काही बोललीस तर त्याला ताबडतोब कळेल की तू इराकी नाहीस. तो दुसरं तिसरं काही करणार नाही तर माझ्या गाडीचा नंबर लिहून घेईल आणि गुप्तचरांना कळवेल. लतिफा, ऑस्ट्रेलिया, वकिलात सगळं विसरून जा.'' तो म्हणाला.

माझ्या आशा मावळल्या. अर्थात तो चुकीचे सांगत नव्हता. एकदम् अचानक असं एकट्या बाईने वकिलातीजवळ जाणे म्हणजे स्वत:हून अडचणींना आमंत्रण देण्यासारखेच होते.

घरी परत जाताना एक वेगळेच संकट उभे राहिले. अब्दुल्ला सारखा माझ्याकडे कटाक्ष टाकू लागला. माझ्याकडे म्हणण्यापेक्षा माझ्या छातीकडे. गाडीचे गिअर बदलताना त्याचे हात माझ्या मांडीला घसटून जाऊ लागले. मी माझे पाय चिकटून घेऊन जितके म्हणून दाराकडे सरकता येईल तेवढी सरकून बसले. ''काळजी घे'' रस्त्याकडे बघून मी त्याला एवढेच सांगू शकले, तोवर परत त्याचा हात माझ्या मांडीवर यापेक्षा किती दूर जाणार? आणि दुरावा तरी किती निर्माण करू? कदाचित अजूनही मला त्याची गरज लागली तर? वडील आणि आजीपासून मी दूर बगदादमध्ये होते. मुख्य म्हणजे या देशात आल्यापासून त्या दोघांच्या कैदेतून मला थोडी मोकळीक मिळाली होती.

पण माझा होत असलेला लैंगिक छळ काही थांबेना. परिस्थिती आणखीच बिघडली. हदर जेव्हा स्वयंपाकघरात असे किंवा कामावर गेलेली असे तेव्हा अब्दुल्ला अगदी निर्लज्जपणे माझा कफ्तान वर करून माझ्या पायांकडे बघे. दर वेळेस त्याने असा प्रकार केला की, तो केवळ नजरेने मला विवस्त्र करत आहे असे मला वाटे. असे वारंवार होऊ लागल्याने माझा संताप होऊ लागला. हदरला हे सर्व सांगण्यासाठी माझा जीव तळमळू लागला. पण त्या दोघांचे लग्न मोडणारी म्हणून नाच्चकी होणे किंवा तसा प्रयत्न करणारी म्हणून माझे नाव होणे मला मान्य नव्हते आणि परवडणारे तर नव्हतेच नव्हते. त्यामुळे मी ओठ शिवून घेतले. बगदादला जाण्यासाठी मीच उतावीळ झाले होते आणि आता मलाच या विषयासक्त माणसापासून कधी दूर दोहुकला जाते असे होऊन गेले होते.

बहुतेक माझ्या वडलांबरोबर बोलणे होऊन शेवटी एकदा निघायचा दिवस उजाडला. पण माझ्यासाठी बहुतेक कोणतीच गोष्ट सरळपणे पार पडणार नव्हती. आयत्या वेळी हदरला सुट्टी मिळेना. त्यासाठी निदान एक आठवडा थांबावे लागले असते. त्यामुळे तिने मला अब्दुल्लाबरोबर जाण्यास सांगितले.

सहा तासांचा प्रवास एकट्या त्याच्याबरोबर करायच्या विचारानेच मी खचून गेले. भीतीने थरथरू लागले. एखाद्या निर्जन ठिकाणी नेऊन तो माझ्यावर बलात्कार करतो आहे अशी भयप्रद दृश्ये माझ्या डोळ्यांसमोर उभी राहू लागली. माझी खात्रीच होऊ लागली की त्याच्याबरोबर प्रवास करताना हा प्रसंग माझ्यावर येणारच. मी जरी तक्रार केली असती तरी माझ्यावर कोण विश्वास ठेवणार होते? मी एक त्रास देणारी मुलगी होते. माझी आजी तर माझा इतका द्वेष करत असे की, तिच्या लेखी मी फक्त दुसऱ्यांना छळणारी मुलगी होते. वडलांनासुद्धा माझा त्रासच होत होता. सर्व जण अब्दुल्लाचीच बाजू घेणार होते. शिवाय खरेच माझ्यावर बलात्कार झाला तर मी कुमारिका नाही हे त्याला समजले असते आणि मग मी सततच त्याच्या ताब्यात राहिले असते. जेव्हा संधी मिळेल तेव्हा त्याने माझ्याजवळ शरीरसंबंधाची मागणी केली असती. मी नकार दिल्यास त्याने वडलांना सांगण्याची धमकी दिली असती. कसाही विचार केला तरी दोषी मीच ठरणार होते.

त्याच्याबरोबर दोहुकला एकटीने जाण्याचे टाळण्यासाठी मी काय उपाय शोधावा यासाठी माझे विचारचक्र सुरू होते.

■

सात

माझ्या भोवताली सगळे धार्मिक लोक होते. कदाचित याचा परिणाम म्हणून मी पण मनातल्या मनात अल्लाची प्रार्थना करू लागले. अब्दुल्लाबरोबर एकटीने प्रवास करायला लागू नये म्हणून त्याची विनवणी करू लागले. काही म्हणा तुम्ही; पण माझी प्रार्थना अल्लापर्यंत पोहोचली. आत्याने अचानक सांगितले की तिच्या आजोबांची बहीण मृत्युशय्येवर असल्यामुळे त्या सर्वांनाच कुर्दिस्तानात जाणे भाग होते. मी अब्दुल्लाच्या डोळ्यांतले भाव न्याहाळले. ''काय वैताग आहे नुसता!'' असा भाव त्याच्या डोळ्यांत तरळला.

अब्दुल्ला आणि हदर त्यांच्या नातेवाइकांकडे होते. माझ्या डोक्यात परत सुटकेचे विचार घोळू लागले. अब्दुल्लाचा मी माझ्यासाठी कसा उपयोग करून घेऊ शकेन असा विचार मनात पिंगा घालू लागला. त्याच्याजवळ गाडी होती आणि माझ्याविषयी आसक्ती. गाडी आणि आसक्ती! दोन्हीचा उपयोग करून घ्यायला हवा होता. बगदादमधील ऑस्ट्रेलियाच्या वकिलातीची इथे दोहुकमध्ये राहून मदत मिळणे शक्य नव्हते. ते मला पटले होते. पण बगदादपेक्षा तुर्कस्तान आणि इराणच्या सीमा जवळ होत्या. फार मोठ्या मदतीची अपेक्षा न करता सीमेजवळ पोहोचणे शक्य होते. पण त्याहीपेक्षा जर्मनीत असलेल्या ओजाबरोबर फोनवर संपर्क साधणे सोपे होते. त्याचा नुसता आवाज कानांवर पडला असता तरी माझ्या अंगात हत्तीचे बळ संचारले असते. माझ्या सध्याच्या अवस्थेतून मला बाहेर काढणे त्याला शक्य होते. त्याचा फोन लागला तर मी त्याला जगातल्या सर्व ऑस्ट्रेलियन वकिलातींशी संपर्क साधण्यास सांगू शकले असते. एकदा का या कैदेतून सुटका झाली असती की माझ्यावरची ही मृत्यूची टांगती तलवार नाहीशी झाली असती. वडलांच्या घरी फोन नव्हताच. पण शहरात एक आणि शहराच्या सीमेपाशी दुसरे अशी दोन टेलिफोन एक्सचेंज होती. तेथून मला आंतरराष्ट्रीय फोन करता आला

असता. त्यातही एक अडचण अशी होती की, ओजोचा नंबर मला पाठ होता पण शंभर टक्के खात्री नव्हती.

मला टेलिफोन एक्सचेंजविषयी योगायोगानेच माहिती झाली. एक दिवस शेजारच्या छतावर तरुण मंडळी नसताना मी गेटजवळ उभी राहून घराच्या समोरच राहाणाऱ्या मुलीबरोबर बोलणे सुरू केले. ती वयाने माझ्यापेक्षा लहान होती पण तिला दोन मोठ्या बहिणी होत्या. त्यांच्याबरोबर माझी ओळख झाली होती. त्या तिघी प्रेमळ होत्या, त्यांच्या मनात माझ्याविषयी प्रेम होते. त्यांना मी ऑस्ट्रेलियातून आले आहे तरी सुद्धा त्यांच्यासारखी आहे याचे आश्चर्य वाटत असे. आमची मैत्री इतकी वाढली की कधी कधी वडील गल्ली ओलांडून थोडा वेळ त्यांच्याकडे जाण्याची मला परवानगी देत.

माझे वडील एका इंजिनिअरींग फॅक्टरीत कामाला होते. एक दिवस ते कामावर गेले होते. हदर आत्या घरी नव्हती. आजी अजूनही चुटचुटीत होती आणि मार्केटमध्ये गेली होती. मी एकटीच घरी असल्याचा अब्दुल्लाला अंदाज होता किंवा पक्के माहीत होते. माझी चौकशी करण्याच्या हेतूने तो घरी आला. त्याच्या मनात नक्कीच काहीतरी काळेबेरे असते तर उत्तर देण्यास मी सज्ज होते.

"माझं एक काम करतोस?" शेवटी जर का त्याला माझ्याबरोबर घाणेरडे चाळे करता आले असते तर तो माझं वाट्टेल ते काम करण्यास तयार झाला असता.

"मला आईस्क्रिम खायची जबरदस्त इच्छा झाली आहे. तू मला दुकानापर्यंत घेऊन जाशील का?" मी विचारलं.

आम्ही शहरात जाऊन आईस्क्रिम विकत घेतलं. त्यानंतर मी अगदी सहज मनात आल्यासारखं दाखवून तो मला टेलिफोन एक्सचेंजमध्ये घेऊन जाईल का ते विचारले. जवळचं एक्सचेंज बंद होतं, त्यामुळे मला दुसऱ्या एक्सचेंजला घेऊन जावं लागेल, असं त्यानं सांगितलं.

"तुझ्यासाठी असं काम करण्यास मला परवानगी नाही. पण खास तुझ्यासाठी मी करेन. पण हे गुपित आपल्यातच राहू दे." तो म्हणाला.

जर का त्याला माझं गुपित कळलं असतं तर?

मला वाटले होते तशीच एक्सचेंजमध्ये सिगरेटचा धूर आणि पुरुषांची गर्दी होती. मी अब्दुल्लाकडून परत करण्याच्या बोलीवर काही पैसे मागितले. तेव्हा त्याने परत करण्याची भाषा करून त्याचा अपमान न करण्याचे बजावले. तो मला पैसे देणारच होता. कोणताच पुरुष बाईला फोनचे पैसे देण्यास मनाई करतो. शिवाय इथे येऊन एखादी बाई अशी किती वेळा फोन करणार होती?

एक्सचेंजमधील माणसाला मी जर्मनीचा ४९ हा कोड नंबर देऊन ओजोचा नंबर तीन प्रकारे आलटून पालटून लावण्यास सांगितले. तो तीन नंबर फिरवायला जरा

नाराज दिसला, पण मी अगदी गयावया करून त्याला विनंती केली. अब्दुल्ला जवळच एका बाकावर बसला होता. माझी अजिजी त्याच्या लक्षात येऊ नये त्याची मी काळजी घेतली. मी दिलेले पहिले दोन नंबर लागेनात पण तिसरा नंबर लागला आणि फोन वाजल्याचा आवाज मी ऐकला.

"हॅलो, हॅलो...?" मला त्याचं बोलणं ऐकू येत होतं. "हॅलो..." ओजोच होता तो.

"हॅलो, ओजो, मी बोलतेय. मला तुझी खूप आठवण येतेय...

"हॅलो हॅलो...?"

"हॅलो ओजो, माझं बोलणं तुला ऐकू येतंय का?"

"हॅलो... हॅलो...?"

मला त्याचे बोलणे ऐकू येत होते. पण त्याला माझे ऐकू येत नव्हते. निराशेने मी पूर्ण घेरली गेले, मला जोराजोरात ओरडावेसे वाटू लागले.

ओजोला इतके नक्कीच समजले होते की कोणीतरी त्याच्याशी बोलण्याच्या प्रयत्नात होते, कारण त्याचे हॅलो, हॅलो चालूच होते. थोड्या वेळात त्याने फोन ठेवल्याचा आवाज मी ऐकला. त्याचा प्रेमळ आवाज मी ऐकला. पण मी इथे आल्या आल्या फोन करण्याचे त्याला दिलेले वचन मी कुठे पाळले होते? किंवा कदाचित तो फोन माझाच होता असे वाटून, तो काही वेळ फोनची वाट बघत बसला असेल.

"आपल्याला निघायला हवंय. फार वेळ आपण बाहेर राहू शकत नाही." अब्दुल्ला म्हणाला.

निघताना मी एक्सचेंजच्या माणसाला फोन न लागण्याचे कारण विचारले.

"ओऽऽ! इंटरनॅशनल कॉलसाठी ही वेळ अयोग्य आहे. या वेळेस फोन लागणं कठीण असतं. त्यासाठी काही तास तरी थांबावं लागतं."

"मग मला तसं आधी का नाही सांगितलं?" मी चिडून विचारलं. माझ्या हाताला धरून अब्दुल्ला मला घेऊन बाहेर जाऊ लागला. मी त्याचा हात झटकला. इतक्या सगळ्या पुरुषासमोर मी त्याला माझा हात धरू देणार नव्हतेच. एवढंच काय दुसऱ्या कुठेच त्याला स्पर्श करून देणार नव्हते.

घरी येताना अंधार पडला होता. रस्ते निर्मनुष्य झाले होते. मी कोणाला फोन करत होते ते त्याने विचारलेच. मी फक्त फोन लागला नाही असं उत्तर दिलं. पण बिलावरून मी केलेला कॉल इंटरनॅशनल होता एवढे त्याने नक्कीच ओळखले होते. मी एखाद्या मित्राला फोन करत होते का असे त्याने आडवळणाने विचारलेच.

"अब्दुल्ला तू जरी माझ्याशी घसट वाढवतो आहेस तरी याचा अर्थ मी तुझ्या ताब्यात आहे असं समजू नकोस, आणि मी कोणाला फोन केला होता वगैरे प्रश्न विचारण्याचा प्रयत्न करू नकोस." मी म्हणाले.

त्याने अचानक हात वर करून माझे स्तन पकडले. ''घसट म्हणजे अशीच वाढवायची असते असं तुला म्हणायचं आहे का?''

मी त्याला एकदम हिसका मारून दूर केले आणि त्याच्या तोंडावर एक फटका मारला. माझ्या या कृत्याने तो एकदम स्तंभित झाला, पण त्याचा गाडीवरचा ताबा सुटला नाही. काही मिनिटांत मला रस्त्यावरच्या दिव्याच्या उजेडात दिसले की त्याचा ओठ सुजला होता आणि त्यातून रक्त ठिबकत होतं. मी त्याला तोंड पुसून घ्यायला सांगितलं, नाही तर त्याची बायको त्याला प्रश्न विचारेल असंही बजावलं. परत एकदा आत्याला सर्व सांगावं असं मनात आलं. पण मला त्यांच्या नात्यात दुरावा निर्माण करणे मनापासून नको होते. इतर नातेवाईकांना तर मी आवडले नव्हतेच, त्यात आणखी एकाची भर पडली असती.

आता मात्र मी विचार करू लागले की मी त्यांना खरंच आवडत नव्हते, की मला त्यांच्या सारखीच एक कुर्दीबाई बनविण्यात त्यांना अपयश आलं होतं म्हणून ते सर्व निराश झाले होते? कुर्दिस्तानच्या बाहेर एक विशाल, सुंदर जग होते. त्यातल्या कोणा एकाने जरी माझी बिकट परिस्थिती ओळखून मला धीर देण्याचा प्रयत्न केला असता तरी मला किती आनंद झाला असता. पण माझ्याकडे फक्त आईचा फोन नंबर होता! एकदा वाटले तिला फोन करून यावे. परंतु माझ्यासाठी असलेले तिचे शेवटचे शब्द मला आठवले. ती म्हणाली होती की, मला वाटलं तर मी छपरावरून उडी घेऊन आत्महत्या करावी, पण कुर्दिस्तानातून बाहेर पडण्यास मला मार्ग नव्हता.

क्वचित कधी कधी मला आजोळ घरी जायची परवानगी मिळे. माझा मावस भाऊ वाशीन गाडी घेऊन मला न्यायला येत असे. मी तेथे जाण्याचे मुख्य कारण सी.एन.एन. किंवा बी.बी.सी. सारखे टी.व्ही. चॅनेल्स बघणे हे होते. आजोबांकडे सॅटलाईट टी.व्ही. होता. वडलांकडे मात्र स्थानिक चॅनेल्स होती तिथे कधीही सिनेमा, गाणी करमणुकीचे कार्यक्रम काही नसे.

एके दिवशी त्या घरी मी टी.व्ही. बघत बसले होते. काही वेळातच मला वडलांच्या घरी नेऊन सोडण्यात येणार होते. तेवढ्यात माझा एक मामा धावत खोलीत शिरला. त्याने अल् जझिरा ही अरब वाहिनी बघायला सांगितले.

त्या वाहिनीवर दोन अति उंच इमारतींमधून धुराचे लोटच्या लोट बाहेर येताना दिसत होते. मग मला एक विमान जवळच्या दुसऱ्या इमारतीकडे जाताना दिसले. ते इमारतीमागे दिसेनासे झाले होते. पण तो केवळ दृष्टिभ्रम होता. ते विमान वेगाने येऊन त्या इमारतीवरच धडकले होते. अकरा सप्टेंबरच्या सकाळी अमेरिकेवर झालेला तो हल्ला बघताना मी बधीर होऊन गेले, मला काहीच समजेनासे झाले.

''अरे, त्या वेश्यांच्या पोटी जन्म घेतलेल्यांनी हे कृत्य केलं आहे. माझा तर

विश्वासच बसत नाही.'' माझा मामा ओरडला.

त्या हल्ल्याला कोण जबाबदार होते हे त्याला माहीत नसावे. पण अरब दहशतवादी त्यामागे असावेत हा त्याचा अंदाज बरोबर होता. सॅटलाईट टी.व्ही. नसलेले आजूबाजूचे शेजारी घरात आले. हल्ल्याची दृश्ये परत परत दाखवली जात होती आणि बाहेरचे लोक घरात शिरत होते. खोलीत भरपूर गर्दी झाली होती. त्या पुरुषांच्या गर्दीत मी एक अनोळखी बाई होते हे कोणाच्या लक्षातच आले नव्हते. मी माझ्या हातावर जखम करून घेतली तेव्हा माझी जखम बांधणारी माझ्या आईची मोठी बहीण रडू लागली. इथे आल्यावर काही दिवसांनी मला समजले होते की, या माझ्या मावशीचे सोळाव्या वर्षी लग्न लावून दिले होते. परंतु काही दिवसांतच तिचा नवरा दोन जमातींच्या भांडणात मारला गेला होता. तिला पुन्हा लग्न करण्यास मनाई करण्यात आली होती. नवऱ्याच्या पश्चात परत लग्न करणे हा नवऱ्याविषयी दाखविलेला अनादर समजण्यात येई.

इतका दुष्ट, भीतिदायक हल्ला करून अरब जगताला काय मिळणार होते? पुरुषांनी खच्चून भरलेल्या त्या खोलीत नाना तर्कवितर्क लढविले जात होते. जॉर्ज डब्ल्यू बुश अरब जगतावर हल्ला करणार यावर दुमत नव्हते. परंतु कोणत्या देशावर या विषयी मतभेद होते. सर्वांना आशा वाटत होती की, इराकच्या दक्षिण भागात हल्ला होईल. म्हणजे कुर्दींचे काम अमेरिकेने केल्या सारखेच होते. सद्दाम हुसेनची सद्दी संपल्याचे सगळ्यांनीच मान्य केले. परंतु हे तर्क म्हणजे केवळ मनातील आशांना पंख फुटल्यासारखे होते.

मी घरी आले तोपर्यंत वडलांच्या कानावर बातमी आली होती. ते म्हणाले, ''याचा परिणाम म्हणजे इराकमध्ये आता परत युद्ध पेटणार. यावेळेस सद्दाम हुसेनचा अंत होऊ दे अशी प्रार्थना मी रोज करेन. १९९१ मध्ये संपलेल्या आखाती युद्धाची आठवण होऊन ते म्हणाले, ''यावेळेस मात्र त्यांनी सद्दामचा खातमा करून टाकावा. आपल्या कुर्दी लोकांवर हल्ले चढविण्याची भाषा तो कायम करत असतो. अजूनही त्याच्याकडे कुठेतरी लपवून ठेवलेला रासायनिक शस्त्रांचा साठा असावा असा अंदाज आहे.'' वडील भराभर बोलत राहिले.

अकरा सप्टेंबरच्या हल्ल्याची गोष्ट सर्वांच्या तोंडी होती. मी मात्र माझ्यावर ओढवलेल्या कठीण प्रसंगातच अडकून पडले होते. अमेरिकेने सर्व बाजूंनी इराकवर हल्ला चढविला आणि जर का सर्व सीमा खुल्या झाल्या असत्या तरच मला माझ्या सुटकेचा काही मार्ग दिसणार होता. प्रत्येक दिवस उगवत होता तो पोटात भीतीचा गोळा घेऊनच. रोज मला वाटायचं की वडील माझ्या एखाद्या चुलत भावाला माझ्या लग्नासाठी शोधून काढतील. एके दिवशी खरोखरच वडलांनी मला माझ्या भविष्याविषयी बोलण्यासाठी मला आमंत्रित केले. माझे हृदय बंद पडायची वेळ आली. नक्कीच

त्यांनी आणि त्यांच्या नातेवाइकांनी मिळून माझ्यासाठी वर शोधला होता. पण तो विषय त्यांनी काढला नाही त्यामुळे माझा जीव भांड्यात पडला. अलीकडे त्यांच्या डोक्यात माझ्या शिक्षणाचा विचार घोळत होता. त्यामुळे दोहुक विद्यापीठात मी एखादा कोर्स करावा असे त्यांनी मला सुचविले. या त्यांच्या प्रस्तावावर माझी द्विधा मन:स्थिती झाली. मी विद्यापिठात गेले तर माझी घरातून काही वेळासाठी सुटका होणार होती हे निश्चित. परंतु त्या बरोबरच 'एक लग्नाची मुलगी' अशीच माझी ओळख विद्यापीठातील तरुणांमध्ये असणार होती. इथले सामाजिक रितीरिवाज कशा प्रकारचे आहेत याचा मला परिचय झाला होता. इथला पुरुष एखादी 'स्वतंत्र' म्हणजे लग्न न झालेली मुलगी कोणत्या ना कोणत्या समारंभात, विशेषत: लग्न समारंभात बघत असे. त्याला जर का ती आवडली तर तो आपल्या आईला लग्नाची मागणी घालण्यासाठी त्या मुलीच्या घरी पाठवत असे. जर्मनीत मिखाईलकडून माझ्याबाबतीत हेच घडले होते. समोरच्या घरातील मुलींबरोबर गप्पा मारताना मला समजले होते की, विद्यापीठ म्हणजे वधू सूचक मंडळच होते. त्यामुळे वडलांना सरळ उत्तर न देता शिक्षणक्रम निवडण्यासाठी मला विचार करायला हवा असे सांगून मी वेळ मारून नेली.

विद्यापीठात जाण्यास मी चालढकल करत आहे असे पाहून मला परत एकदा चेचण्यात आले. आजोळी जाणे आणि तिथे टी.व्ही. बघणे बंद करून टाकण्यात आले. तशीही मी क्वचितच तिकडे जात असे, काही तासांसाठी. पण तेवढ्याने सुद्धा घरातील कैदेत वाढ झाली. शेजारची मुले छतावर नसतील तेव्हा मी पुढच्या अंगणात फिरत असे, पण तेवढ्यामुळे पुरेसा व्यायाम, शारीरिक हालचाल होत नसे. मी इंग्लिश सिनेमातून बघितले होते की सराईत आणि गंभीर केलेल्या कैद्यांना सुद्धा कारागृहात माझ्यापेक्षा पुरेशी मोकळी जागा मिळत होती. इथे घरात तर माझ्याबरोबर बोलण्यास सुद्धा कोणी नसे. वडील कामावर जात, आजी आणि माझ्यातून विस्तव सुद्धा जात नसे, बोलणे तर दूरच. आजीला घराची साफसफाई करताना किंवा भांडी घासताना मदत हवी असेल तर तेवढ्यापुरती ती माझ्याशी बोले. अर्थात ती कामे सुद्धा माझ्या या एकांतवासात करायला मला बरे वाटे.

बागेत फिरणाऱ्या प्रत्येक पालीला मी ओळखू लागले.

कुठली पाल भिंतीच्या कुठल्या बिळात जाणार हे मला माहीत झाले. कधी कधी तर माझे, ''अगं लिझी तिकडं जा'' किंवा 'हॅलो लिझी' असे पालींबरोबर एकतर्फी संभाषण चाले!

''तुला अशाने वेड लागेल'' मी स्वत:ला बजावले आणि त्या संध्याकाळी मी विद्यापीठात जाण्यास तयार असल्याचे वडलांना सांगून मोकळी झाले.

वडलांनी कायद्याचे शिक्षण देणाऱ्या प्रोफेसरबरोबर भेट ठरवली. मी हिजाबने

पूर्ण डोके झाकले, लांबलचक स्कर्ट घातला आणि वडलांबरोबर विद्यापीठात गेले. आम्ही तेथे गेलो तेव्हा दोन तरुण मुलगे तिथे होते. वडलांचे प्रोफेसरबरोबर चालू असलेले बोलणे संपेपर्यंत ते दोघे तिथेच थांबले. वडलांनी त्या प्रोफेसरला सांगितले की, ऑस्ट्रेलिया आणि जर्मनीमध्ये माझे उत्तम प्रकारे शिक्षण झाले आहे. मी विद्यापीठात कधीपासून जाऊ शकते याची चौकशी त्यांनी केली. मला तिथे प्रवेश मिळण्यात काहीच अडचण नव्हती. परंतु प्रिन्सिपलबरोबर बोलूनच त्यांना माझी वेळ ठरवावी लागणार होती. आम्ही कॉलेजच्या व्हरांड्यातून निघालो. आमच्या मागोमाग ते तरुण चालू लागले. त्यातला एक वडलांना ओळखत असल्याचे त्याने सांगितले. पण तो कुठे, कधी भेटला हे आपल्याला आठवत नसल्याचे वडलांनी त्यांना सांगितले. ती मुले मला न्याहाळत होती. त्यांची नजर माझ्या सर्वांगावरून फिरत होती. मी स्वत:शीच हसले. ''झालं सगळं इथं सुरू'' मी मनात म्हटलं. त्या मुलाने वडलांना कॅफेत येण्याचे आमंत्रण दिले. वडलांनी ते स्वीकारले! कॅफेत चहा पिताना त्यांच्या इकडच्या तिकडच्या गप्पा चालू झाल्या. मला जास्तीतजास्त न्याहाळण्याचा तो एक बहाणा होता, हे मी ओळखले. बाबांबरोबर गप्पा मारताना त्याचे डोळे मात्र माझ्याकडेच वळत होते. तेथे बसलेली असतानाच माझा निर्णय झाला. विद्यापीठात जाणे माझ्यासाठी धोक्याचे होते. मी परदेशात शिक्षण घेतलेली एक कुर्दी मुलगी होते. त्यांच्या दृष्टीने 'मोकळी' होते. पण माझ्या दृष्टीने मी त्यांच्यासाठी 'मोकळी' नव्हते. 'विद्यापीठात मी जाईनच असं नाही.' घरी परत येताना मी वडलांना सांगून टाकले. त्याचे कारणही मी लगेच सांगितले. दोन्ही देशांत पूर्ण केलेल्या अभ्यासक्रमापेक्षा विद्यापीठातील अभ्यासक्रम बऱ्याच कनिष्ठ प्रतीचा होता. अशा शिक्षणाने माझा काहीच फायदा होणार नव्हता. त्यांना माझे कारण पटलेले दिसले. आता पुढे कधी मला ते विद्यापीठात जाण्यास भाग पाडणार नाहीत अशी मी आशा केली.

या घटनेनंतर तीन दिवसांनी घराचे दार वाजले. वडील घरी नसताना मला दार उघडण्याची परवानगी नव्हती. आज मात्र आजीनेच मला कोण आलेय ते बघायला सांगितले. छान! तेवढी तरी परवानगी मला मिळाली होती. दाराबाहेर चाळिशीची एक बाई पूर्ण मुस्लीम पोषाखात, हातात लाल रिबन बांधलेला एक खोका घेऊन उभी होती. तिने घरातील स्त्री कोठे आहे म्हणून पृच्छा केली. मी तिला बायकांची खोली दाखविली. घरात कोणी पुरुष माणूस नसताना पुरुषांच्या खोलीत बसायला बायकांना तशी कोणाची हरकत नसे. पण पुरुषांच्या त्या आरामशीर खोलीत तिला घेऊन जाण्याचा अधिकार मला नव्हता. आजीला हाक मारेपर्यंत ती बाई खोलीतल्या उशीवर बसून बंद टी.व्ही.कडे बघत होती. क्रोशाने विणलेला जाळीदार पडदा टाकून टी.व्ही. झाकला होता. जेव्हा मी झाकलेला टी.व्ही. बघितला तेव्हा बाहेर पडणारे हसू मला दाबून टाकावे लागले. इथे तर टी.व्ही.ला सुद्धा बुरखा घालणे भाग होते!

मी माझ्या खोलीत गेले. त्या दोन बायका सुमारे एक तास बोलत बसल्या होत्या. इथे कैदेत वेळ कसा घालवायचा या विचारातून मी विणकाम शिकून घेतले होते. खोलीत बसून मी आत्याच्या होणाऱ्या बाळासाठी मोजे विणत बसले. या अवस्थेत ओजोने मला बघितले तर त्याला काय वाटले असते? माझ्या मनात विचार आला. डोके मागे झुकवून तो हसला असता की त्याला रडू आले असते? त्याला रडू आले असते. माझी खात्री होती.

"ही आपल्या नात्यातील आहे. विद्यापीठात तू तिच्या मुलाला बघितलं आहेस." आजी म्हणाली. त्या बरोबर त्या बाईने हातातले ते खोके माझ्यापुढे केले. नक्कीच त्या खोक्यात मिठाई होती. माझा हात खोके घेण्यासाठी पुढे होत होता, इतक्यात आजी पुढे म्हणाली, "हिच्या मुलाला तू खूप आवडली आहेस. तुझ्याशी त्याला लग्न करायचं आहे. तुझी आई इथे नसल्यामुळे हिने मला तुला विचारायला सांगितलंय."

माझा हात मी मागे घेतला. "मी काय उत्तर द्यावं अशी तुझी अपेक्षा आहे? एकतर या बाईला मी ओळखत नाही. हिच्या मुलाला मी अगदी थोडा वेळ विद्यापीठात भेटले आहे आणि आता माझ्याशी लग्न करायचंय? काय मूर्खपणा आहे हा?"

मी पाहुणीकडे वळले. "मला तुमचा अपमान करायचा नाही. पण माझं उत्तर 'नाही' असं आहे. ज्याला मी फक्त काही मिनिटं बघितलं आहे त्याच्या बरोबर लग्न करणं कसं शक्य आहे?"

मी खूप नशिबवान होते. निदान लग्नापूर्वी मी मुलाला बघितले होते. इतर मुली तर इमामापुढे लग्न करायला उभ्या राहिल्या की होणाऱ्या नवऱ्याला प्रथम बघतात; असे मला ती बाई सांगू शकली असती. पण निराश झालेली ती मुलाची आई निघून गेली.

"तू दिवसेंदिवस काही तरुण होत जाणार नाहीयेस." आजी म्हणाली, "मुलींची लग्न पंधराव्या वर्षी होत आहेत. जशी वर्ष जातील तशी वधू म्हणून तुझी किंमत लग्नाच्या बाजारात घसरेल. मग मात्र मनासारखा नवरा मिळणं कठीण होईल."

"तुझ्या डोक्यात शिरत नाही का?" मी तिच्यावर ओरडले, "केवळ वय वाढलंय म्हणून मी कोणाही बरोबर लग्न लावणार नाही. एकविसाव्या वर्षीच मी म्हातारी झाले काय? शिवाय लग्नाच्या बाजारात माझी किंमत ठरवण्याचं धाडस तुझ्याकडून होतं तरी कसं? जणू काही मुलीचं वय ही एकच गोष्ट लग्न ठरविताना पुरुषांना महत्त्वाची वाटते की काय? 'प्रेम' हा शब्द तरी तू कधी ऐकला आहेस का? मला शंकाच आहे. तुझ्याकडून प्रेम वगैरे भावना मला तरी कधी जाणवली नाही." इतकं बोलून मी माझ्या खोलीत गेले आणि पलंगावर पडून अश्रूंना वाट मोकळी करून दिली. मला मागणी घालायला आलेली ती पहिलीच आई होती. पण मला

खात्री होती की ती नक्कीच शेवटची ठरणार नव्हती.

नातेवाईक, मित्र, भाच्या, चुलत भाऊ अशा सगळ्यांकडून मला लग्नाची निमंत्रणे येत असत. दरवेळेस मी डोकेदुखीचं निमित्त सांगून जाणे टाळत असे. आजीची स्वयंपाकघरात खुडबूड चाले आणि मी माझ्या खोलीत किंवा बागेत जाऊन पालींबरोबर गप्पा मारत बसे. पण तरी सुद्धा एखाद्या समारंभाला मला जावेच लागे.

२००१ च्या शेवटाला बर्फाने डोंगरांना टोप्या चढविणे सुरू केले. माझा वाढदिवस आला आणि निघून गेला. मग मात्र अमेरिकेहून आलेल्या बातम्यांमुळे शहर एकदम गजबजून गेले. ओसामा बिन लादेनचा बदला घेण्यासाठी दहशतवादाचे प्रशिक्षण देणाऱ्या त्यांच्या केंद्रावरच अमेरिकेने हल्ले चढविले होते. अमेरिकेला ओसामाची सत्ता उलथवून टाकायची होती. हे हल्ले जरी मुस्लीम बांधवांवर होत असले तरी कुर्दिस्तानात आनंदाचा जल्लोष होता. एकतर हल्ले अरबांवर होत होते आणि अरब कायम कुर्दिस्तानला विरोध करत. इतिहास याचा साक्षी होता.

त्या जल्लोषात माझे वडीलही सहभागी झाले. त्यांना आशा होती की तालिबानी पूर्णपणे उखडले जातील आणि कुर्दिस्तानात शांततेचे आगमन होईल. माझे वडील आणि शहरातील लोकांना आशा वाटत होती की, अमेरिकेने त्यांची लष्करी ताकद अफगाणिस्तानात दाखविली की, कदाचित सद्दाम हुसेनची मस्ती कमी होईल आणि तो त्याच्या प्रजेवर थोडीफार दया दाखवेल.

खलिद, माझे वडील विद्यापीठात मी जावे म्हणून सारखेच माझ्यामागे लागले. पण आता नकार देण्यासाठी कायदेशीर मार्गच सापडला होता म्हणा ना. विद्यापीठात सर्व विषय अरबी भाषेत शिकविले जात. अरबी ही कुर्दी भाषेपेक्षा पूर्ण निराळी भाषा आहे. पर्शिअन, भारतीय, तुर्की आणि थोडी अरबी अशा चार भाषांच्या मिश्रणाने कुर्दी भाषा अस्तित्वात आली आहे. माझे अरबी भाषेचे ज्ञान अगदीच जुजबी होते. त्यामुळे विद्यापीठात शिकणे मला शक्य नव्हते. अर्थात मी अरबी भाषा शिकत होते ही गोष्ट वेगळी. शेवटी एकदा माझी अडचण वडलांना समजली. अर्थात त्यामुळे ज्या लग्नाळू मुलांनी मला बघितले होते किंवा माझ्याविषयी ऐकले होते त्यांच्याकडून माझ्यासाठी मागण्या येणे थांबणार नव्हते. तो मला सतत भेडसावणाराच प्रश्न होता. आतापर्यंत मी बहुतेक लग्नाची आमंत्रणे टाळत आले होते. पण एक दिवस माझ्या आजीलाच लग्नाचे आमंत्रण मिळाले. आता मात्र मला एकटीला घरी ठेवणे अशक्य होते. त्या दिवशी माझ्या सगळ्या आत्या घरी जमल्या. मी माझे नेहमीचे अर्धशिशीच्या दुखण्याचे निमित्त पुढे केले. पण मला ॲस्पिरीनची गोळी घेण्यास सांगण्यात आले. मला त्यांच्याबरोबर जावेच लागणार होते.

ही माझी बहीण लग्नापूर्वी एक दोन वेळा होणाऱ्या नवऱ्याला भेटली होती. लग्न वराच्या घरी दोहुक शहराच्या भरवस्तीत होणार होते. बायकांचा नेहमीचा

तमाशा तिथे चालू होताच. गरीब बिचारी नवरी स्वत:चे कुवारपण सिद्ध करावे लागणार म्हणून पांढरा शुभ्र गाऊन घालून बसली होती. (ती कुवारी असू दे, अशी मी तिच्यासाठी प्रार्थना केली.)

बायका त्यांच्या खोलीत बसल्या होत्या. पुरुषमंडळी वराला घेऊन त्यांच्या आरामशीर खोलीत बसून हुक्का ओढत मजेत गप्पा मारत होती. जेवणाची वेळ झाल्यावर बागेत ठेवलेल्या एका मोठ्या टेबलाभोवती सर्व पुरुष मंडळी जमली. नेहमीप्रमाणेच त्यांना पहिल्यांदा जेवण वाढण्यात आले. पुरुषांनी सर्वांत चांगले मटणाचे तुकडे आणि इतर पदार्थांतील सगळा उत्तम भाग रिचवला. त्यांनी ढेकरा दिल्यावर उरलेले जेवण बायका-मुलांना दिले गेले. पुरुषांचे आणि बायकांचे घोळके इकडून तिकडे जाताना प्रत्येक पुरुषाची नजर माझ्यावर होती. ते मला सावज समजत होते. अशावेळी मुलींची लग्नासाठी शिकार करण्याची नामी संधी पुरुषांना मिळत असे. बऱ्याच जणांनी मला 'हॅलो' म्हटले. पण आतापर्यंत मी समजून चुकलो होते की हॅलोच्या मागचा अर्थ काही वेगळाच असतो. मी मलाच समजावत राहिले की असा विचार करणे मूर्खपणाचेच नव्हे तर अशा विचारांच्या आहारी जाणे बरे नसते, कोणी पुरुषाने हॅलो करणे ही एक सहज होणारी क्रिया आहे.

पण अर्थातच माझ्या अंतर्मनाने दिलेला इशारा खरा ठरला. लग्नाच्या दुसऱ्याच दिवशी एक बाई रिबन बांधलेला खोका घेऊन दारात उभी राहिली! ती कोण आहे हे तिला विचारण्याची मला गरजच वाटली नाही. कोणातरी लग्नाळू मुलाची आई माझ्या आईवडलांना भेटायला आली होती, मला मागणी घालण्यासाठी. या वेळेस त्या बाईला माझे वडील भेटले. अर्थात मी नकारार्थी मान हलवली. तो मुलगा कोण होता याची थोडी देखील कल्पना मला नव्हती. अशा मुलाच्या हाती मी माझे आयुष्य सोपवायचे आणि ते सुद्धा साध्या पुठ्ठ्याच्या खोक्यातल्या मिठाईसाठी?

माझे नैराश्य वाढत चालले. ओजोचा आवाज कानी पडला असता तर मला जरा धीर आला असता. माझे मन जाणून घेणारी बाहेरच्या जगात ती एकच व्यक्ती होती. जूनमध्ये मी जेव्हा इथे आले तेव्हा त्याला फोन करायचे वचन दिले होते. आता डिसेंबर आला होता. मी संपर्क साधेन ही आशा त्याने सोडली असणार. जर्मनीतच असणाऱ्या माझ्या आईकडे त्याला जाता येणार नव्हते. आईला माझ्या या काळ्या मित्राविषयी कल्पना होती. आम्ही कुर्दिस्तानात येण्यापूर्वी ती ओजोविषयी किती खुनशीपणाने बोलली होती ते मला आठवत होते. तिने तर ओजोला बघितले सुद्धा नव्हते. त्या वेळेस मिखाईलबरोबर माझे लग्न ठरत होते. त्यामुळे मी ओजोला घरापासून लांब ठेवणेच पसंत केले होते.

काहीतरी करून इथल्या गोष्टी बदलणे मात्र आवश्यक होते. मी इथे फरशा पुसत वेळ घालवणारी मुलगी नाही याची माझ्या वडलांना कल्पना होती. त्यामुळे

आता माझ्यापुढे काय ताट वाढण्यात येणार आहे याची मी वाट बघत होते.

"तुझ्याबाबत काय निर्णय घ्यावा याचा मी विचार करतो आहे." वडील एक दिवस मला म्हणाले. मी पुढे येणाऱ्या संकटाला तोंड देण्यासाठी सज्ज झाले. बहुतेक त्यांच्या पसंतीचा मुलगा त्यांनी माझ्यासाठी शोधला होता.

"तुझ्या व्हिआन आत्याच्या ऑफिसमध्ये तुझ्यासाठी एक नोकरी शोधली आहे. त्यांच्याकडे सेक्रेटरीसाठी एक जागा आहे. मला असं वाटतं की तुझ्यासाठी ही चांगली नोकरी आहे. पण तुझी आत्या ऑफिसमध्ये असेल त्या वेळातच तुला तेथे काम करावं लागेल. ऑफिसला जाताना ती तुला घेऊन जाईल, परत येताना घरी सोडेल." अर्थात नोकरीच्या जागी तरुण मुलगे असणारच होते. मागणी घालायला त्यांच्या आया येणारच होत्या. तरी सुद्धा स्वत:च्या प्रारब्धाची काहीच कल्पना नसणाऱ्या माझ्यासारख्या मुलीचा एकेक दिवस पुढे सरकायला मदत झाली असती. अर्थात त्या जागी काम करताना माझ्या भावनांवर काय प्रहार होणार होता किंवा असे म्हणू की माझ्या जिवाची काय घालमेल होणार होती त्याची मी कधीच कल्पना करू शकले नसते.

■

आठ

माझी आत्या बांधकाम व्यवसायातील एका कंपनीत इंजिनिअर म्हणून काम करत होती. एका घराचेच रुपांतर ऑफिसमध्ये करण्यात आले होते. हॉलचे रुपांतर स्वागत कक्षात आणि बाकीच्या खोल्यांतून ऑफिसेस होती. दरवाजाबाहेर पिकलेल्या दाढीचा एक म्हातारा माणूस हातात एके ४७ घेऊन अंगरक्षक म्हणून बसत असे. आम्ही ऑफिसात पोहोचलो की तो आमच्याकडे बघून हसे आणि हातातल्या ग्लासातून चहाचा घोट घेई. खरंच ऑफिसवर कोणी हल्ला केला तर याचा कितपत उपयोग होईल याची मला शंकाच होती.

ज्याच्या हाताखाली मला काम करायचे होते, त्या झानाबरोबर माझी ओळख करून देण्यात आली. नंतर मला समजले की हा झाना कुर्दिस्तानचा अध्यक्ष मसूद बरझानीच्या नात्यातला होता. मजबूत बांध्याच्या आणि तल्लख बुद्धीच्या झानाने लहान मिशा राखल्या होत्या. धंद्याच्या निमित्ताने त्याने जवळजवळ सर्व युरोप पालथा घातला होता. तो बऱ्यापैकी इंग्लिश बोले. माझ्या आत्याने झानाच्या समोरच मोठ्या अभिमानाने झानाच्या बुद्धिमत्तेची, अनुभवाची वाखाणणी केली. मला कळेना हा माणूस कंपनीत कशासाठी काम करतो आहे. खरे म्हणजे राजकारणात शिरला असता तर आतापर्यंत तो एक मोठा नेता झाला असता. मी विचार केला की कदाचित इथे पैसा चांगला मिळत असावा. त्याच्या बरोबर मला एकटीला सोडून जाताना आत्या आनंदात होती. आत्या गेल्यावर त्याने माझी चौकशी सुरू केली. आत्याने माझी फारशी माहिती झानाला दिली नव्हती. कारण मी ऑस्ट्रेलियात वाढल्याचे त्याला माहीत नव्हते. माझ्या आईने मला कुर्दिस्तानात आणून सोडून दिले होते आणि ती एकटीच परत गेली होती, ही गोष्ट झानाला सांगताना त्यात लपवून ठेवण्यासारखे काही नव्हते असे मला वाटले. मला परत जायचे होते पण माझ्याकडे पासपोर्ट नव्हता. त्यामुळे उगीचच घरात बसून मला वेळ फुकट

घालवावा लागतो हे सुद्धा मी सांगून टाकले. फक्त माझे गुपित मी माझ्याजवळच ठेवले. जगात फक्त तीनच व्यक्तींना ती गोष्ट माहीत होती. मिखाईल, ओजो आणि मी. या बाबतीत मी कोणावरच विश्वास ठेवणार नव्हते. अगदी मिखाईलवर सुद्धा. मी जर्मनीत नसताना त्याच्या कुर्दी नातेवाइकांत तो ही गोष्ट पसरवू शकत होता. त्याचे धंदे पोलिसात पोहोचविण्याची मी त्याला दिलेली धमकी आता निरर्थक होती. शिवाय मी कुवारी राहिले नसल्याची बातमी नातेवाइकांत पसरली की, तो माझ्याशी जबरदस्तीने लग्न करू शकला असता.

ओजोच्या बाबतीतली गोष्ट वेगळी होती. मी त्याला विसरून गेले असे तर त्याच्या मनात आले नव्हते? तो माझ्या प्रेमात पडला होता आणि मग मी काही दिवस सुट्टीवर जात आहे असे सांगून त्याला फसवले होते, ही गोष्ट तो त्याच्या मित्रांना सांगू शकला असता. नाना प्रकारचे विचार मला सतावून सोडू लागले होते आणि मी एका नव्या पुरुषाबरोबर, झानाबरोबर काम करायला सुरुवात केली होती. तोच आता माझ्या गत आयुष्यासंबंधी मला प्रश्न विचारू लागला होता. अर्थात त्याच्या मनात काही किल्मिष नव्हते, पण त्याच्या मित्रांत माझे लग्न व्हायचंय हे तो सांगू शकला असता.

डोक्यात प्रश्नांनी गर्दी करून टाकली आणि प्रत्येक प्रश्न मला भेडसावू लागला.

मला दिलेले काम सोपे होते. जर्मनीत मी कॉम्प्युटर वापरायला शिकले होते. इथे एक जुना कॉम्प्युटर होता. पण त्याचा स्क्रीन गडद रंगाचा आणि कर्सर उघडझाप करणारा हिरव्या रंगाचा होता. कॉम्प्युटर बघितल्यावर माझ्या मनात पहिला विचार काय आला असेल तर आता मी माझ्या सर्व मैत्रिणींना एस.ओ.एस. आणीबाणीचा संदेश पाठवू शकत होते. पण ती आशा फोल ठरली. कारण तिथे इंटरनेट सेवाच नव्हती. कॉम्प्युटरचा उपयोग फक्त टाईप करणे आणि कॉप्या काढणे एवढाच होता. माझे प्रत्येक स्वप्न क्षणार्धात भंग पावत होते.

पण एकंदरीत माझ्या दिनक्रमाची घडी चांगली बसली. सकाळी आत्याबरोबर ऑफिसला जाणे, दुपार सरता सरता घरी परत येणे. निदान आता आख्खा दिवस आजीबरोबर घालविण्याचे संकट दूर झाले होते.

कंपनीत एक नवीन प्रकल्प आकारास येत होता. दोन दशलक्ष अमेरिकी डॉलर्स खर्च होणारा हा प्रकल्प म्हणजे लेक सिरीया - सिरीयातील सरोवरापासून - पाईपलाईन टाकून कुर्दिस्तानातील अत्यंत गरीब खेड्यांना पाणीपुरवठा करण्यासाठी अस्तित्वात येणार होता. युनो अर्थात संयुक्त राष्ट्रसंघाच्या देखरेखीखाली या प्रकल्पाचे काम चालणार होते. दोहुकला युनोचे ऑफिस होते - या प्रकल्पात ज्या बांधकाम कंपन्यांना रस होता त्यांची एकत्रित बैठक दोहुकमध्ये आयोजित केली

होती. झानाने मला 'या बैठकीला हजर राहशील का' असे विचारले. कुर्दी आणि इंग्लिश अशा दोन्ही भाषांत मी संभाषण करू शकत होते. युनोच्या ब्रिटिश प्रतिनिधीसाठी माझा दुभाषी म्हणून उपयोग झाला असता. बैठक युनोच्या आवारात होणार होती.

आवारातच बोर्डरूम होती आणि एक गोलाकार प्रशस्त टेबल तेथे मांडले होते. एकूण पंधरा कंपन्यांचे प्रतिनिधी हजर राहाणार होते. युनोचा प्रतिनिधी, ज्याचा उल्लेख यापुढे मी डेव्हिड असा करणार आहे, तो बरीच वर्षे युनोत काम करत होता. संपूर्ण मध्यपूर्वेत युनोच्या कामासाठी त्याला फिरावे लागत असे. एकीकडे आत्या आणि झानासाठी मी दुभाषाचे काम सुरू ठेवले होते; परंतु दुसरीकडे माझ्या मनात काही वेगळेच विचार दौडू लागले होते. हा चाळिशीचा राजबिंडा डेव्हिड लंडनचा होता. जर का माझी दयनीय स्थिती त्याला समजावून सांगायची संधी मिळाली, तर त्याला ती समजली असती आणि त्याने माझ्या मदतीसाठी काही ना काही प्रयत्न केले असते. तो युनोसाठी काम करणारा माणूस होता, युनोतील कर्मचारी मला मदत करू शकले असते.

बैठकीचे कामकाज अगदी ठरलेल्या शिष्टाचाराप्रमाणे चालले होते. त्यामुळे बैठकीनंतर मी त्याच्याबरोबर बोलायची संधी साधली. माझी आत्या जवळच उभी होती. ती मला त्याच्याशी फारसे बोलण्याची संधी देणार नव्हती. तरी सुद्धा एक परकीय माणूस स्थानिक बाईबरोबर बोलत आहे हे माहीत असूनही आम्ही दोघे काही वाक्ये बोलू शकलो. खरी गोष्ट अशी होती की तोच माझ्याकडे येऊन मी कोठून आले वगैरे विचारत होता, कारण माझे इंग्लिश संभाषण! त्याने तो प्रभावित झाला होता. मी त्याला सांगितले की मी मूळची ऑस्ट्रेलियाची आहे. 'मूळची' हा शब्द मी मुद्दाम वापरला कारण आत्याच्या कानी आमचे बोलणे गेलेच असते, तर ती या शब्दाला हरकत घेऊ शकली नसती. मला इथे या लहान गावात बघून त्याला मात्र आश्चर्य वाटले होते.

"तू आणि तुझी आत्या जान हॉटेलमध्ये चहा घ्यायला येता का?" त्याने विचारले.

"मी तिला विचारते." मी उत्तर दिले. पण आत्याचे उत्तर काय असणार याची मला कल्पना होती.

"नाही. ही वेळ चहा पिण्याची नाही." आत्या म्हणाली.

मी डेव्हिडला सांगितले की त्यानेच सांगितल्यानुसार आम्हाला ऑफिसमध्ये जाऊन पाईपलाईनच्या आराखड्याच्या कामाला लागले पाहिजे. त्याने त्याचे बिझिनेस कार्ड सर्वांना दिले आणि प्रत्येकाला मिळाल्याची खात्री करून घेतली. माझ्या हातात कार्ड देताना त्याची नजर माझ्यावर स्थिरावली आणि आम्ही निघालो तेव्हा त्याची

नजर माझ्याकडेच आहे याची जाणीव मला झाली.

दुसऱ्या दिवशी ऑफिसमध्ये फोन वाजल्यावर मी उचलला आणि लगेच त्याचा आवाज ओळखला. त्याने स्वत:चे नाव न सांगताच झानाला फोन देण्यास सांगितले. झाना बाहेर गेल्याचे सांगितल्यावर तो म्हणाला, ''एका अर्थी चांगलं झालं, कारण मला तुझ्याशीच बोलायचं आहे.''

मी त्याला 'थँक्स' म्हटले. माझ्या मनात जे होते तेच तो बोलला होता. त्याला त्याच्या भाषेत माझ्याशी बातचीत केल्याने खूप बरे वाटले होते. पण फोन करण्यामागे केवळ तेच एक कारण नसावे असे मला वाटले. त्याला मला परत भेटायचे होते असा संशयही मला आला. अर्थात स्पष्ट असे काही तो बोलला नव्हता. कदाचित ती गोष्ट अशक्यप्राय होती याची जाणीव त्याला असावी.

काही दिवसांनी त्याने परत फोन केला. त्याला झानाशी बोलायचे होते, पण झानाला फोन देण्यापूर्वी त्याने मला सांगितले की, ज्या कंपन्यांना पाईपलाईन प्रकल्पात सहभाग मिळवायचा होता, त्यांच्यासाठी पाईपलाईनला ज्या ठिकाणी सुरुवात करायची होती, ती जागा प्रत्यक्ष त्या ठिकाणी जाऊन बघायची व्यवस्था त्याने केली होती. त्यानंतर ज्या कंपन्या पाईपलाईन विषयी सूचना पाठवतील त्यांच्यातून तो कोणाला काम द्यायचे हे ठरवणार होता.

''तू दुभाषी म्हणून ये.'' त्याने आग्रहाने सांगितले.

सन २००२ च्या वसंतात आम्ही गेलो. त्या ठिकाणी थंडी आणि सोसाट्याचा वारा होता. त्या तुफान वाऱ्याला तोंड देत आत्या, झाना, मी आणि दुसऱ्या दोन कंपन्यांचे आलेले लोक या सर्वांचे डेव्हिडने स्वागत केले. त्यानंतर दगडधोंड्यांच्या त्या वालुकामय प्रदेशात आम्ही हिंडू लागलो. झानाच्या आणि आत्याच्या चर्चेकडे माझे लक्ष आहे असे मी भासवले, तरी माझी परिस्थिती डेव्हिडला कशी सांगावी याचाच विचार मी करत होते. असे जरी असले तरी एखाद्या बरोबर इंग्लिश बोलायला मिळणे ही साधी गोष्ट सुद्धा माझ्यासाठी आनंदाची पर्वणी होती.

अशी हाताशी आलेली संधी घालवायला तो पण तयार नव्हता. यावेळेस त्याने आम्हा तिघांना त्याच्याबरोबर हॉटेलमध्ये जेवायचे आमंत्रण दिले. झानाबरोबर असल्याने आत्याने होकार दिला. जेवायच्या जागी डेव्हिडने त्याच्या शेजारी मला जागा दिली. आम्हा दोघांना त्यामुळे दोन शब्द तरी बोलता आले असते. वर्षापूर्वी तो ऑस्ट्रेलियाला गेला होता आणि परत जाण्याची संधी शोधत होता. एकाच विमानात बसून मला माझ्या देशात जाण्याची ओढ लागून राहिली.

माझ्या डोळ्यांत अश्रू तरळले. मला ते आवरताच येईनात. आत्याने आणि झानाने ते बघितले की नाही मला सांगता येणार नाही पण डेव्हिडच्या मात्र ते लक्षात आले. त्याने अस्वस्थपणाने माझ्याकडे बघितले, पण तो गप्प राहिला. मला बरे

वाटावे म्हणून त्याने विषय बदलला. त्याने झानाला कंपनीविषयी प्रश्न विचारण्यास सुरुवात केली. त्यामुळे मला त्या दोघांच्या संभाषणाचे भाषांतर करावे लागले आणि मी ऑस्ट्रेलियातून बाहेर पडून सत्य परिस्थितीत आम्ही जेथे जेवण घेत होतो तिथे आले! किंवा मी असे म्हणेन की त्या खोट्या खोट्या 'बिझनेस लंचच्या' वातावरणात आले. कारण मला पक्के माहीत होते की, माझ्याबरोबर थोड्याफार गप्पा मारता याव्यात या हेतूने डेव्हिडने आम्हा तिघांना जेवायचे आमंत्रण दिले होते.

पुढचा त्याचा फोन मी ज्या शब्दांची अपेक्षा करत होते त्यासाठीच आला! तो फोनवर म्हणत होता, "लतिफा, तुझी आत्या आणि झाना या दोघांशिवाय फक्त आपल्यालाच दोघांना काही वेळासाठी भेटता येईल का?"

माझे हृदय थुई थुई नाचू लागले! तो भेटल्यापासून मी त्याला माझ्या मनातून बाहेर काढू शकले नव्हते. तो मला आवडला तर होताच, शिवाय आमच्या दोघांचा भूतकाळ काहीसा सारखा होता, म्हणून तो मला जवळचा वाटत होता. मला अशी आशा होती की कुर्दिस्तानातून बाहेर पडायला तो मला मदत करू शकेल.

"तुला मी भेटणं कसं शक्य आहे?" ना मी इथून बाहेर पडू शकत ना वडलांच्या घरातून आणि तू येऊन मला भेटू शकत नाहीस." 'मला लग्नाची मागणी घालायला तुझी आईही इथे नाही' मी त्याला विनोदाने सांगणार होते, पण वेळीच स्वत:ला सावरले. मला क्षणिक आनंद झाला होता, पण माझी दयनीय अवस्था मनोरंजन करावे अशी नव्हती.

"मी माझ्या ड्रायव्हरला तुझ्याकडे पाठवतो. तू झानाला सांग की पाईपलाईन संबंधात मला काही कागदपत्रं त्याला द्यायची आहेत. असं केलं तर चालेल का? तुला काय वाटतं?"

मी त्याच्या बोलण्यावर थोडा विचार केला. माझी आत्या ज्या दिवशी ऑफिसमध्ये नसेल त्याच वेळी हे जमू शकणार होते. कदाचित झाना या गोष्टीला कबूल झाला असता, कारण त्याला पाईपलाईन सारखा मोठा प्रकल्प मिळण्याची आशा होती.

"मी तुझ्या ऑफिसमध्ये फार वेळ थांबू शकणार नाही." मी म्हटले, "मी फक्त कागदपत्रं घेऊन जाण्यासाठीच आले आहे असंच दाखवावं लागेल आणि हे बघ तुला जी काय कागदपत्रं द्यायची आहेत ती तयार ठेव. उशीर झाला तर इथे सगळ्यांना संशय येईल."

"उफ्ऽऽ! लतिफा तू माझ्या ऑफिसमध्ये येऊ शकत नाहीस. कारण इथं खूप लोक असतात. त्यांची तोंडं उगीचच चालू होतील. त्यांना वाटेल तू मला इथे लाच देण्यासाठी आली आहेस किंवा आणखी काही संशय येईल. आपल्या दोघांसाठी ते धोक्याचं ठरेल. तू माझ्या घरी येशील का? ते युनोच्या आवारातच आहे. तसं करणं मला सुरक्षित वाटतं. माझा ड्रायव्हर विश्वास ठेवण्याजोगा आहे."

मी काय करायचे होते ते त्याने मला सांगितले. दुसऱ्या दिवशी आत्या शहराच्या दुसऱ्या भागात जाणार होती. ते ठिकाण युनोच्या आवारापासून दूर होते हे मला माहीत होते. मी झानाची परवानगी काढली आणि डेव्हिडचा ड्रायव्हर मला न्यायला आला. पांढऱ्या रंगाच्या त्या गाडीवर एका बाजूला यू. एन. अशी निळ्या रंगातील अक्षरे होती. झाना दारापाशी आला आणि मी गाडीत बसताना त्याने बघितले. मी त्याच्यासाठी पाईपलाईन संदर्भातील कागदपत्रे आणायला जाणार होते, याचे त्याला फार नवल वाटले होते. तो काहीसा प्रभावित झाला होता.

डेव्हिडचे घर पांढऱ्या रंगाचे आणि मोठे दुमजली होते. गेटवर आणि छतावर युनोचा झेंडा फडकत होता. ठरल्यानुसार मी पुढच्या दारातून घरात न जाता, ड्रायव्हरने दाखविल्याप्रमाणे मागच्या बाजूला असलेल्या स्वयंपाकघराच्या दारातून आत गेले. डेव्हिडची असिरीयन कामवाली कॅथॉलिक असल्यामुळे तिने हिजाबने डोके झाकले नव्हते. ती स्वयंपाकघरात काम करत होती. माझ्याकडे बघत तिने स्वागत केल्याप्रमाणे मान हलवली.

डेव्हिड माझी वाटच बघत होता. त्याने नेहमीचा रुंद गळ्याचा पांढरा शर्ट घातला होता. त्याने मला सोफ्यावर बसायला सांगितले. मला कॉफी घेणे आवडेल असे मी त्याला सांगितले. त्याच्याकडे फक्त नेसकॅफे असल्याचे त्याने दिलगिरीच्या स्वरात सांगितले. नेसकॅफे! जर्मनी सोडल्यापासून मी नेसकॅफे बघितलीच नव्हती, पिणे तर दूरच! मी आनंदाने 'नेसकॅफे चालेल', असे सांगितले. तो माझ्यासमोरच्या कोचावर बसला. आम्ही आनंदात गप्पा मारू लागलो. गप्पांच्या भरात आम्हाला आमचे वाढदिवस एकाच दिवशी असतात हे समजले. हा जर का शुभशकून नसेल तर मग दुसरा कुठला असणार होता? माझी ऑस्ट्रेलियाला परत जाण्याची इच्छा आहे पण मला कोणाची मदत नसल्याचे मी त्याला सांगितले. माझ्याजवळ जरी पासपोर्ट नसला तरी त्यावरची सर्व माहिती मी कागदावर लिहून ठेवल्याचेही मी त्याला सांगितले.

''मला शक्य असेल ती सर्व मदत मी तुला करेन लतिफा. मला खात्री वाटते की मी इथून तुझी सुटका करू शकेन.'' तो म्हणाला.

मला प्रश्न पडला की मला इथून का सुटका करून हवी आहे याची पुरेशी कारणे मी त्याला सांगितली आहेत की नाहीत? माझी सुटका लवकरात लवकर होणे आवश्यक होते. थोडे धैर्य दाखवून खरे कारण त्याला सांगावे का? की मी कुमारिका नाही आणि इतर अनेक मुलींप्रमाणे या कारणासाठी मला प्राण गमवावे लागतील?

काहीही विचार न करता मी सांगू लागले, ''डेव्हिड ही गोष्ट फक्त तुझ्या पुरती राहू दे, पण माझं इथून लवकर निघून जाण्याचं एक महत्त्वाचं कारण म्हणजे...''

मी सुरुवात केली.

काही न बोलता तो सोफ्यावर बसून होता, माझे बोलणे ऐकण्यासाठी.

''हे बघ, मी कुमारिका नाही. ते सगळं जर्मनीत घडलं. थोडं वाहवत गेलेल्या क्षणांचं बलात्कारात पर्यवसान झालं. मला तसं घडणं मान्य नव्हतं. पण ते झालं हे खरं!''

तोंडावर मूठ आणि गालावर बोट ठेवून तो माझा कबुली जबाब ऐकत होता. ''हे असं आहे तर!'' असं म्हणत जरा वेळ तो माझ्याकडे टक लावून बघत राहिला.

तो माझा दूरचा भाऊ होता हे त्याला सांगणे मला आवश्यक वाटले. पण मी स्वत:ला आवर घातला. त्याला एवढे सांगणे पुरेसे होते.

शेवटी एकदाचा तो बोलू लागला. ''तुझी परिस्थिती फारच गंभीर आहे. तू सर्व दृष्टीनं लग्नाला अगदी योग्य मुलगी आहेस हे माझ्या नजरेनं टिपलं आहे. मला वाटतं गावातील सगळी तरुण मुलं तुझ्यामागे असली पाहिजेत. तुझे वडील लवकरच तुझं लग्न करून देतील.''

''हो. आणि त्यानंतर माझा मृत्यू हा ठरलेलाच आहे. मी त्याला माझ्या चुलत बहिणीला दूर वाळवंटात नेऊन ठार करण्यात आल्याची गोष्ट सांगितली. जर्मनीत असताना मी ऐकलेली कुर्दी मुलीची गोष्टही त्याला सांगितली. कुटुंबाच्या प्रतिष्ठेसाठी मुलींना ठार करण्याच्या प्रथेविरुद्ध स्वीडनमध्ये राहणारी पेले झगडत होती. ती स्वत: एका स्वीडीश पुरुषात गुंतली होती. पण १९९९ मध्ये ती जेव्हा दोहुकला सुट्टीवर आली तेव्हा तिने कुटुंबाची इभ्रत धुळीला मिळवल्याच्या संशयाने पछाडून तिच्या काकाने तिला ठार केले होते.

''लतिफा, तुझ्यावर मी असा प्रसंग येऊ देणार नाही. मला शक्य आहे ते सर्व मी तुझ्या सुटकेसाठी करेन. तुला मी तसं वचन देतो.''

मला वाटले उठून त्याच्या गळ्यात हात टाकावेत, त्याला मिठी मारून त्याचे आभार मानावेत. कारण इथे आल्यापासून धीराचे चार शब्द माझ्याशी बोलणारा तो पहिलाच माणूस होता. त्याचे व्यक्तिमत्त्व मोठे लोभसवाणे होते. त्याच्यावर मी विश्वास टाकू शकेन असे मला वाटले. शिवाय तो युनोमध्ये काम करत होता. त्याच्यावर नाही तर कोणावर विश्वास टाकायचा?

आता मला निघणे भाग होते. गरजेपेक्षा मी तेथे जास्त वेळ थांबले असे मला वाटले. त्याने मला काही कागदपत्रे दिली. जेथून पाईपलाईनचे काम सुरू व्हायचे होते त्या भागाचा तपशील असलेला एक नकाशा त्याने मला दिला. मी जाण्यासाठी उठल्यावर त्याने हलकेच माझ्या गालाला स्पर्श केला. आम्ही दोघांनी एकमेकांचे हात हातात घेतले. मी त्याच्या डोळ्यांत बघितले.

''इतरांसारखं तू मला फसवू नकोस डेव्हिड.' मी मनात म्हणाले.

पुढच्या काही दिवसात मी तीन वेळा डेव्हिडकडे गेले. कारण नेहमीचेच, प्रकल्पाची झानासाठी कागदपत्रे घेऊन येणे. या भेटींमुळे आम्ही दोघे एकमेकांच्या जवळ आलो. दर वेळेस मी निघताना आम्ही एकमेकांना घट्ट मिठीत घेऊन चुंबन घ्यायचो. पण तेवढेच. त्यापुढे आम्ही गेलो नाही. त्याच्या सान्निध्यात मी माझा सर्व त्रास विसरून जात असे. त्याच्या संगतीत असणे मला आवडू लागले, त्याचा स्पर्श मला रोमांचित करू लागला. मी ओळखले की मी त्याच्या प्रेमात पडले होते. एखाद्या नाजूक कलिकेप्रमाणे आमचे उमलत जाणारे नाते हे फक्त आम्हा दोघांतले गुपित आहे असे मी समजून चालले होते. एकमेकांच्या सहवासात केवळ तीन वेळा एक तास असणे याला मी नातेसंबंध म्हणत होते. पण स्मार्ट, बुद्धिमान झानाने डेव्हिड माझ्याकडे आकर्षित झाला आहे हे केव्हाच ओळखले होते. युनोच्या ऑफिसमधली पहिली बैठक, पाईपलाईनची जागा, नंतरचे भोजन आणि डेव्हिडच्या घरी मी तीन वेळा दिलेल्या भेटी, किती जरी नाटक केले तरी झानापासून खरी गोष्ट लपून राहिली नव्हती.

एक दिवस झानाने त्याच्या ऑफिसमध्ये मला बोलावले आणि दार लावून घेतले.

''लतिफा, डेव्हिडविषयी मला तुझ्याबरोबर बोलायचं आहे.'' तो म्हणाला.

माझ्या पोटात भीतीने गोळा आला. त्याला माहीत आहे, त्याला नक्कीच माहीत आहे. माझा कसला प्रयत्न चाललाय ते? पण पुढे तो जे काही बोलला, त्याने मला इतका धक्का बसला की माझी बोलतीच बंद झाली.

''तू आमच्यासाठी एक खास कामगिरी करावीस असं मला वाटतं.''

आमच्यासाठी म्हणजे झाना आणि दुसऱ्या मालकासाठी असणार हे मी ओळखले.

''तुमच्या दोघांत काय चालू आहे ते मला माहीत आहे. त्यामुळे तू आम्हाला मदत करू शकशील.''

''तुला नक्की काय म्हणायचंय?'' आम्ही दोघांनी एकमेकांच्या डोळ्यांत रोखून बघितले. तो पोट पुढे काढून खुर्चीत रेलून बसला. त्याने सिगरेट पेटवली. बहुतेक तो शब्दांची जुळवाजुळव करत होता.

''तुझ्याकडून युनोतील काही महत्त्वाची बातमी मला हवी आहे.''

मी काय ऐकते आहे त्यावर माझा विश्वासच बसेना. हा काहीतरी विनोद होता ते नक्की. म्हणून मी गप्प बसून राहिले.

''तुझी आई आमच्यासाठी काम करते हे कदाचित तुला माहिती असेल. ती कुर्दिस्तानची प्रामाणिक सेवक आहे. अशा प्रकारची कामं करण्यास आवश्यक ते सर्व गुण तिच्यात आहेत आणि तू तिचीच मुलगी आहेस. पुरुष तर तुझ्यासाठी वेडे होतात, घाबरू नकोस मी स्वत: बघितलंय. तुझं इंग्लिश सफाईदार आहे. तू कुर्दी भाषा बोलतेस आणि तू बुद्धिमान आहेस.''

परत तेच शब्द! "तू तुझ्या आईची मुलगी आहेस." हेच शब्द माझी आजी माझ्याविरुद्ध बोलताना वापरत असे. हेच शब्द आता माझे कौतुक करण्यासाठी वापरले जात होते. मला हेरगिरी करण्यास प्रोत्साहन मिळावे म्हणून?

"तुला माहीत आहे लतिफा, कुर्दिस्तानच्या स्वातंत्र्यासाठी आपण कित्येक दशके झगडत आहोत, सद्दाम हुसेनच्या धोकेबाज, क्रूर सत्तेपासून पूर्ण स्वातंत्र्य मिळविण्यासाठी आपल्या लोकांचे बळी जात आहेत, कित्येकांचे हाल केले जात आहेत. आपली शहरं आणि गावं लुटली जात आहेत. काही वर्षांपूर्वी विषारी वायू सोडल्यानं हजारोंच्या संख्येनं आपली माणसं मृत्युमुखी पडली होती. आपल्याला युनोचं संरक्षण आणि मदत मिळणं अपेक्षित आहे. युनोची कार्यालयं इथेच आहेत, ते तुला माहीतच आहे."

बोलणे थांबवून बराच वेळ तो माझ्याकडे बघत राहिला. डेव्हिडच्या घरी जाताना माझा पाठलाग तर होत नव्हता? त्याच्या त्या नजरेने मी बेचैन होऊन गेले.

"आपले अनेक लोक पाश्चात्त्य जगात जाण्याची संधी शोधतात, कारण सद्दाम पुन्हा हल्ले चढवेल असं त्यांना वाटतं."

'लोक जायचे ते जावोत. पण मी जाऊ शकत नाही. कारण माझ्याकडे पासपोर्ट नाही. मी ना पाश्चात्त्य जगातील ना कुर्दिस्तानातील!' मी विचार केला.

त्याचे सर्व बोलणे माझ्या डोक्यात शिरले नव्हते. पण हेर, लोक देश सोडतात... अशा शब्दांमुळे मला कल्पना आली होतीच. शेवटी माझे तोंड उघडले.

"अरे, तुला काय वेडबिड लागलंय की काय? हेरगिरीबद्दल मला काय माहिती आहे? आणि मी कोणावर हेरगिरी करायची आहे?" मी प्रश्न विचारला खरा पण त्याचे उत्तर काय असेल ते मला माहीत होते.

त्याने तोंडातून धूर सोडला आणि वर जाणाऱ्या धुराकडे बघत म्हणाला, "डेव्हिड."

"तू वेडा माणूस आहेस. मी कोणावरच हेरगिरी करणार नाही." (आणि डेव्हिडवर तर नाहीच नाही. तो तर या शापित जगापासून दूर जाण्याचं माझं तिकीट आहे, मी मनाशी बोलले.)

"तू आमच्यासाठी हे काम केलंस तर मी तुला घरी जाण्यासाठी मदत करेन."

आणखी एक वचन! माझ्या मदतीसाठी आणखी एक तयार होता. कोणावर विश्वास ठेवणार होते मी?

माझ्या चेहऱ्यावरील अविश्वासाचा भाव त्याने टिपला.

"माझ्या ओळखीची काही मंडळी आहेत. त्यांनी नुसतं बोट हलवलं तरी तुझ्यासाठी बाहेरच्या जगाची दारं उघडली जातील. पण तू त्यांना मदत केलीस तरच ते तुला मदत करतील."

''झाना, गेल्या काही महिन्यांत मी जे काही ऐकलंय ते सर्व खोटं होतं. मला माझ्या स्वत:च्या आईनंच फसवलं आहे. माझ्या वडलांनी माझा शारीरिक छळ केलाय. माझं शरीर मिळविण्यासाठी एखाद्या कुत्र्याप्रमाणे लोक माझ्यामागे लागतात. मला तर एखाद्या कैद्याप्रमाणे घरात डांबून ठेवलंय. मी इथली नाहीच. माझा जन्म भले कुर्दिस्तानात झालेला असो. पण मी ऑस्ट्रेलियनसुद्धा आहे. सिडनीच माझं घर आहे, दोहुक नाही. तुझ्या सरकारसाठी अगर तुझ्यासाठी काम करायला सांगण्याचा अधिकार तुला नाही.''

बराच वेळ तो गप्प होता. ''तुला बाहेर पडण्यासाठी केवळ आम्हीच मदत करू शकतो.''

मला तर डेव्हिडने सुद्धा मदतीचे वचन दिले होते, आणि आता मला त्याच्यावरच हेरगिरी करायला झाना सांगत होता. आता मी कोणाची बाजू घेऊ? कोणाचे वचन खरे होते?

''तू मला काय करायला सांगणार आहेस?''

झाना खुर्चीतून उठून येरझारा घालू लागला.

''इराक आणि सद्दाम हुसेन बरोबर युनोचे नक्की संबंध कसे आहेत, ते तू आमच्यासाठी शोधून काढायचं आहेस.''

''तुझं डोकं तर फिरलं नाही? हे काम तर फार जोखमीचं आहे. अतिशय वरच्या दर्जाचं राजकारण आहे हे. उच्च पातळीवरची राजनीति!''

''जरा दम घे. आम्हाला फक्त इतकंच जाणून घ्यायचंय की युनो आणि इराकी सरकार यांची नक्की कोणत्या योजनेबाबत बोलणी चालू आहेत? युनो आपल्याला मदत करत आहे. पण आमच्या अंदाजानुसार सद्दाम हुसेनला सुद्धा त्यांची मदत मिळते आहे. त्यामुळे सद्दामला त्यांची नक्की काय प्रकारची मदत मिळत आहे ते आम्हाला जाणून घ्यायचं आहे. सद्दाम आणि युनो यांचे नक्की काय प्रकारचे संबंध आहेत हे समजणं अत्यंत महत्त्वाचं आहे. अर्थात या प्रकरणात आमचे दुसरे लोक काम करत आहेतच, पण तुला काय बरं म्हणू – हां डेव्हिडच्या ओळखीचा फायदा मिळेलच.''

''मला अजूनही नक्की कळत नाहीये की हा प्रकार काय आहे?''

तो परत खुर्चीवर बसला.

''असं समजू या पाईपलाईन प्रकल्पात युनो इराकची मदत घेणार असेल तर तू हा युनोचा प्रयत्न उधळून लावणार आणि मग सद्दाम हुसेननं त्याचं सैन्य कुर्दिस्तानात घुसवलं तर हजारो लोक परत गॅसनं मारले जाणार. हो ना?'' माझ्या या वर्मी लागणाऱ्या बोलण्याने मलाच दचकायला झाले आणि तो बावचळून गेला.

''तू करणार आहेस का?''

''काय करायचं? मला अजूनही माहीत नाही की तू मला नक्की काय करायला सांगणार आहेस.''

तो हसला. ''या डेव्हिडशी जरा जवळीक साध. त्याची कागदपत्रं वाच. ती कोणाकडून आली आहेत ते बघ. त्याचे कोणाबरोबर संबंध आहेत त्याचा शोध घे. आम्हाला इतकंच जाणून घ्यायचं आहे.''

''मी हे काम करणार नाही. मी काही हेर नाही. जरा दया दाखव, अरे मला यापूर्वी बऱ्याच जणांनी फसवलं आहे. आता मला...'' मी बोलणं अर्धवटच सोडलं.

''त्याला फसवायचं नाही असंच ना?'' माझं वाक्य पूर्ण करत तो म्हणाला, ''तुला ज्या व्यक्तीविषयी फारशी माहिती नाही त्याला तू काय फसवू शकणार आहेस, लतिफा?''

हा त्याचा मुद्दा मात्र योग्य होता. सुरुवातीपासून माझ्याच मनाने घेतले होते की डेव्हिड मला मदत करेल. आता तर माझ्या मनात त्याच्याबद्दल नाजूक भावना निर्माण होऊ लागल्या होत्या हे खरे, पण तरीसुद्धा मला तो अद्याप परकाच होता. मुळात मी त्याच्यावर हेरगिरी करणारच नव्हते आणि कधीच कोणावर करणार नव्हते.

''मला माफ कर झाना. तसा मला तो अद्याप परकाच आहे. पण हे काम माझ्याच्यानं होणार नाही.''

''आज रात्री यावर विचार कर. तू मला ओळखतेस पण तुला त्याच्याविषयी फार काही माहिती नाही. मी तुला कुर्दिस्तानातून निघून जाण्याची संधी देईन, जर का तू इतकं सोपं काम आमच्यासाठी केलंस तर!''

त्या रात्री माझा डोळ्याला डोळा लागला नाही. माझी आई हेर आहे, होती हे तर झानाने आडवळणाने कबूल केले होते. या कामासाठी लागणारे खास गुण तिच्यात होते. बैआनचे व्यक्तिमत्त्व दुसऱ्यांना तिच्याकडे खेचून घेणारे होते. इंग्लिश, कुर्दी, अरबी आणि जर्मन या भाषांवर तिचं प्रभुत्व होतं.

थोडक्यात ती एक उत्कृष्ट हेर होती.

आता तिचे काम मी करावे असे या लोकांना वाटत होते. तिच्यासारखे विस्तृत प्रमाणावर नाही पण शेवटी हेरगिरीच! डेव्हिडने मला सुटकेचे वचन दिल्यावर सुद्धा मी हेरगिरी करू? त्याची फसवणूक करू? मी नक्की कोणावर विश्वास ठेवू? डेव्हिड की झाना? मदतीची दोन आश्वासने माझ्याकडे होती. माझी जर का निवड चुकली तर कोणाला माहीत की सुटकेची संधी मला परत मिळाली असती की नाही?

मी गादीवर उठून बसले आणि दिवा लावला. पहाटेचे तीन वाजायला आले होते. माझी नजर खोलीभर फिरली. माझे आईवडील तरुण होते तेव्हाचे सगळे

फर्निचर होते. गडद रंगाचे, जड, स्थानिक सुताराकडून कठीण लाकडातून तयार केलेले. गाद्या सुद्धा त्यांच्याच. जॅपनीज फ्युटॉन फर्निचरवर असतात त्या धर्तीच्या, बकरीच्या लोकरीने ठासून भरलेल्या. मला त्या गाद्यांची सवय व्हायला काही काळ जावा लागला होता, मला सवय होती ती ऑस्ट्रेलिया आणि जर्मनीतल्या मऊ गाद्यांवर झोपण्याची.

अमेरिका आणि रशिया या देशांतील शीतयुद्धाच्या काळातील एक पुस्तक मी वाचले होते. त्या पुस्तकातील एक शब्दप्रयोग मला आठवला. रशियाच्या हेरखात्यातील केजीबीतील सुंदर तरुणींच्या जाळ्यात सापडून ब्रिटिश हेर सगळी गुपिते त्यांच्यापाशी उघडी करत, डेव्हिड विरुद्ध मी त्या रशियन तरुणींसारखेच काम करावे अशी झानाशी इच्छा होती. या कामाला तो कुर्दिस्तानसाठी करावयाची कामगिरी म्हणत होता. हे काम मला मात्र वेगळ्याच नावाने परिचित होते. ''अ हनी टॅप.''

''मोहिनी सापळा.''

■

नऊ

माझ्या आजीने घरामागच्या बागेत कोंबड्यांचा पिंजरा ठेवला होता. त्यात एक कोंबडा होता. तो बाहेर मोकळा फिरत असे. तो कोंबडा आणि कोंबड्यांना आजी सहसा एकत्र येऊ देत नसे. एकूणच शारीरिक संबंधाविषयी आजीला फार लाज वाटते, असे माझी बगदादची आत्या म्हणे. त्या कोंबड्याच्या आरवण्याने आणि रस्त्यावरच्या माणसांच्या आणि गाढवांच्या आवाजाने मला त्या दिवशी जाग आली.

मी वरच्या सिमेंटच्या छताकडे बघत पडून राहिले. त्या सिमेंटमध्ये फुलाची नक्षी कोरली होती. बऱ्यापैकी लक्ष वेधून घेणारी ती एकच गोष्ट त्या खोलीत होती. छताला एक स्वस्तातले झुंबर टांगले होते, त्यात विजेचे दिवे होते. पण इथली वीजच मुळी दर तीन तासांनी अनिश्चित काळासाठी गायब होत असे. दिवसभर वीज आली नाही तर आजीला आणि मला वडील कामावरून येईपर्यंत थांबावे लागत असे. ते आले की घरातल्या लहानशा जनरेटरची दोरी ते जोर लावून खेचत.

त्या दिवशी मी मोठ्या जड मनाने नाष्टा करण्यासाठी खोलीबाहेर आले. झानाला काय उत्तर द्यायचे ते मी मनाशी ठरविले होते. माझा तो निर्णय चुकीचा ठरू नये म्हणून मी प्रार्थना करत होते.

नेहमीच्या वेळेला आत्या कंपनीच्या गाडीतून आली आणि घराबाहेर थांबली. ऑफिसकडे जाताना माझे शरीर थरथरत होते. कालचे झानाचे शब्द सतत माझ्या डोक्यात घुमत होते. पासपोर्ट नसताना सुद्धा माझ्या सुटकेचे काम करणे त्याच्या हातात होते. या झानाच्या शब्दाबरोबर मला माझ्या वडलांचे शब्द आठवत होते. ''लक्षात ठेव लतिफा, जसं इतरांनी तुझ्याशी वागावं असं तुला वाटतं तसंच तू इतरांबरोबर वागायला हवंस.'' काही वर्षांपूर्वी ऑस्ट्रेलियात असताना वडलांनी मला सांगितले होते. सकाळचा बराच वेळ मला हे शब्द आठवत राहिले. डेव्हिडला हेरगिरीच्या जाळ्यात ओढू नकोस असेच ते शब्द मला सुचवत होते. डेव्हिड माझ्या

मदतीसाठी देवासारखा धावून येणार होता, म्हणून मी डेव्हिडमध्ये गुंतत चालले होते की काय असा प्रश्न माझ्या मनात येत होता. खरं तर माझ्या मनात एक पोकळी निर्माण झाली होती. ती कशी भरून काढू मी? डेव्हिडची फसवणूक करून की युनोत काम करणाऱ्या डेव्हिडविषयी मला जी भुरळ पडली होती, प्रेमाचा अंकुर निर्माण झाला होता त्याने?

माझ्या आईने हेरगिरी करावी म्हणून जेव्हा तिला विचारण्यात आले होते, तेव्हा तिची परिस्थिती माझ्या सारखीच झाली होती का? अजूनही ती हेरगिरीत गुंतली आहे याचा भक्कम पुरावा माझ्याजवळ नव्हता. झानाचे सूचक बोलणे, तिच्या सततच्या लंडन कुर्दिस्तानच्या फेऱ्या आणि राजकारणातील उच्च पदस्थांवर तिचे असलेले प्रभुत्व अशा गोष्टी मात्र माझ्या लक्षात होत्या. तसे असेल तर ती फार धोकादायक खेळ खेळत होती आणि आता झाना मला तेच करायला सांगत होता. माझी तर खात्री झाली होती की, ही त्याची कन्स्ट्रक्शन कंपनी त्याच्या इतर धोकेबाज कारवाया लपून राहाव्यात म्हणून पुढे केलेले एक नाटक होते.

मी त्याच्या ऑफिसमध्ये गेल्या गेल्या त्याला सांगून टाकले, "मी तुझं काम करेन, पण माझी एक अट आहे. मी जेव्हा तुझे काम पुरे करेन तेव्हा माझ्या सुटकेसाठी तू सर्व प्रयत्न केले पाहिजेस."

"मी तुझं काम करेन असा तुला शब्द मी देतो."

"मग मला नक्की काय करायचंय?"

"मला एक दोन दिवस वेळ दे, मग मी तुला सांगेन."

तो दिवस कसा गेला ते मला आठवत नाही; पण माझ्या मनात उलटसुलट भावनांचे वादळ मात्र चालू होते. माझ्यासाठी नक्की कोणती गोष्ट महत्त्वाची होती? कोणाला फसविणे की कुर्दिस्तानातून सुटका करून घेणे? शेवटी या झगड्यात स्वार्थाने बाजी मारली. मला पक्के ठाऊक होते की इथे जास्त दिवस राहिले तर मी वेडी तरी होईन किंवा माझा जीव गमावून बसेन.

दुसऱ्या दिवशी शुक्रवार होता. मशिदीत जाण्याचा दिवस. पाश्चात्त्य देशात जसा रविवार असतो तसा. सगळे व्यवहार त्या दिवशी ठप्प. इथून सुटका झाली की काय काय करायचे अशा स्वप्नरंजनात मी तो दिवस घालवला. ज्या कपाटात मी माझे कपडे ठेवत असे, तिथे एक खण होता. मी ज्या दिवशी इथे आले तेव्हा त्या खणाला किल्ली लावली होती. मी ती काढून घेतली. बडबड्या आणि नसत्या चौकशा करणाऱ्या त्या आत्यांपासून माझ्या काही गोष्टी मी तेथे लपवून ठेवत असे. त्याच खणात एक डायरी होती. इथे आल्यापासून माझ्या डोक्यात जे विचार येत ते मी त्या डायरीत लिहून ठेवत होते. शिवाय जर्मनीत असताना माझ्या लहान बहिणीने घरांची, झाडांची काढलेली रेखाचित्रे मी तिथे ठेवत असे. इथे माझा वेळ

जावा म्हणून मी कुठे इमारतीचा कोपरा, तर कुठे भिंतीचा काही भाग, गालिचावरचे डिझाईन अशी चित्रे काढत असे. ही चित्रे म्हणजे या संन्याशाच्या मठीचीच जणू वर्णने होती. मला वाटायचे की घरासमोरच्या गल्लीत जाऊन बसावे आणि ट्रॅक सूट सारखे कपडे घातलेल्या पुरुषांची, जवळून चालत जाणाऱ्या कफ्तानची, हिजाबने डोके झाकून अंगभर कपडे घालणाऱ्या मुस्लीम स्त्रियांची, पाश्चात्त्य कपडे घातलेल्या असीरियन बायकांची, गाढवांची, स्कूटर्सची, सायकलच्या ट्यूब फिरविणाऱ्या मुलांची अशी सर्वांची रेखाचित्रे काढावीत. पण घराबाहेर पडण्याचीच मला परवानगी नव्हती. शेजारी राहणाऱ्या एका तरुण मुलीने मला फॅशन मॅगझीन वाचायला दिले होते. युरोपला गेलेल्या तिच्या एका मैत्रिणीने तिला ते दिले होते. तिच्या घरातल्या माणसांना ते मासिक दिसले असते तर तिच्यावर बाका प्रसंग आला असता. त्यामुळे मी ते ठेवून घेऊ शकेन का असे तिने मला विचारले. पण याहीपेक्षा धोका असलेली एक गोष्ट तिने माझ्याजवळ ठेवायला दिली. अनेक प्रकारची लैंगिक दृश्ये असलेल्या सिनेमाची सी.डी.! एक तर तिच्याजवळ लपविण्यासारखी जागा नव्हती आणि सी.डी. बघण्याचे साधनही. या सर्व गोष्टी माझ्या खणात सुरक्षित होत्या. या सर्व गोष्टी घरातील कोणाच्या हाती लागल्या असत्या आणि माझ्या एखाद्या चुलतभावाने सी.डी. चालवून बघितली असती तर त्या परिस्थितीत एक अल्लाच मला मदत करू शकला असता.

गल्लीच्या पलीकडे समोरच राहाणाऱ्या चार बहिणींच्या बरोबर एव्हाना माझी चांगली मैत्री जमली होती. ती लहान गल्ली पळत पळत ओलांडूनच त्या घरात जाण्याचे बंधन माझ्यावर होते. मगच वडील किंवा आजी त्या घरी जायला परवानगी देत. गल्लीतली सगळीच घरे एकमेकांना चिकटून होती. त्या घरातली सर्वांत लहान बहीण सोळा तर सर्वांत मोठी चोवीस वर्षांची होती. मोठी बिचारी लग्नाची वाट बघत होती. खरी गोष्ट अशी होती की पुरुषांना ज्या प्रकारचे सौंदर्य भुरळ घालते ते तिच्याजवळ नव्हते. रंगानेही ती काहीशी काळसर होती. पुरुष फक्त गोरा रंग पसंत करत. चांगल्या जाडसर मुली इथल्या पुरुषांना आवडत. पाश्चात्त्य देशांच्या अगदी उलट! घरकामात तरबेज व्हावे म्हणून या मोठ्या बहिणीने शाळेत जाणे सोडले होते. पण तिला मागण्याच येत नव्हत्या. दुसऱ्या नंबरची शिलान माझ्यापेक्षा दोन वर्षांनी लहान होती. तिच्याबरोबर माझी दाट मैत्री झाली. तिचा जीवनाकडे बघण्याचा दृष्टिकोन अगदी स्वच्छ होता. ती कधी कोणावर टीका करत नसे आणि अत्यंत प्रामाणिक असल्याचे दाखवत असे.

त्यांचे आईवडील घरी नसतील त्या प्रत्येक संधीचा मी फायदा उठवत असे आणि त्यांच्याकडे जात असे. मग आमच्या मनमोकळ्या गप्पा होत. मी त्यांना ऑस्ट्रेलियाची माहिती देत असे. तिथले कांगारू, कोआला आणि इतर प्राण्यांविषयी

त्यांना सांगत असे. हे प्राणी त्यांनी फक्त चित्रात बघितले होते. ऑस्ट्रेलियात राहिल्यामुळे शाळेत असतानाच मला लैंगिक शिक्षण दिले गेले होते. शिलान मात्र सर्वच बाबतीत अनभिज्ञ होती. मुलीचे लग्न झाले की तिला मुले होतात इतपतच तिचे ज्ञान होते. मी तिला पक्षी प्राण्यांच्या उदाहरणातून हळूहळू लैंगिक विषयाचे शिक्षण देऊ लागले. तिला सगळ्याचे नवल वाटत असे. या शिवाय मी तिला महत्त्वाची सूचना दिली. लग्नाच्या पूर्वी एकाही पुरुषाला स्पर्श करू देऊ नकोस. अर्थात माझ्यावर जर्मनीत गुदरलेल्या प्रसंगाबाबत मी अवाक्षरही काढले नव्हते.

त्या बहिणींच्या घरी डिश टी.व्ही. होता. त्यांचे पालक घरी नसतील तेव्हा टी.व्ही.वर त्या पाश्चात्त्य संगीत ऐकायच्या. खरे तर असे करमणुकीचे चॅनल्स इथे बंद केले जात. टी.व्ही. वर संगीत ऐकण्याची परवानगी त्यांनी आईवडलांकडे मागितली होती, परंतु ते काम सैतानाचे असते असे त्यांनी त्यांना दरडावून सांगितले होते.

आमच्या घरी काही वेगळी परिस्थिती नव्हती. २००२ साली मी बावीस वर्षांची होणार होते. वडलांनी मला वाढदिवसाची आठवण करून देऊन मला काय हवे ते विचारले. त्यांनी मला असे विचारणे ही अघटितच गोष्ट होती, पण तरी मी त्यांना सॅटेलाईट टी.व्ही.-डिश टी.व्ही. - आणल्यास मी त्याच्यावर शैक्षणिक कार्यक्रम बघू शकेन असे सांगितले. अर्थात माझा कावा त्यांच्या लक्षात आलाच. त्यांना माहीत होते की मी जास्तीतजास्त पाश्चात्त्य चॅनेल्स बघणार. त्यामुळे मुस्लीम जगात, त्या रितीरिवाजात मला ओढणे त्यांना कठीण होणार. माझ्या आईची इच्छा मला मुस्लीम रितीरिवाजात पुरवण्याची होती. पाश्चात्त्य चॅनेल्स बघितल्याने माझ्या ऑस्ट्रेलियाला जाण्याच्या इच्छेला खतपाणी मिळणार हे त्यांनी बरोबर ओळखले होते.

संधी मिळताच मी समोरच्या घरी धाव घेई. ऑस्ट्रेलियात किंवा युरोपमध्ये जाण्याची माझी इच्छा मी त्यांना बोलून दाखविली होती. स्वत:च्या लग्नाची वाट बघणाऱ्या मोठ्या बहिणीने मला त्यावर प्रचलित असलेला उपाय सांगितला. इथे लग्न करण्याचा आणि नवरा कुर्दिस्तान सोडून तिकडे जाण्यास तयार व्हावा म्हणून अल्लाची प्रार्थना करण्याचा! नवऱ्याची इच्छा नसेल तर मला इथेच जन्म घालविण्याशिवाय इलाज नव्हता.

झानाने हेरगिरीचा प्रस्ताव मांडल्याच्या दुसऱ्या दिवशी, शुक्रवारी, माझे वडील मशिदीत गेल्यावर मी रस्ता ओलांडून मैत्रिणींच्या घरी गेले आणि दारावर टकटक केली. शिलानने दार उघडले.

''तुझे वडील घरी आहेत का?'' हा आमच्या दोघीतला परवलीचा शब्द होता. मी असे विचारले की मला फोन करायचा आहे हे तिला कळायचे. त्या घरातून डेव्हिडला मी काही वेळा फोन केला होता आणि एक, दोन मिनिटे त्याच्याशी

बोलले होते.

"तू इंग्लिशमध्ये बोलणार आहेस का?" शिलानने विचारले. दोहुकमधील कुर्दी लोकांत इंग्लिश बोलणे मोठे लज्जास्पद मानले जायचे. इलाज नसेल तरच एखाद्या परकियासोबत इंग्लिश बोलले जायचे. शिलानला हे माहीत होते. माझे टेलिफोनवरचे बोलणे तिला कळत नसे. पण इंग्लिश भाषेतील बोलणे ऐकायला तिला फार आवडे. सुरुवातीला असे माझ्याजवळ उभे राहून माझे बोलणे ती ऐकत आहे या विचाराने मला कसंनुसे व्हायचे. पण हळूहळू मला त्याची सवय झाली. मी तिला सांगितले होते की मी एका कुर्दी अमेरिकी माणसाशी बोलत असते. त्यामुळे चुकून तिच्या तोंडून मी फोन केल्याचे कोणाच्या कानावर गेले तरी मला कसली चिंता नव्हती.

त्यांचा फोन लाल रंगाच्या विटेच्या आकाराचा होता, मधोमध पांढऱ्या रंगाची बटणे होती. फोन अर्थातच पुरुषांच्या खोलीत होता. त्यामुळे त्यांचे वडील आणि दोन भाऊ घरात नाहीत याची खात्री मला करून घ्यावी लागत असे. आम्ही सर्व जण पुरुषांच्या खोलीत गेलो. डेव्हिडला फोन करण्यासाठी माझ्या अरबी गाऊनमध्ये मी खाली बसले, भोवताली त्या चौघी. त्यांना या प्रकाराचे मोठे आकर्षण होते. फोनवर बोलताना मी त्यांना समजणारे कॉफी किंवा ओके असे शब्द उच्चारले की त्यांना खूप आनंद होत असे. समजा मी फोनवर बोलताना अचानक घरातला एखादा पुरुष आला आणि त्याने आम्हाला त्यांच्या खोलीत बघितले तर मी एखादे पुस्तक नेण्यासाठी आले होते असे सांगायचे असे आमच्यात ठरले होते....

डेव्हिडचा आवाज ऐकून माझे हृदय धडधडू लागले. नुसते त्याचे शब्द कानांवर पडले तरी माझा सर्व ताण हलका होऊन जात असे. त्याचे मुख्य कारण तो हळुवारपणे इंग्लिश बोलत असे, हेच होते.

"मी तुझाच विचार करत होतो, लतिफा." तो म्हणाला, "पण मनात आलं तरी मी फोन उचलून तुझा नंबर फिरवू शकत नाही. कारण तुझ्याकडे फोन नाही." तो माझ्या ऑफिसवर फोन करे, पण माझे इंग्लिश बोलणे कोणाच्या कानावर पडू नये म्हणून मला फार काळजी घ्यावी लागे.

"तू कशासाठी माझी आठवण काढत होतास?" मी विचारले.

"आहा! तुझं ते सुंदर हसणं, त्याचाच मी सारखा विचार करत असतो. तुला शक्य झालं तर तुला फार भेटावंसं वाटतंय मला. आपण जमवायला हवं भेटायचं."

"मला सुद्धा तुला भेटावंसं वाटतंय, आणि हो माझ्या सुटकेविषयी तू काय ठरवलंयस?"

त्याने ऑस्ट्रेलियाच्या वकिलातीबरोबर संपर्क साधला असेल आणि माझ्या सुटकेविषयी त्याच्याकडे काही ठोस उपाय असेल असे मला वाटत होते. चांगली

बातमी ऐकायला मिळावी म्हणून मी मनात अल्लाचा धावा करू लागले.

"ते काम कसं होऊ शकेल यावर माझा विचार चालू आहे."

"मला फक्त इतकंच विचारायचं होतं की तू मला मदत करू शकणार आहेस की नाही? उत्तर देण्यास फार वेळ घेऊ नकोस."

मी वडलांच्या घरी परत आले तेव्हा माझ्या मनात वेगवेगळ्या भावनांची गर्दी उसळली होती. डेव्हिड काय उत्तर देईल या विषयी माझ्या मनात उलटसुलट विचार येऊ लागले.

"खरंच तो तुला मदत करेल का?" "हो."

"अगदी शंभर टक्के खात्री आहे तुझी?" "नाही."

"तू त्याच्या प्रेमात पडली आहेस का?" "हो."

"शंभर टक्के?" "हो."

"तू त्याच्यावर हेरगिरी करणार आहेस का?" "कदाचित."

माझीच दोन मने संभाषण करत होती.

दुसऱ्या दिवशी शनिवार होता. कंपनीची गाडी साडेआठच्या थोडी आधीच दाराशी येऊन उभी राहिली. मागच्या अंगणातून आणलेली अंडी, थोडं खारट चीज, ब्रेड आणि ताहिनी पेस्ट असा माझा नाश्ता झाला होता. मी नेहमीप्रमाणे वडील आणि त्यांची आई यांच्याबरोबर जमिनीवर बसले होते, मध्ये नाष्ट्याचे पदार्थ ठेवले होते. आजी माझ्याशी एक शब्दही बोलली नव्हती. जणू मी म्हणजे तिच्या डोक्यावरचे ओझे होते. नाश्त्यासाठी मी खाली मांडी घालून आणि पाठ ताठ ठेवून बसे. पुढे न वाकता तशीच ताठ बसून नाष्ट्याचे पदार्थ घेत असे. काही महिन्यांपूर्वी मी खाली कसे बसावे याचे धडे मला वडलांनी दिले होते, ते मी विसरले नव्हते. मी इथे आल्यानंतर काही दिवसांतच वडलांचे कुटुंब जेवणासाठी एकत्र जमले होते. त्या दिवशी मी सैलसर गळ्याचा टॉप घातला होता. मी जेवण घेण्यासाठी खाली झुकले; वाकल्यामुळे माझ्या वक्षस्थळाचा काही भाग उघडा पडला होता. माझ्या वडलांचे नेमके तिकडे लक्ष गेले. ते उडी मारूनच उठले आणि माझ्याजवळ येऊन त्यांनी माझे केस हिसडून माझे डोके मागे केले.

"परत अशी बसू नकोस!" जमलेल्या सर्वांना ऐकू जाईल अशा आवाजात ते बोलले. "तुझ्या आत्या कशा बसल्या आहेत ते बघ आणि शीक कसं बसायचं ते."

माझ्या आजीने तिचे ओठ घट्ट मिटून घेतले होते. ओठावर आलेले हसू ती दाबत होती की, मी अशी बसल्यामुळे इतरांच्या झालेल्या अपमानामुळे तिची नाराजी व्यक्त करत होती ते मला समजले नाही. मी कामावर जायला निघाले की मी योग्य तेच कपडे घातलेत की नाही यावर वडलांचे बारीक लक्ष असे. माझ्या ज्या जीन्स ठेवायला माझ्या आत्यांनी परवानगी दिली होती, त्यापैकी एक जीन्स मी घालत

असे. पण त्या जीन्स घालण्याला काही अर्थ नव्हता. माझा पार्श्वभाग कोणाला दिसू नये म्हणून जीन्सवरून मला लांबलचक आणि सैलसर गाऊन घालावा लागत असे. एखाद्या दिवशी त्यांच्या मनाप्रमाणे मी कपडे घातलेले नसले तर कामावर जाण्यापूर्वी ते मला कपडे बदलायला लावत, मगच मी कामावर जाऊ शके. त्यांचा राग वाढू नये म्हणून मी माझे लांबसडक केस स्कार्फने झाकून टाकत असे. अर्थात इथल्या बऱ्याच बायका डोक्याभोवती स्कार्फ घट्ट आवळून बांधत असत. तसे मात्र मी कधी केले नाही. माझी एखादी बट स्कार्फमधून डोकावायची. डोक्याभोवती स्कार्फ बांधून झाला की स्कार्फचा उरलेला भाग माझ्या खांद्यावर पडत असे. पावलांचा काही भाग उघडा पडणारे माझे बूट वापरायचा निलाजरेपणा मी करे. तरी सुद्धा मला वडलांच्या सर्व इच्छा पुऱ्या कराव्या लागत, अन्यथा त्यांनी माझे कामावर जाणे बंद करून टाकले असते. मग मात्र डेव्हिडशी संपर्क साधणे अशक्य झाले असते. वडलांच्या इच्छेविरुद्ध झाना सुद्धा काही करू शकला नसता.

माझे वडील खलिद माझे एका पूर्ण मुस्लीम स्त्रीमध्ये रुपांतर व्हावे म्हणून प्रयत्न करत होते. कपड्यांविषयी मी सर्व नियम पाळत असे, पण मनातल्या मनात माझे त्यांच्याबरोबर भांडण चाले. अर्थात बायकांविषयीचे कडक नियम पाळण्यासाठी मी वडलांचा आणि आजीचा किंवा आत्यांचा हात माझ्या अंगावर कधीच पडू दिला नसता. कारण मी त्यांना कधी विरोध केला नसता तर या सर्वांपासून माझा बचाव मी कधीच करू शकले नसते आणि मग मात्र एक दिवस होणाऱ्या नवऱ्याबरोबर मला इमामासमोर उभे राहावे लागले असते; माझी स्थिती 'धरलं तर चावतं आणि सोडलं तर पळतं' अशी झाली होती. स्वातंत्र्य मिळविण्यासाठी मला कैदी होऊन राहावे लागत होते.

त्या दिवशी आत्याचा वेष अगदीच साधा होता. हात आणि चेहरा याशिवाय तिच्या शरीराचा एकही भाग दिसत नव्हता. तिचे कपडे तर अगदीच रंगहीन होते. दैनंदिन आयुष्यात इथल्या बायकांना लाल रंगाचे कपडे वापरणे निषिद्ध होते. माझ्या आत्याने मला बजावले होते की लाल रंगाचे कपडे फक्त घाणेरड्या बायका वापरतात. ओठावर लाल लिपस्टिक वापरण्यास बंदी होतीच. काही लहानसहान दागिने वापरण्यास परवानगी होती. त्यामुळे आईने मला जेव्हा सोन्याच्या बांगड्या पाठविल्या तेव्हा मला आश्चर्य वाटले. मला वाटले की ती स्वत:ला दोषी समजत असावी आणि त्याची भरपाई म्हणून बांगड्या पाठविल्या असाव्यात पण तिचा सोन्याच्या बांगड्या पाठविण्याचा उद्देश माझ्या लक्षात आला. तिला निश्चितपणे माहीत होते की मला सोन्यापेक्षा चांदीचे दागिने आवडतात. पण इथे कुर्दिस्तानात बायका सोने वापरत. इथल्या संस्कृतीत मला पूर्णपणे गाडून टाकण्याचा तिचा डाव होता हे नक्की! माझा पाश्चात्त्यांकडे असलेला कल तिला टिकू द्यायचा नव्हता.

पुढच्या काही महिन्यांत तिने असेच छोटे मोठे सोन्याचे दागिने मला पाठवले. इतके दिवस तिच्या हेतूविषयी मला संशय होता आता मात्र माझी खात्री झाली. त्या भेटीबरोबर तिने साधे पत्र किंवा एखादी चिठ्ठी न पाठविणे सुद्धा तिच्या विक्षिप्तपणाचे लक्षण होते. पार्सलवर फक्त माझे नाव असे बस्स! माझ्या छोट्या बहिणीविषयी एकही शब्द ती लिहीत नसे. कारण तिला माहीत होते की माझे माझ्या बहिणीवर फार प्रेम होते, ना माझ्या भावाच्या शिक्षणाविषयी एखादे वाक्य ती लिहित होती! अगदी अलीकडे आलेल्या पार्सलबरोबर मात्र माझ्यासाठी न लिहिलेला निरोप होता.

ऑस्ट्रेलिया आणि जर्मनीत असताना ती मला नव्या वर्षाची डायरी भेट देत असे. यावर्षी डायरी तर आली; पण ती २००३ या एका वर्षासाठी नव्हती तर २००३ आणि २००४ या दोन वर्षांसाठी होती. यावरून एक गोष्ट स्पष्ट झाली होती की कुर्दिस्तानमध्ये पुढची दोन वर्षे मी असावे अशीच तिची अपेक्षा होती. ''आता तू तिथे अडकून पडली आहेस. आता सर्वांची सवय करून घे.'' दुष्टपणाने ती मला हिणवत असल्याचे दृश्य माझ्या नजरेसमोर तरळले....

शनिवारी मी ऑफिसमध्ये पोहोचले तेव्हा मी बघितले तर झाना त्याच्या केबिनमध्ये बसून अध्यक्ष बरझानीच्या नातेवाईकांबरोबर गप्पा मारत होता. हाच माणूस झानाच्या कंपनीचा भागीदार होता. आत्या तिच्या ऑफिसकडे गेली आणि माझ्या टेबलावर कागदाचा गठ्ठा होता आणि एका चिठ्ठीवर मी काय काम करायचे ते लिहून ठेवले होते. नेहमीप्रमाणे तीन चमचे साखर टाकून पंधरा सोळा वर्षांच्या बारक्याने-संगवानने-माझ्यासाठी चहा आणला. नेहमीप्रमाणे तो इकडचे तिकडचे बोलत राहिला. मी रोज त्याला इंग्लिशचे पाच शब्द पाठ करायला देत असे. आज मी नुसतीच बसून राहिले, झाना त्याच्या ऑफिसमध्ये मला कधी बोलावतो याची वाट मी बघत होते.

शेवटी एकदा माझ्या आत्याला तिच्या कामाच्या सूचना देऊन त्याने तिला शहरात ज्या ठिकाणी बांधकामे चालू होती तिकडे पाठवून दिले. लगेचच झानाने मला आत येण्याची खूण केली. बरझानीचा नातेवाईक निघून गेला. झाना आणि मी दोघेच केबिनमध्ये होतो.

''मग लतिफा, दोन दिवस झाले आता, अजूनही तुझं उत्तर तेच आहे ना? तू काम करण्यास तयार आहेस ना?''

जरी दोन दिवसांपूर्वी मी होकार दिला होता तरी सुद्धा आता या क्षणी माझ्या मनात अचानक एक शंका चमकली.

''झाना गेल्या काही वर्षांत माझी अनेकदा फसवणूक केली गेली. परत असं झालं तर त्याला तोंड देणं मला शक्य होणार नाही. मी तुझं हे काम केलं तर तू माझ्या सुटकेचं वचन मला देऊ शकतोस?''

“मी तर माझा शब्द दिलाय तुला, दिलाय ना? आणि समजा, तू जे मागते आहेस ते तुला नाही मिळालं तरी तुझ्या जन्मभूमीला मदत करण्यात तुला आनंदच होईल नाही का? तुझ्या आईसारखा?”

“माझ्या आईनं केलं म्हणून केवळ मी हे काम करेन असं नाही.” मी राग आवरून म्हटलं - “आईच्या वाटेनं न जाता सुद्धा मी कुर्दी लोकांना मदत करू शकते. विशेषत: इथल्या महिलांना थोडं तरी स्वातंत्र्य मिळेल. असं काम मी करू शकेन, तू सांगतो आहेस ते काम मी करेन. पण हो, त्यासाठी मला मोबदला हा मिळालाच पाहिजे. मला पैसा, घर काही नको. मला इथून सुटकेसाठी तुझी मदत पाहिजे, बस्स!”

त्याने हे मान्य असल्यागत मान हलविली.

“योग्य वेळ आली की तुझा मार्ग मोकळा असेल. पण लतिफा हे काम फक्त तुझ्याकडूनच होईल. युनो आणि सद्दाम हुसेन यात काहीतरी गुप्त मसलत चालू आहे असा आम्हाला दाट संशय आहे. या संदर्भात गुंतलेली काही नावं, काही प्रकल्पांची माहिती, काही महत्त्वाची कागदपत्रं असतील तर ती आम्हाला बघायची आहेत. हे काम करून तू तुझ्यासारख्या मुलींना मदत करणार आहेस. आम्हाला सुद्धा सद्दामची राजवट उलथवून टाकायची आहे. तसं झालं तर बऱ्याच वाटा आपल्यासाठी खुल्या होणार आहेत. आपल्यावर सतत लादली जाणारी संचारबंदी दूर होईल. इराकमधून आवश्यक वस्तूंचा पुरवठा आपल्याकडे सुरू होईल. किती बदल होईल याची जरा तूच कल्पना कर.”

“मला त्याची कल्पना आहे.” मी म्हणाले, “पण मी वस्तुस्थितीचा विचार करते आहे. आज मी ज्या परिस्थितीत आहे त्यातून माझी सुटका होणं महत्त्वाचं आहे. तू मला दिलेलं वचन पाळशील याची काय हमी?”

“थांब.” तो केबिनमधून बाहेर गेला. आला तेव्हा त्याच्या हातात कुराण होते. त्याने ते टेबलावर ठेवले आणि त्यावर हात ठेवला.

“या पवित्र ग्रंथावर हात ठेवून परमेश्वराच्या साक्षीने मी शपथ घेतो की, तुला दिलेल्या वचनाला मी जागेन.”

आता माझी समजूत पटली. कुराणावर हात ठेवून दिलेल्या वचनाला आणि नंतर वचनभंग केलेल्यांना काय भयंकर शिक्षा भोगावी लागते त्याविषयी मी खूप ऐकलं होतं. अशा माणसांना अंधत्व आलं होतं, वेड लागलं होतं. माझ्या आई वडलांनी सांगितलेली एक गोष्ट मला आठवली. एक तुर्की नृत्यांगना नाचताना कुराणावर पाय देऊन नाचत असे. तसेच नाचायला तिला सांगितले गेले होते. पण शेवटी कार्यक्रमाच्या ठिकाणी भूकंप झाला होता आणि त्या इमारतीचे दोन तुकडे झाले होते. आणि कुराण सुद्धा भंग पावले होते. धार्मिक पुस्तकातील अशा गोष्टी

कितपत विश्वसनीय असतात? पण लहानवयात ही गोष्ट ऐकताना मी खूप प्रभावित झाले होते.

"तुझ्या आत्याला या विषयी काही एक समजता कामा नये. उद्यापासून आपण तयारी सुरू करू."

"कसली तयारी?"

"नेहमीप्रमाणे तुझी आत्या कामाला बाहेर निघून जाईल. मग तुझी तयारी सुरू होईल."

त्या संध्याकाळी घरी पोहोचल्यावर मी नेहमीप्रमाणे शांत असल्याचे नाटक केले. तरीही माझे हृदय मात्र उत्सुकता आणि भीतीने थरथरत होते. वडील आणि आजीला संशय येणे मात्र मला परवडणारे नव्हते. झाना माझ्या तयारीचे काहीतरी बोलला होता. मला कशासाठी तयार केले जाणार होते? माझ्या डोळ्यांसमोर मी डेव्हिडबरोबर पलंगावर झोपून युनोसाठी तो काय करतो आहे असे मी त्याला विचारत असल्याचे दृश्य उभे राहिले. पलंगावरून हलकेच उठून मी त्याची ब्रीफकेस तपासत आहे अशी कल्पना माझ्या डोक्यात आली. अशा प्रकारच्या कामांना झाना मला प्रोत्साहन देणार होता की काय? असे काही होणे अशक्य होते. माझ्याकडून त्याची ही अपेक्षा असेल तर मग मी कुमारिका नसल्याचे गुपित त्याला नक्कीच माहिती असणार किंवा स्वातंत्र्य मिळविण्यासाठी मी माझे कुवारपण गमवायला, माझी प्रतिमा आणि नंतर माझा जीव धोक्यात टाकायला तयार आहे असे तर त्याला वाटत नव्हते?

मी ऑफिसमध्ये पोहोचताच आत्याला बाहेर पाठविण्यात आले. झानाने मला त्याच्या प्रशस्त फोर व्हिल ड्राईव्ह गाडीतून बाहेर नेले. गाडीच्या मागे 'टोयोटो' असे मोठ्या अक्षरात लिहिलेले होते. दोहुकमध्ये बरेच लोक अशा गाड्या वापरत. या गाड्या डोंगराळ भागातील रस्त्यांवर, हिमवर्षावानंतर निसरड्या झालेल्या रस्त्यांसाठी अगदी योग्य होत्या.

आम्ही ईशान्य दिशेला डोंगरी भागात निघालो होते. हा भाग तुर्की कुर्दिस्तान आणि इराकी कुर्दिस्तानला अलग करत असे; इथून धुळीचा रस्ता चालू होत असे. तिथून पुढे झविटा हे छोटे गाव होते. त्या रस्त्यावर झानाने गाडी थांबवली. झानाने मला ड्रायव्हरच्या जागी बसायला सांगितले. मला ड्रायव्हिंग येत नाही असे मी त्याला सांगितले, "म्हणून तर तुला इथे आणलंय." झाना म्हणाला.

"तुला ड्रायव्हिंग येणं आवश्यक आहे. जर काही प्रसंग उभा राहिला...."

"म्हणजे नक्की काय?"

"काही घडलं तरी किंवा घडलं नाही तरी ड्रायव्हिंग न येण्यापेक्षा शिकलेलं कधीही चांगलं."

मी त्याला सांगून पाहिले की, कुर्दिस्तानात बायकांनी गाडी चालविणे निषिद्ध आहे, तरी सुद्धा ड्रायव्हिंग शिकणं मला फायद्याचं ठरेल, असं झाना मला म्हणाला.

त्याने मला ड्रायव्हिंगची सूत्रे सांगितली. पायाने दाबायची पेडल्स, गिअर्स; ते कसे बदलायचे इत्यादी. हिमामुळे घट्ट बनलेल्या त्या अफाट वालुकामय प्रदेशात मी गाडी चालू केली. पहिला गिअर टाकल्यावर एखाद्या हरणाने पुढे झेप घ्यावी तशी गाडीने उडी मारली आणि सगळ्या दिशांना वळू लागली. त्याने मुद्दामच गाडी शिकवायला ही जागा निवडली होती. मध्ये मध्ये तो माझ्या पायावर थप्पड लगावे, आणि कूच कूच असे ओरडे किंवा सरळ माझा हात धरून गिअरच्या दांड्याकडे नेत असे आणि मला गिअर बदलायला लावे. असे स्त्रीच्या शरीराला मुद्दाम स्पर्श करण्याची इच्छा त्याच्या स्पर्शात नक्कीच नव्हती. हा अनुभव मला नवा होता! मला माहीत होते की झानाचे लग्न झालेले होते आणि त्याची बायको युरोपात होती, हेरगिरी करायला? काही का असेना, मला झानापासून धोका नव्हता.

पण माझ्या प्रत्येक चुकीसाठी तो माझ्या दंडावर बुक्का मारत होता. 'नो नो नो' असे माझ्यावर ओरडत होता. त्यांच्या सूचना तो अगदी पाशवी रितीने पाळायला लावत होता. शेवटी मी त्याच्या थोबाडीत लगावली.

''पुरे झाला हा गलिच्छ प्रकार!'' मी त्याच्यावर ओरडले. ''दर वेळेस तुझ्या माराने मला त्रास होतोय. माझ्या त्वचेवर लगेच ओरखडे निघतात. मला थपडा लगावणं आधी बंद कर.''

माझ्याकडे पूर्ण दुर्लक्ष करत तो म्हणाला, ''चालव, गाडी चालव. प्रयत्न सोडू नकोस. हे काही फक्त माझ्यासाठी चाललेलं नाही. तुला पण याचा फायदा होईल, लतिफा.''

गाडी चालविण्याचे सर्व प्रकार त्याने माझ्याकडून करून घेतले. एकदम वेग घेणे, घसरत न जाता जागीच ब्रेक लावणे, गाडी रिव्हर्समध्ये चालविणे. सर्व काही. एकदा दोनदा तर त्याने माझी हनुवटी पकडून माझी मान रिअर व्हिजन मिररकडे वळवली. ''जरा त्या आरशाकडे बघ. तू कशी दिसतेस हे बघण्यासाठी तो नाही. तुला मागचं दिसावं म्हणून तो बसवलाय. त्याचा उपयोग कर. प्रत्येक दहा सेकंदांनी त्या आरशात नजर टाक. मागे कोणी नाही अशी तुझी खात्री झाली पाहिजे.''

मध्ये मध्ये पाण्याचे घोट घेत आणि त्याने आणलेले स्नॅक्स खात मी चिकाटीने प्रयत्न चालू ठेवले. पहिल्या गिअरमध्ये गाडी अगदी हळू कशी चालवायची. सिनेमात दाखवतात तशी गाडी वेगात असताना हॅन्डब्रेक ओढून एकदम दुसऱ्या दिशेने वळवून परत वेगाने चालविण्याचा यशस्वी प्रयत्न मा`केला कोणी बघत असते तर काय दृश्य दिसले असते! कफ्तान घातलेली एक बाई वालुकामय प्रदेशात वेगाने गाडी चालवत आहे, नागमोडी वळणे घेत आहे आणि तिच्या शेजारी

एक क्रुद्ध झालेला पुरुष बसलाय! पण दिवसाच्या शेवटाला चाकाच्या मागे बसण्याचा माझा आत्मविश्वास बळावला. ऑस्ट्रेलियातील फ्री वे वर वेगाने गाडी चालवत मी सिडनीला निघाले आहे असे दृश्य माझ्या नजरेसमोर आले.

जेवणाच्या सुट्टीनंतर आम्ही ऑफिसमध्ये परतलो. यावेळेस अर्थातच झाना गाडी चालवत होता. माझ्याबरोबर इतका सारा वेळ बाहेर असण्याबद्दल दिलगिरी व्यक्त करण्याची गरज त्याला नव्हती. ऑफिसमधील इतर लोकांना त्याने सांगितले की, मला घेऊन तो शहरात चालू असलेल्या इतर बांधकामांवर गेला होता. धुळीने भरलेली त्याच्या गाडीची चाके त्याची साक्षीदार होतीच.

एवढ्याने माझे ड्रायव्हिंग शिकणे संपले असे मला वाटते तर ते चुकीचे होते. दुसऱ्या दिवशी तोच प्रकार झाला. माझ्या आत्याला इतर बांधकामावर लक्ष देण्यासाठी पाठवून देण्यात आले आणि मला परत वाळवंटात. आज मी चांगले ड्रायव्हिंग केले तर परत मला तिथे येण्याची गरज नव्हती असे झानाने सुचविले.

''मला वाटतं माझी कामगिरी चांगली झाल्याचं तू कालच म्हणाला होतास.''

''तुला काही असं दूरच्या मोकळ्या भागात येऊन गाडी चालवायला लागणार नाही. कदाचित गाडी चालवायची वेळही तुझ्यावर येणार नाही. तुला फक्त सवय करायची आहे. आज तुला इथल्या रस्त्यावरच गाडी चालवायची आहे. या रस्त्यालाच शहरातील रस्ता समज.''

मग मी गाडी चालविताना उजवीकडे नजर कशी ठेवायची, वळणावर काय सिग्नल द्यायचा अशा गोष्टी शिकून घेतल्या. गाडी चालवायचे असे डावपेच शिकण्यासाठी ऑस्ट्रेलियात बरेच दिवस किंवा काही आठवडे सुद्धा लागू शकतात याची मला कल्पना होती. इथे मात्र मी दोन दिवसांत आवश्यक त्या सर्व गोष्टी शिकून घेतल्या होत्या.

जेवणासाठी झानाने बरोबर आणलेले स्नॅक्स खाऊन झाल्यावर झाना म्हणाला की, आणखी एक धडा शिकायचा राहिला आहे. त्याने मला ड्रायव्हरच्या जागी बसायला सांगून इग्निशन चालू करायला सांगितले. त्याने मला गाडी अशा रितीने सावकाश चालवायला सांगितली की त्याला गाडी बरोबर चालता यावे. हे खूप सोपे होते. अगदी गोगलगाईच्या गतीने गाडी चालविण्यात मी पटाईत झाले होते. दूरवर पसरलेल्या वाळवंटाकडे मी गाडी नेत होते. दुपारचा सूर्य तापलेल्या मृगजळाचा आभास निर्माण करत होता. मी वाचलेल्या कादंबऱ्यातून अशाच मृगजळाची वर्णने असत.

अचानक माझ्या कानाजवळ कानठळ्या बसविणारा आवाज ऐकू आला. क्लच न दाबता मी खचकन् ब्रेक लावला. गाडी गचकन जागीच थांबली. मी दचकून मागे वळून झानाकडे बघितले. तो जवळच उभा होता. पिस्तुलाचा बार त्यानेच हवेत

काढला होता.

"लतिफा, कळलं का तुला लक्ष भलतीकडे ठेवून गाडी चालविणं असं मी म्हणालो त्याचा अर्थ? कल्पना कर की तुझ्यावर कोणीतरी पिस्तुल झाडत आहे आणि तुला तिथून वेगानं निघून जायचं आहे. अशा परिस्थितीत तू गाडी थांबवून त्यांना सरळ तुझ्या डोक्यावर पिस्तुल चालवायची परवानगी देणार आहेस की काय?"

"तू कशाबद्दल बोलतो आहेस?" मी किंचाळले. "अरे तू मला कशात ओढतोयस? अरे देवा रे! माझ्यावर कोणी पिस्तुल चालवेल अशा परिस्थितीत मी कधी कशाला असणार आहे? झाना मला घरी ने. या क्षणी मला घरी घेऊन चल."

"तुझ्यावर कोणी पिस्तुल चालवणार नाही." तो मान हलवीत म्हणाला, "तू जे काम करणार आहेस त्यात काही धोका नाही. पण एक दिवस असा येईल की तू याबद्दल मला धन्यवाद देशील. मी तुला देत असलेले धडे लक्षात ठेव. एवढंच. कुर्दिस्तानामधील सर्व बायकांपेक्षा तू आज वरचढ आहेस आणि कित्येक पुरुषांपेक्षाही."

त्यानंतर मी चिकाटीने प्रयत्न सुरू ठेवला. पण शरीराची काय प्रतिक्रिया येईल हे सांगणे कठीणच. पिस्तुलाचे बार उडणार, या अपेक्षेने मी गाडी चालवू लागले. पण कितीतरी वेळा माझी प्रतिक्रिया पहिल्या सारखीच झाली. किती वेळा मी ब्रेक दाबून धक्का खात गाडी जागेवरच उभी केली. साधारण एक तासानंतर आणि पिस्तुलाच्या कितीतरी गोळ्या वाया घालविल्यानंतर, मी त्याची गणती ठेवली नाही, विचलित न होता वेगाने पुढे निघून जाण्याचा आत्मविश्वास माझ्यात निर्माण झाला. इतकेच नाही तर पिस्तुलाचा बार ऐकता क्षणीच वेग वाढवून झानाने मुद्दाम ठेवलेल्या मधल्या दगडांना, वळसा घालून मी गाडी चालवू लागले. समजा माझ्यावर अनपेक्षितरित्या गोळीबार झालाच तर त्या परिस्थितीस तोंड देण्यास आता मी तयार झाले होते. पण अशी परिस्थिती येणार नाही अशी माझी खात्री होती.

दोहुकला परतताना मी झानाला माझे डेव्हिड बरोबर काम कधी सुरू होणार ते विचारले. माझे हे ड्रायव्हिंग शिकणे वगैरे डेव्हिड जवळचे कागद वाचण्यासाठी काही उपयोगाचे नव्हते.

"मी काय म्हणतोय लतिफा, की अशी कौशल्यं जवळ असणं हे नेहमी फायद्याचं असतं."

त्यानंतर युनो आणि इराकी सरकारचे काय गौडबंगाल चालले आहे आणि झानाला ते समजणे किती महत्त्वाचे आहे याविषयी तो बोलत राहिला. तरीसुद्धा या कामाला इतके महत्त्व तो का देत आहे हे मी समजू शकले नाही. मीच अटकळ बांधली की जर का इराकी सरकारला पाईप लाईनचे काम मिळाले तर जहालवादी कुर्दींना विनासायास लक्ष्य मिळणार होते.

"तू तुझं डेव्हिडबरोबरचं काम सुरू करण्यापूर्वी आणखी काही गोष्टी तुला शिकायच्या आहेत. या बाबतीत तू तुझं कर्तृत्व किती दाखवतेस ते पण बघायचं आहे."

वाळवंटात जाऊन कधीही न शिकलेल्या गोष्टी ज्ञानासारख्या शिक्षकाबरोबर शिकताना आलेल्या प्रचंड मानसिक ताणाचा विचार सोडला, तर खरं सांगायचं तर मला ते मोकळे वातावरण आवडले होते; पण तरीसुद्धा वडलांच्या घरी जाणे म्हणजेही सुटकाच होती. अशाप्रकारे वडलांच्या घरी जाणे सुटकेचे वाटेल हा विचार त्यापूर्वी कधीही माझ्या मनात आला नव्हता.

अजून काही गोष्टी शिकणे बाकी होते, माझ्या कामात मला किती रस वाटतो हे ज्ञानाला बघायचे होते, म्हणजे नक्की काय याचा अर्थ मात्र मला समजला नव्हता.

■

दहा

एव्हाना अफगाणिस्तानची राजधानी काबूल येथून तालिबानींना हाकलून देण्यात नॉर्दन अलायन्स पक्ष आणि अमेरिकी सैन्य यांना यश आले होते. याशिवाय अमेरिकी आणि ब्रिटिश सैन्य पाकिस्तानला लागून असलेल्या अफगाण सीमेवर दारूगोळ्याचा मारा करतच होते. अर्थात ओसामा बिन लादेन ठार झाला होता की जिवंत होता याविषयी काही बातमीच नव्हती. आता दोन हजार सालचा उन्हाळा सुरू झाला होता. इराकचा सर्वेसर्वा सद्दाम हुसेनवर जॉर्ज डब्ल्यू बुशचा शाब्दिक हल्ला चालूच होता. सद्दामने जैविक अस्त्रांचा लिखित पुरावा नष्ट करून टाकला होता. अशा पुराव्याचा शोध घेण्यासाठी इराकला गेलेल्या आंतरराष्ट्रीय गटांच्या डोळ्यांत तो चक्क धूळफेक करीत होता.

कुर्दिस्तानमध्ये मात्र जनमानसात असा विश्वास होता की पुरावा मिळो वा न मिळो, अमेरिका इराकवर हल्ला करणारच.

काय गंमत आहे बघा, मला स्वत:ला कधी लढाया, युद्ध यात रस नव्हताच, शिवाय युद्ध वगैरे सारख्या गोष्टी दूर कोठेतरी चालू असायच्या, पण आता मात्र मी प्रार्थना करू लागले की त्या इराकमध्ये काही का होईना कुर्दिस्तानात असल्या काही भानगडी नकोत. डेव्हिड आणि झाना कदाचित मला मदत करू शकले नसते तर इराकमध्ये युद्ध चालू असताना मला पळून जाण्याचे अनेक मार्ग उपलब्ध होणार होते. कारण इराकमध्ये सर्वत्र परकीय सैनिकांची गर्दी, विनाओळखपत्र सीमा पार करणाऱ्या निर्वासितांच्या झुंडी, अशा अनेक गोष्टी माझ्या पथ्यावरच पडणार होत्या.

कुर्दी लोक तर सद्दामची सत्ता कधी लयाला जाते याची वाटच बघत होते, अमेरिकेच्या हस्तक्षेपाची ते वाट बघत होते. शिवाय कुर्दी मशिदीतील इमाम शांततेपेक्षा युद्ध कसे श्रेष्ठ हेच शिकवत होते. आमच्या गावातील आम्ही राहात

होतो त्या गल्लीतील सर्व बायकांना मशिदीतले इमामाचे आख्यान ऐकू येई, त्यांना परिस्थितीची चांगली माहिती होती.

दर शुक्रवारी मशिदीतून इमाम बांग देत असे आणि नेहमीच्या प्रार्थनेनंतर सर्वांच्या डोक्यात युद्धाचे विचार घुसवत असे. वडील मशिदीत गेले की मी ताबडतोब समोरच्या घरी धाव घेत असे आणि त्या चार बहिणींबरोबर लाऊडस्पीकरवरचे मशिदीतले बोलणे ऐकत बसे. बायकांवर असलेल्या पुरुषसत्तेचे तो समर्थन करत असे. डेमोक्रॅटीक पार्टीसाठी दुवा मागायला सांगत असे. पुरुषांच्या हातातील सत्तेविषयी तो बोले. पुरुषांचे वर्चस्व आणि सत्ता, सत्ता आणि राजकारण याविषयीची बडबड तो करीत असे.

प्रत्येक पुरुषाने डेमॉक्रॅटिक पार्टीसाठी प्रार्थना केली तरच सद्दामचा नायनाट होऊ शकतो; तसेच इथे आलेल्या प्रत्येकजणाने स्वत:च्या मुलामुलींवर सॅटलाईट टी.व्ही.चा वाईट परिणाम होत नाही याची खात्री करून घेणे आवश्यक आहे, असेही तो सांगत असे. स्थानिक टी.व्ही बघण्यास त्याची हरकत नव्हती. हे सर्व ऐकून मला सात्त्विक संताप येत असे. स्वतंत्र जगात वाढल्याने इमामाने अशा तऱ्हेने मुलांना ताब्यात ठेवणे, शिकविणे म्हणजे आधुनिक जगात होणाऱ्या प्रगतीपासून दूर खेचून त्यांना परत मध्ययुगात ढकलून देण्यासारखे आहे असे मला वाटत असे. माझे वडील मशिदीतून परतले की मला त्यांची गोंधळलेली अवस्था समजे. नाही म्हटले तरी आयुष्यातील वीस वर्षे ते पाश्चिमात्य संस्कृतीत राहिले होते. ऑस्ट्रेलियातील मित्रांबरोबर दारू पिणे, रेस खेळणे, टीव्हीवरचे सर्व चॅनेल्स बघून त्यावर भलीबुरी चर्चा करणे हा त्यांच्या आयुष्याचा एक अविभाज्य भागच बनला होता. तरीसुद्धा इमामाच्या शिकवणीचा त्यांच्यावर परिणाम होत असे. घरात त्यांनी सॅटलाईट टीव्ही आणि टेलिफोनवर घातलेली बंदी हा सरळ सरळ त्या शिकवणुकीचा परिणाम होता हे मला दिसत होते.

एके दिवशी मी कामावर पोहोचले तर झानाबरोबर दोन वेगळेच लोक मला दिसले. त्यांच्या कपड्यांवरून ते पाश्चात्त्य देशातील असणार हे मी ओळखले. परंतु त्यांना कुर्दी भाषा समजत होती. मी त्यांच्या जवळून जाताना ऐकले; झाना त्यांना कुर्दीमध्ये सांगत होता, ''ती जवळपास असली तर जरा काळजी घ्या. कारण ती इंग्लिश बोलते.'' त्यावर त्यांनी माना डोलावल्या आणि ते निघाले. आसपास मात्र ते जर्मन बोलत असल्याचे माझ्या कानावर पडले. मला हेरगिरी करायला सांगतानाच नेमके ते दोघे ऑफिसमध्ये येणे हा योगायोग असेल असे मला वाटेना. की ते दोघेही हेरच होते?

पण आता मला माझे पाऊल मागे घेणे शक्य नव्हते. झानाचा बांधकाम व्यवसाय हा केवळ वरवरचा होता, खरी गोष्ट म्हणजे ते एक हेरगिरीचे केंद्रच

होते, याची मला खात्री होती. कंपनीत काम करणारे सर्व त्याचे नातेवाइकच होते, मग ती सर्व मंडळी हेरगिरीत सामील होती की काय? ते काही का असेना, ही नवीन दोन माणसे नक्कीच हेर असणार या विषयी मला खात्री होती.

माझी आत्या बांधकामावरील सुपरव्हिजनच्या कामासाठी बाहेर पडली की झाना मला जुनी कागदपत्रे कॉम्प्युटरवर टाईप करून डाटा तयार करण्याचे काम देत असे आणि तो बाहेर निघून जात असे.

'माझे ड्रायव्हिंग शिकण्याचे नाटक संपल्यावर एक दिवस आत्या ऑफिसमध्ये नसताना झानाने मला जान हॉटेलात नेले. याच हॉटेलमध्ये परदेशी माणसांची सतत वर्दळ असे. इथेच त्यांच्या कामाच्या बैठका होत. पैसे घेऊन वेश्यांचे काम करणाऱ्या तुर्की बायकांना इथूनच बाहेर पाठविले जात असे, अशी त्या हॉटेलची ख्याती होती. झानाला असल्या सगळ्या गोष्टींची चांगलीच माहिती होती.

हॉटेलच्या आरामशीर हॉलमध्ये बसल्याबसल्या मला एकदम जाणीव झाली की त्या गर्दीत वडलांच्या ओळखीचे कोणीतरी नक्कीच असणार. मी घाबरले. पण झानाला खात्री होती की इथे येणाऱ्यांपैकी वडलांना ओळखणारे कोणी नसेल. तिथल्या गर्दीकडे हात दाखवत झानाने सांगितले की, ती सर्व मंडळी कंपनी डायरेक्टर, तेल कंपन्यांतील बडे लोक आणि अर्थात वेश्या अशी होती. हा सुद्धा वेश्यांचा उपयोग करून घेत असणारच. माझ्या मनात आलेला हा विचार ओळखून जणू झाना म्हणाला,''घाबरू नकोस. वेश्यांची निवड कशी करायची हे तुला लवकरच समजेल.''

तिथे कोकाकोलाच्या नावाखाली जे काही मिळत होते ते मी मागविले. तेवढ्यात एका सेवाभावी संस्थेचा स्विडीश माणूस आम्हाला भेटायला आला. त्याला त्या भागात एक हॉस्पिटल बांधून हवे होते. त्याच्या बरोबर दुभाषाचे काम करणारा एक माणूस होता. झाना आणि तो स्विडीश दोघेही इंग्लिशमध्ये बोलत असताना दुभाषाची काय गरज होती?

झानाने माझी ओळख कंपनीच्या रिसेप्शनिस्ट आणि प्रशासकीय अधिकारी अशी करून दिली. ती सूचना समजून मी बॅगेतून माझी वही आणि पेन बाहेर काढले. खरे म्हणजे ही माझी वही म्हणजे माझे स्केचबुकच होते. पण जणू होणारे संभाषण टिपून घेणे माझ्या आताच्या भूमिकेसाठी आवश्यक होते.

त्या दोघांची बडबड चालू असताना झानाने मला कंपनीने घरासाठी जी जागा राखून ठेवली होती त्यावर दोन मजली की तीन मजली घर बांधायचे आहे ते विचारले. मला खात्री होती की असे एखादे घर किंवा जमीन काहीच अस्तित्वात नव्हते. पण असे काही सांगून आम्हा दोघांना अडचणीत आणण्याची

माझी इच्छा नव्हती. म्हणून मी म्हटले, "सध्या तरी दोन मजल्यांचा प्लॅन आहे आणखी मोठ्या घरासाठी प्लॅनचे काम चालू आहे."

त्यानंतर ऑफिसकडे येताना मी झानाला त्याबाबत विचारले,

तो म्हणाला, "एकाएकी काही वेगळीच परिस्थिती उद्भवली तर तू कशी वागशील याची ती एक परीक्षा होती!"

"मग मी झाले का उत्तीर्ण?" मी खोचकपणे विचारले.

"हो, हो, झालीस." तो हसत हसत म्हणाला.

"मग मी काढलेल्या टिपणांची आता तुला गरज नाही तर."

"आपण ऑफिसमध्ये शिरल्या शिरल्या तू ती फेकून देऊ शकतेस."

बराच वेळ काही न बोलता झाना गाडी चालवत होता. मग तो म्हणाला, "हे बघ, अचानक उद्भवलेली परिस्थिती तू कशी हाताळतेस हे मला समजणं आवश्यक होतं, ही गोष्ट खरी. पण मला ते हॉटेलही तुला एकदा दाखवायचं होतं. तिथे वावरत असलेल्या माणसांचं हसणं खोटं असतं. कारण ती माणसंही खोटीच असतात गं! केवळ दुसऱ्याचा फायदा कसा करून घेता येईल ते बघणारी स्वार्थी माणसं. ही जागा म्हणजे दुसरं तिसरं काही नाही, एक विषारी घरटं आहे, इथे तू बघतेस त्यातली बरीच माणसं त्या विषाचा बळी ठरणार आहेत."

"छान! कुर्दिस्तानसाठी फारच स्वागतार्ह गोष्ट आहे ही!" माझ्या मनात आलं,

हेर म्हणून काम करण्यासाठी आता मला फक्त एका गोष्टीची गरज होती. दरम्यानच्या काळात मी डेव्हिडशी संपर्क साधून होते. प्रत्येक वेळी टेलिफोनवर त्याचा आवाज ऐकला की मला त्याच्या आवाजातील आपुलकी जाणवे, आणि माझे मन आणि शरीर शहारून जात असे. मी दरवेळी त्याला सांगत असे की त्याच्या घरी जाण्याची संधी मी शोधत आहे, कारण त्याचा विरह मला सहन होत नव्हता. खरंच सांगते, त्याला भेटण्याची मला आस लागली होती. शिवाय बरेच दिवस भेट न झाल्यामुळे त्याच्यावरील माझे प्रेम वाढतच चालले होते.

"आपल्याला परत एकदा वाळवंटात जावं लागणार." गाडी चालवताना झाना मला सांगू लागला. त्याच्यामते हेरगिरीच्या शिक्षणात अजून एक गोष्ट शिल्लक होती. मला वाटले ड्रायव्हिंगची ताजी तालीम असावी. पण माझ्यासमोर एक नवीनच आव्हान उभे ठाकले. ते बघून मात्र माझी खात्री पटली की भविष्यात माझ्यापुढे मोठीच संकटे उभी ठाकणार आहेत. याची झानाला पूर्ण कल्पना आहे.

त्याने एकदा एका ओसाड जागी गाडी उभी केली. गाडीपासून बरेच अंतर

चालून गेल्यावर त्याने स्वत:च्या बॅगेमधून हॅन्डगन काढली. क्षणभर माझा भीतीने थरकाप उडाला. एका पुरुषाबरोबर डोंगररांगात ओसाड जागी मी होते. गाडी तर इतकी लांब की चालवता येत असली तरी तिथपर्यंत पोहोचणे अवघड होते.

''एखादं पिस्तुल कधी चालवलं आहेस का?'' त्याच्या शब्दाने मी भानावर आले. त्याच्या हातातले पिस्तुल रशियन बनावटीचे होते.

''अशा गोष्टींना मी कधी स्पर्शसुद्धा केला नाही. सिडनीत अशा पिस्तुलांच्या फैरी कधी कोणी झाडत नाहीत.'' माझ्या शेऱ्याकडे त्याने दुर्लक्ष केले.

''हे बघ, इथून परत फिरेपर्यंत या शस्त्राची तुला पूर्ण माहिती तर होईलच. पण नेमबाजी सुद्धा शिकून होईल.''

एका दगडावर त्याने सिरीयातून आयात झालेले एक हिरवे सफरचंद ठेवले. ''मी तुला नेमबाजी शिकवणार आहे. मला तुझा एक प्रयत्न बघू दे.'' त्याने पिस्तुल माझ्याकडे दिले. लक्ष्यापासून दहा मीटर अंतरावर मला उभे केले, आणि अलगद नेम धरून गोळी झाडण्यास सांगितले.

मी टीव्हीवर पोलीस कसा नेम धरतात ते आठवण्याचा प्रयत्न केला. पिस्तुलाचेच वजन इतके भरपूर होते की, मी दोन्ही हातांचा उपयोग करून बार टाकला. ती गोळी भलतीकडेच गेली. सफरचंद जसेच्या तसेच होते.

बहुतेक या सर्वाची झानाला कल्पना होती, अशा तऱ्हेने त्याने मान हलवली. मग त्याचे सूचना देणे सुरू झाले. आधारासाठी दोन्ही हात एकाखाली एक कसे ठेवावेत, एक अंगठा पिस्तुलाच्या टोकाभोवती कसा ठेवावा वगैरे. मी माझा डावा हात आधारासाठी खाली धरला, आणि उजवा नेम धरून पिस्तुलाचा दस्ता ओढण्यासाठी मोकळा ठेवला. शरीराचा तोल कसा सांभाळावा हे सुद्धा मला समजले. दोन्ही पायही मी चुकीचेच ठेवले होते. एक पाय थोडासा पुढे ठेवून, दोन्ही पाय ताठ न ठेवता थोडेसे वाकवायचे होते.

आमचे दोघांचे पोटभर जेवण झाले असते एवढी मोठी सफरचंदाची पिशवी मी दुपारपर्यंत यशस्वीपणे रिकामी करून टाकली. उन्हाने तापलेल्या वाळूत इतस्तत: पसरलेले सफरचंदाचे तुकडे मी नव्यानेच हस्तगत केलेल्या कौशल्याचे साक्षीपुरावे होते.

''तू मला कोणत्या जाळ्यात ओढत आहेस झाना?'' मी नेहमीच त्याला हा प्रश्न विचारत असे, तोच परत विचारला. त्यावर त्याचे उत्तरही नेहमीसारखेच होते.

ड्रायव्हिंग आणि नेमबाजी या गोष्टींची किंमत होऊ शकणार नाही, अशा होत्या. माझ्यावर त्याचे उपकारच होते. पण माझ्याजवळ जर गाडी आणि पिस्तुलच नसेल तर या गोष्टींचा मला काय फायदा? मी त्याला तसे विचारले.

“मी तुला गाडी दिली तर तो एक मूर्खपणा ठरेल. परंतु मी तुला पिस्तुल देऊ शकतो.”

“पण पिस्तुल मलाच नको आहे.”

“तुला कधी गरज भासलीच तर मला सांग.” तो म्हणाला.

या घटनेनंतर काही दिवसांनी मी डेव्हिडशी बोलले. माझे बोलणे खाजगी स्वरूपाचे नव्हते. कारण झाना माझ्या मागेच उभा होता. मी डेव्हिडला सांगितले की ऑफिसचा ड्रायव्हर मला त्याच्या घरापर्यंत सोडू शकतो, आणि डेव्हिडकडून मला काही कागदपत्रे गोळा करायची आहेत असे मी ड्रायव्हरला सांगितले आहे. हे ऐकून डेव्हिडला अत्यानंद झाला. मला डेव्हिडच्या घरी मात्र सोडले स्वत: झानानेच, त्याच्या घरावर नेहमीप्रमाणे युनोचा झेंडा फडकत होता.

रस्त्यात झानाने मला गाडीचा खण उघडायला सांगितला. खणातून पांढऱ्या कपड्यात गुंडाळलेली जड वस्तू मी बाहेर काढली. मला कल्पना होती की ती वस्तू म्हणजे पिस्तुल होते.

“झाना, याचा मी काय उपयोग करावा अशी तुझी इच्छा आहे?” मी सावध होऊन विचारले “की याने मी.....”

“मूर्खासारखं काहीतरी विचारू नकोस. तुझ्या मित्राला तू याने ठार करावंस अशी माझी अजिबात इच्छा नाही. पण तुझ्याजवळ हे ठेव.”

“पण मला हे नकोच आहे. तुला काय वाटतंय मी हे घेऊन माझ्या वडलांच्या घरी जावं की काय? त्यांना सुगावा लागला तर काय होईल? त्याहीपेक्षा ते माझं काय करतील?”

“मी हे ऑफिसमध्ये ठेवेन,” झाना म्हणाला, “कधी वेळ आलीच तर.....”

“तशी वेळच येणार नाही, झाना.” मी उत्तरले.

डेव्हिडच्या घराजवळ गाडी येताच मी अक्षरश: उडी मारून उतरले आणि नेहमीप्रमाणे स्वयंपाकघराच्या दारातून आत गेले. त्याच्या असीरीयन मोलकरणीला मानेनेच ‘हाय’ केले.

या माझ्या भेटीचे दोन उद्देश होते. झाना बाजूच्या गल्लीतच थांबला होता. मला डेव्हिडशी आणखी जवळीक साधायची होती. त्यात अडचण अशी काही नव्हतीच, मलाही तेच हवे होते. पण शिवाय मला त्याच्या घरात शोधक नजर टाकायची होती. कुठे काही कागदपत्रे दिसतात का ते बघायचे होते. एखादा उंदीर इकडे तिकडे सारखा बघत राहतो तसे मला वाटू लागले.

हे काम म्हणजे प्रेम आणि फसवणूक असा विचित्र प्रकार होता.

“लतिफाऽ” मी त्याच्या दारावर टकटक करताच त्याने साद घातली, मी आत पाऊल ठेवता क्षणीच त्याने सोफ्यातून उडी मारली आणि हात फैलावून

मी माझी बहीण बोजीन आणि आई. आमच्या तिघींचे हे शेवटचे छायाचित्र. त्या दोघी दोहुकला आल्या असताना हे छायाचित्र घेतले

माझ्याबरोबर लग्न करण्यास उत्सुक असलेल्या दियारने मला दिलेल्या टेडी बेअर बरोबर. उजव्या डोळ्याखाली वडलांनी केलेल्या मारहाणीची खूण.

वडलांच्या घराच्या याच पुढच्या अंगणात मी तासन्‌तास नुसती बसून असे. वेळ जाण्यासाठी शिवलेला आणि कलाकुसर केलेला माझ्या अंगावरील काळा ड्रेस.

लग्नाच्या पहिल्या रात्री मनाविरुद्ध संभोगाला सामोरे जावे लागलेली पांढऱ्या कपड्यातील कुर्दिश वधू.

आत्या-आजींबरोबर व वडलांच्या जमातीच्या पुढाऱ्याच्या थडग्याला भेट.

वर : दोहुक शहराचा मुख्य रस्ता आणि भोवतालची पर्वतराजी.

खाली : डोंगराळ भागातील कुर्दिश खेडे.

वर : लतिफा उजवीकडून दुसरी उभी. दोहुक विद्यापीठातील ख्रिश्चन आणि मुस्लीम विद्यार्थिनी.

शेजारी : शरीराशी हाताने सलगी करणारा अब्दुल्ला आणि त्याला कायम बाजूला ठेवणारी लतिफा.

वर : आत्या महादिया आणि उजवीकडे आई. मधोमध सतत मरणासन्न आहोत असे भासविणारे आजोबा.

खाली : उत्साह वाटावा म्हणून मुद्दाम लाल कपडे घातलेली लतिफा घरासमोर राहणाऱ्या मैत्रिणींबरोबर.

वडलांच्या दुसऱ्या लग्नाच्या दिवशी शेजारच्या मैत्रिणींबरोबर.

खाली : समोरच्या घरातील तीन बहिणींबरोबर पुरुषांच्या खोलीत. इथूनच लतिफा मदतीसाठी फोन करत असे.

वर : फोटोमागील पडदा स्त्री-पुरुषांच्या वेगळ्या व्यवस्थेसाठी. एका जवळच्या मैत्रिणीच्या लग्न समारंभात लतिफा. फोटोतल्या सर्वांच्या चेहऱ्यावर उदास भाव दिसत आहे.

खाली : केस गळतीमुळे केस कापावे लागलेल्या दिवशी चुलत बहीण अरिमनबरोबर.

वर : माझी आजी.

उजवीकडे : माझे वडील. बागेत बसून अमेरिकेने इराकवर केलेल्या हल्ल्याच्या बातम्या ऐकताना.

सर्वांत वर : मी आणि माझा चुलत भाऊ. तो टेक्सासहून दोहुक येथे अमेरिकन सैन्यासाठी दुभाष्या म्हणून काम करायला आला होता.

वर : माझ्या चुलत भावाचे लग्न. पांढऱ्या पोशाखामध्ये माझे वडील आणि त्यांची नवी पत्नी जमिला. मी डावीकडून दुसरी.

सर्वांत वर : माझी मैत्रीण शिलान आणि मी. तिच्या साखरपुड्याची तयारी करताना.

वर : माझी बहीण बोजीन आणि आई यांनी दोहुकला भेट दिली तेव्हा माझ्या काकू व्हीआनसोबत आम्ही एका ज्युस बारमध्ये गेलो होतो. इतरांप्रमाणे मीही आईला मला कुर्दिस्तानातून बाहेर घेऊन जा, अशी विनंती केली होती.

सर्वांत खाली : मी दोन अमेरिकनांसोबत दुभाष्या म्हणून काम करत होते. त्यांना डोंगरामधल्या गावांमध्ये खानपानाकरिता बोलावण्यात आले होते. त्यावेळी एका गावाच्या प्रमुखाने आमचे स्वागत केले.

खाली : दोहुक येथे मी काम करत असलेल्या जागेच्या कुंपणाबाहेर उभे असलेले माझे अमेरिकन मित्र.

सर्वांत वर : जेवतानाही काम! सैनिक शस्त्रांशिवाय एकही क्षण नसतात, अगदी काही खातानाही!

वर : अमेरिकन सैन्यातील एका सैनिकाला रग खरेदी करायचे होते. दुभाष्या होऊन मी त्याला मदत केली.

सर्वांत वर : अमेरिकन सैनिकांसोबत काम करताना कुर्दिश सैनिक.

वर : मुक्ततेच्या दिशेने... बगदाद येथील एका हॉटेलमध्ये माझ्या घरी जाण्याच्या तयारीत; तरीही मला आलेल्या अनुभवांमुळे मी हादरले होते.

सर्वांत वर : मला मोस्युलमधून बाहेर घेऊन जाणारे विमान.

वर : मी आणि एक अमेरिकन सैनिक. आमच्या मैत्रीची ही आठवण.

सर्वांत वर : ऑस्ट्रेलियातील माझ्या घराकडे जाताना. गल्फच्या थांब्यामध्ये मला भेटलेल्या एका ऑस्ट्रेलियन अधिकाऱ्यासोबत.

वर : माझा चुलत भाऊ वशीन आणि त्याची १४ वर्षांची नववधू. माझी आई उजवीकडून दुसरी.

तो माझ्याकडे धावला. आम्ही दोघांनी एकमेकांना आवेगाने कवेत घेतले. काही वेळाने त्याने मला सोफ्यावर बसविले. त्याने त्याच्या सहकाऱ्याला बगदादहून आणायला सांगितलेला एक मोठा चीजकेक समोर होता.

''नशिबाची गोष्ट आहे.'' तो म्हणाला, ''मला कल्पनाच नव्हती की तू आज येशील. आजचा दिवस साजराच करायला हवा.''

आम्ही चीजकेकचा मनापासून आस्वाद घेतला आणि नंतर त्याने मला सर्व घर दाखवले. घरात बघण्यासारखे फारसे काही नव्हतेच. तीन बेडरूमपैकी एकीत गॅस सिलींडर आणि जनरेटर होता आणि एकीत डेव्हिडचा पलंग होता. घर बघून बाहेरच्या खोलीत आल्या आल्या डेव्हिडने दोन्ही हातांनी मला लपेटून माझा मुका घेतला. आजपर्यंत मी फक्त कादंबऱ्यांतून वाचले होते की, पुरुषाच्या बाहुमध्ये मुली कशा अगदी विरघळून जातात. पण त्या क्षणी मला तसेच वाटत होते. पण त्याबरोबर मी घाबरूनही गेले होते. त्याने माझ्या फार जवळ येणे मला नको होते. तशी कौमार्यभंगाची वगैरे मला भीती नव्हती. त्याला आता बराच उशीर झाला होता!

''आपण थोडा संयम राखू या का डेव्हिड, मला दिवस राहून चालणार नाहीत.'' मी म्हटले.

''काळजी करू नकोस. तसं काही होणार नाही. माझी सगळी तयारी आहे. तू सुरक्षित राहशील.''

त्याच्या या बोलण्याने मला धीर आला. विश्वासही वाटला. आम्ही दोघे एकमेकांत मिसळून गेलो. हा अनुभव काही वेगळाच होता. या साठीच मी आसुसले होते. ज्या गोष्टीवर बंदी होती अशी गोष्ट करण्यातील मजा काही औरच होती. या माणसात तर मी पूर्णपणे विरघळून गेले होते. त्याला फसविणे, त्याची कागदपत्रे तपासणे या गोष्टी तर मनातून नाहीशाच झाल्या. पण मग मी झानाचे काम कसे पूर्ण करणार होते? ते सुद्धा डेव्हिड हजर असताना? मी खोलीत शिरतानाच खुर्चीजवळ उघडी पडलेली ब्रीफकेस बघितली होती. पण त्यातील कागदपत्रे बघण्याची संधीच मला मिळाली नव्हती. जर्मनीतल्या ओजो नंतर ज्याला मी माझा प्रियकर म्हणू शकत होते तो डेव्हिड हा दुसरा माणूस होता. मिखाईल प्रियकर तर नव्हताच, फक्त एक बलात्कार करून गैरफायदा घेणारा पुरुष होता.

डेव्हिडचा सहवास पुरेसा वाटत नव्हता तरी मला तिथून निघून जाणे भाग होते. काही वेळाने मी तसे डेव्हिडला सांगितले. तिथे येऊन दोन तास झाले होते आणि झाना गाडीत वाट बघत होता, याची कल्पना डेव्हिडला नव्हती. तसे मी त्याला सांगू शकत नव्हते आणि मी ऑफिसला कशी पोहोचणार याची

काळजी डेव्हिड करत होता. त्यामुळे त्याने त्याच्या एका ड्रायव्हरला मला ऑफिसपर्यंत सोडायला सांगितले. आम्ही एकमेकांचा निरोप घेतला. परत भेटायला लवकरात लवकर येईन असे मी त्याला सांगितले. मी ऑफिसमध्ये पोहोचल्यावर कंपनीच्या ड्रायव्हरला झाना जिथे थांबला होता तिथे नेण्यास सांगितले. दुसरा काही पर्यायच नव्हता. झानाला मात्र कंपनीच्या ड्रायव्हरला काहीतरी थापा माराव्या लागल्या.

"मग एकूण काम कसं काय झालं? काही कागदपत्रं मिळाली का?" झानाने विचारले.

"ते शक्यच नव्हतं. सर्ववेळ तो माझ्या बरोबर होता."

"पण काही कागदपत्रं तर इकडे तिकडे पडली असतील? तो कशा प्रकारचा माणूस आहे? कागद इकडे तिकडे पसरवून ठेवणाऱ्यातल्या आहे का?"

"तसं तर मला काही दिसलंच नाही. तशी संधीच नव्हती."

"ठीक आहे. पण तुला प्रयत्न केलाच पाहिजे. हे अत्यंत महत्त्वाचं काम आहे."

मला कसंतरीच वाटू लागले. एकदम निराश वाटू लागलं. मला माझ्या आईने फसवलं होतं आणि आता माझ्यावर प्रेम करणाऱ्या माणसाच्या बाबतीत मी नेमकी तेच करत होते. शेवटी माझं सुद्धा डेव्हिडवर प्रेम असल्याचं मला मान्य करावं लागलं.

झाना मला डेव्हिडच्या घराबद्दल प्रश्न विचारत होता. मी वर्णन केले तेव्हा तो म्हणाला, "हे तर युनोच्या कुठल्याही घरासारखंच आहे. प्रशस्त आणि मोकळं, अगदी घर सांभाळणाऱ्या नोकरासकट. त्याच्याकडे फॅक्स किंवा तत्सम काही मशीन तरी आहे का?"

"नाही. फक्त टेलिफोन आहे. बाकी जी काही मशिनरी तुझ्या मनात आहे तसं काही मला तिथे आढळलं नाही."

"म्हणजे या तुझ्या भेटीचा तसा फारसा काही फायदा झाला नाही तर!"

"झाना, एक लक्षात घे की घरात शिरल्याबरोबर मी महत्त्वाची कागदपत्रं उचलू शकत नाही, किंवा त्याची टिपणं काढू शकत नाही. डेव्हिडबद्दल विचार करायचा झाला तर मी त्याच्या भेटीला जाणं म्हणजे आमच्या ओळखीतून त्याच्या घरी जाण्यासारखं होतं. तुला ज्या गोष्टी अपेक्षित आहेत त्याला थोडा वेळ लागेल."

त्याचा चेहरा एकदम कठोर झाला. "लक्षात ठेव. तुझ्या वेळेला इथे काही किंमत नाही. इथे आमचा वेळ महत्त्वाचा आहे."

मी "त्यांचा वेळ" म्हणजे काय ते विचारण्याच्या भानगडीत पडले नाही.

बहुदा त्यांचा वेळ म्हणजे कुर्दी सरकारचा वेळ असावा.

आता झानाला सांगून डेव्हिडला रोज फोन करणे मला शक्य होते. लवकरच डेव्हिडच्या घरी जाण्यासाठी मला परवानगी देण्यात आली. या वेळी मात्र मला नेण्या आणण्याचे काम कंपनीचा ड्रायव्हर करणार होता. डेव्हिड त्याच्या मोलकरणीला सकाळच्या कामानंतर सुट्टी देणार होता.

त्या वेळी आमच्या दोघांत कसलाच आडपडदा नव्हता. यावेळी तर मीच पुढाकार घेतला आणि सोफ्यावर आम्ही दोघे एकत्र आलो. मागच्या वेळी आम्हाला धीरच धरवला नव्हता आणि मला निघण्याची घाई होती. यावेळी त्याने मला त्याच्या बरोबर शॉवर घेणे आवडेल का असे विचारले - पण मी घरी गेल्यानंतरच अंघोळ करेन असे सांगितल्याने तो बाथरूममध्ये गेला.

शॉवरचा नळ सुरू झाल्याचे कानावर आल्यावर मी थरथरत्या हाताने त्याची ब्रीफकेस उघडली. आतल्या कागदांवर असलेले फॅक्स नंबर आणि नावे भराभर उतरवून घेतली. काही कागदांवर इंग्लिश तर काहींवर अरेबिक भाषेत मजकूर होता. सविस्तरपणे वाचण्यास वेळ नव्हता पण ओझरत्या नजरेत सर्व मजकूर तांत्रिक स्वरूपाचा होता इतके माझ्या ध्यानात आले. मला अरेबिक बोललेले समजत नव्हते, तरी थोडेफार वाचता येत होते. कागदावर सिरीया देशातील एका गावाचा नकाशा होता. आर्किटेक्टने काढलेली काही डिझाईन्स होती आणि बहुतेक डेव्हिडच्या हस्ताक्षरातील काही मजकूर होता. झानाने काही मला मजकूर वाचायला सांगितला नव्हताच. त्याला फक्त फोन, फॅक्स नंबर आणि नावे हवी होती.

शॉवरचा नळ बंद झाल्याचे मला जाणवले. मी भराभर सर्वकाही जागच्याजागी ठेवले आणि सोफ्यावर जाऊन बसले. थोड्याच वेळात मला जी काही माहिती मिळाली होती ती घेऊन मी ऑफिसकडे निघाले. बड्या व्यापाऱ्यांवर आणि राजकारणातल्या व्यक्तींवर आपले मादक जाळे पसरवताना हेरगिरीसाठी प्रसिद्ध असलेल्या रशियन मुली हृदयातील सर्व कोमल भावना अशाच दूर सारत असतील का? माझ्या मनात विचार आला, की कठोर हृदयी बनून केवळ आपले कर्तव्य त्या पार पाडत असतील.

माझ्यापुरता विचार करायचा झाला तर मला फक्त कुर्दिस्तानातून पळून जाण्याचा मार्ग शोधायचा होता. एकीकडे मी झानाला खूश करत होते तर दुसरीकडे डेव्हिडला. कारण दोघांनी मला मदतीचे आश्वासन दिले होते. झाना मला हेरगिरी करण्यास सांगत होता तर डेव्हिड माझ्या प्रेमात पडला होता आणि या विषयी संशय घेण्यास जागा नव्हती. हैराण करणारी एकच गोष्ट होती की मी सुद्धा डेव्हिडवर प्रेम करू लागले होते, त्यामुळे मला एक विचित्र अस्वस्थता

घेरून टाकत होती.

मी जेव्हा चौथ्यांदा डेव्हिडच्या घरी गेले तेव्हा तो शॉवर घेण्यास गेला की माझे कागदपत्रे धुंडाळणे इ. काम नेहमीप्रमाणेच पार पडले. पण मी जशी त्याच्या घरून निघाले तसा तो म्हणाला, ''मला तुला काही विचारायचंय-'' आणि जेव्हा त्याने ब्रीफकेसमधून काही कागदपत्रे बाहेर काढली तेव्हा मात्र माझ्या हृदयाचे बरेचसे ठोके चुकले. त्याने ती कागदपत्रे माझ्यासमोर धरली. हाय रे दैवा!

■

अकरा

"आता हे सर्व कागद; जणू मला कामं कमी आहेत म्हणून या विषयात मलाच डोकं घालावं लागणार असं दिसतंय कारण माझ्या दुभाषानं माझं काम सोडून दुसरीकडे काम धरलंय. म्हणूनच केवळ मी तुला विचारतोय, लतिफा, माझी दुभाषी म्हणून तू काम करशील का?"

माझ्या चेहऱ्यावर एकाएकी सुटकेचे भाव आले होते की काय ते मी सांगू शकणार नाही, पण सुटकेचा नि:श्वास मात्र मी रोखू शकले नाही.

"अरे, तू माझ्या बोलण्यानं हेलावून गेल्यासारखी दिसतेस, पण मला खात्री आहे की निदान तू तरी मला नकार देणार नाहीस."

डोळ्यांतले अश्रू न आवरताच मी एकदम त्याला कवेत घेतले. त्याच्यासाठी दुभाषाचे काम करताना माझे हृदय आणखीच विदीर्ण होऊन गेले असते याची त्याला काय कल्पना असणार? त्याच्यासाठी काम करताना मी त्याच्या आणखी जवळ गेले असते पण त्याचे सर्वच कामही मला समजले असते. त्याची सर्व कागदपत्रे, त्याच्या बैठका सर्वांवरच माझी नजर असणार होती. झानाने तर माझ्यावर नेमके हेच काम सोपवले होते. माझ्या आईविषयी मला जो संशय होता तेच माझ्याही हातून घडणार होते की काय? मी एकदम पट्टीची हेर बनले असते.

त्या संध्याकाळी वडील भेटल्यावर मी त्यांच्यापाशी डेव्हिडच्या कामाचा विषय काढला. त्यांचा प्रतिसाद धक्कादायक होता. "युनोसाठी काम? अशक्य. माझ्या मुलीला मी तिथे कधीच काम करू देणार नाही. त्यांच्यासाठी काम करणाऱ्या मुली म्हणजे केवळ वेश्याच! त्यांची प्रसिद्धीच आहे तशी. परकीयांत मिसळायचं, त्यांच्याबरोबर झोपायचं आणि स्वत:च्या वडिलांचं प्रेम नाकारायचं. घर सोडताना मारे बुरखा घालायचा आणि एकदा का ऑफिसात पोहोचल्या की मांड्या उघड्या टाकणारे मिनी स्कर्स्टस् घालायचे, लिपस्टिक फासायची आणि वाटेल त्या माणसासाठी

तयार व्हायचं.''

''पण बाबा मी तशीच आहे असं समजू नका. शिवाय मिळणारा पगार चांगला असेल. महिन्याला पाचशे अमेरिकन डॉलर्स.'' एवढे पैसे म्हणजे या देशात मिळणारा सर्वांत चांगला पगार. एका अमेरिकी डॉलरमध्ये सर्व कुटुंबासाठी भाजीपाला आणि फळफळावळ मिळत होती.

''ते काही असो.'' खलिद पुढे म्हणाला, ''पैशाचा काही प्रश्न नाही. सध्या मला चांगले पैसे मिळताहेत.''

खलिदला मिळणाऱ्या नव्या प्रकल्पाविषयी त्याने मला सांगितले होते. दोहुक शहराच्या मेयरने त्याला पर्यटन विकास केंद्राचे काम द्यायचे ठरविले होते. तिथे खाण्याची उत्तम व्यवस्था, मुलांसाठी बाग, दुकाने, शिवाय बोटॅनिकल गार्डन असणार होते. प्रकल्पावर काम करणारे सर्व त्याचे नातेवाइकच असणार होते.

''आपल्या माणसांसाठी आपण नेहमी मदत करावी.'' त्याचे नेहमीचे पालुपद असे. पुढे येणाऱ्या हिवाळ्यासाठी हा पैसा म्हणजे बेगमीच होती.

या उप्पर युनोमध्ये काम करण्याची परवानगी मिळणे अशक्य होते. परत हा विषय त्याने काढूच दिला नसता. मला माझे ऑस्ट्रेलियातील वडील आठवत होते. त्यापेक्षा कुर्दिस्तानातले वडील फारच कडक होते. मुस्लीम धर्माविषयी वाढत असलेल्या प्रेमामुळेच माझा बाप माझ्याशी असे वागत होता असा मला संशय होता. शिवाय आईबरोबरचे त्यांचे लग्न मोडीत निघाल्यासारखेच होते. काही दिवसांपूर्वीच माझ्या आत्यांची बडबड माझ्या कानावर आली होती. माझी आई दुसऱ्या एका व्यक्तीला भेटत होती, असे त्या बोलत होत्या. अर्थात त्यांच्या बोलण्यातून मला यापलीकडे काहीच समजले नव्हते.

मी डेव्हिडला फोन करून माझ्या वडलांचा नव्या नोकरीविषयीचा विरोध कळविला. त्यामुळे तो फारच निराश झाला. यापुढे जितक्या जास्त वेळा भेटता येईल तेवढे भेटायचे असे आम्ही ठरविले. आमची भेट केवळ झाना मला सांगेल आणि माझ्यासाठी ड्रायव्हरची सोय होईल तेव्हाच होणार होती. मी डेव्हिडच्या घरून गोळा केलेल्या माहितीचा झानाला कितपत उपयोग होत होता याची मला काहीच कल्पना नव्हती. डेव्हिडच्या ब्रीफकेसमधून बऱ्याच वेळा मला तेचतेच नंबर टिपून घ्यावे लागत.

पण युनोच्या नोकरीचा विषय वडलांजवळ काढल्यामुळे धोक्याच्या घंटा वाजू लागल्या होत्या हे निश्चित. मी युनोच्या नोकरीचा विषय काढला त्याच्या दुसऱ्याच दिवशी त्यांनी मला विचारले, ''का गं? झाना आणि तुझ्या आत्याबरोबर काम करणं तुला आवडत नाही काय? खरं म्हणजे तिथे आपले सगळे नातेवाईकच आहेत म्हणून तुला उपकारच मानायला हवेत. युनोत अशी परिस्थिती असणार नाही.''

त्यांच्या बोलण्यात काही वावगे आहे असा दुसऱ्या कोणाला संशयही आला नसता. पण मला माझ्या वडलांचा स्वभाव चांगला माहीत होता. पुढे काहीतरी घोटाळा होणार याची मला जाणीव झाली.

रस्त्याच्या पलीकडे माझ्या मैत्रिणी होत्या याबद्दल मात्र मी ईश्वराचे आभार मानले. मला शुक्रवारी सुट्टी असे आणि घरातील पुरुषमंडळी बाहेर जात तेव्हा मी हमखास त्यांच्याकडे गप्पा मारायला जात असे. खरे म्हणजे तिथे माझीच जास्त बडबड चाले. त्यांना ऑस्ट्रेलियात आम्ही कसे राहात असू ते मी सांगत असे. सिडनीच्या प्रसिद्ध पूल आणि ऑपेरा हाऊसचे वर्णन करत असे आणि माझ्या भोवताली बसून अक्षरश: तोंड वासून त्या चार बहिणी ते ऐकत असत. त्यांना माझ्याविषयी दया वाटत असे आणि मला ऑस्ट्रेलियात परत जायला मिळावे म्हणून त्या अल्लाची प्रार्थना करत.

दिवस तर पुढे सरकतच होते. कुर्दिस्तानात नजीकच्या काळात होणाऱ्या युद्धाबाबत बातम्यांवर बातम्या येऊ लागल्या. इराकमधील जैविक शस्त्रास्त्रांबद्दल माहिती गोळा करणाऱ्या युनोच्या गटावर इराकमध्ये प्रवासबंदी घातली गेली. सद्दामने याबाबत सहकार्य नाकारले तर त्याच्याविरुद्ध युद्ध चालू करण्याच्या धमक्या जॉर्ज डब्ल्यू बुश देऊ लागला. दरम्यान, डेव्हिडबरोबर मी मधूनमधून फोनवर बोलत असे आणि झानाने सांगितले तर डेव्हिडच्या घरी जात असे.

डेव्हिडला बऱ्याचदा बगदाद किंवा जॉर्डनला कामासाठी जावे लागे. तेथून येताना त्याने माझ्यासाठी भेटवस्तू आणल्या नाहीत, असे क्वचितच घडत असे. एकदा तर तो मला प्रिय असलेली चॅनेल ५ आणि २४ फाऊबर्ग हे परफ्युमच घेऊन आला पण त्याचा वापर करताना मला बरीच काळजी घ्यावी लागत असे. फक्त डेव्हिडबरोबर असताना मी ते परफ्युम वापरत असे. शिवाय त्याच्या घरून निघताना मला माझी मान धुवावी लागे. कारण माझी आजी आणि आत्यांच्या तिखट नाकांना कधीच सुगावा लागू शकला असता आणि नसती आफत आली असती. एकदा तर त्याने माझ्यासाठी सेक्सी ब्रा आणली! तीसुद्धा माझे माप घेऊन. खरेच त्याचे हृदय मोठे होते. दुसऱ्याला देण्यातला आनंद त्याला माहीत होता. दुसऱ्याला मोहित करेल असेच त्याचे वागणे होते. झाना खूश व्हावा म्हणून त्याला फसविणे माझ्या अगदी जिवावर येत असे.

एकीकडे झाना डेव्हिडकडून काही महत्त्वाचे हाती येण्यासाठी उतावळा झाला होता. त्याने मला तसे बोलूनही दाखविले होते. केवळ डेव्हिडची ब्रीफकेस हाताळून माझ्या हाती काय पडणार होते? तसे मी सांगितल्यावर तो म्हणाला, ''त्याचं नक्की काय चालू आहे ते समजण्याचा आणखी एक मार्ग आहे.'' या त्याच्या बोलण्यावर मी पुढच्या सूचनांसाठी सज्ज झाले.

"तो फोनवर कोणाशी, काय बोलतो ही माहिती आता आम्हाला हवी आहे."

"ठीक आहे, पण या सर्व गोष्टी तो ऑफिसमध्ये बसून करतो. तिथे काही तो मला बोलावणार नाही. मी त्याला भेटते हे त्याच्या हाताखाली काम करणाऱ्यांना माहीत होणे त्याला आवडणार नाही आणि समजा, तरी सुद्धा मी त्याच्या ऑफिसमध्ये गेलेच तर तो माझ्यासमोर अशा महत्त्वाच्या गोष्टी बोलेल असं वाटतं का? मी अगदी त्याची दुभाषी म्हणून काम केलं तरीही तो महत्त्वाच्या गोष्टी माझ्याजवळ उघड करणार नाही."

"तू आता जे काही बोललीस ते मला पटलं. आता तर या कामासाठी तूच योग्य आहेस याची मला खात्री पटली. 'आम्ही' तुझ्याशी सहमत आहोत. 'आम्ही' या विषयावर बोललो आणि 'आम्ही' निर्णय घेतला की तूच हे काम बिनबोभाट करू शकशील."

अचानक मला ड्रायव्हिंग आणि नेमबाजीचे धडे आठवले. आता हा झाना आणखी काय धोकादायक काम मला शिकवणार होता?

"आपण दोन टप्प्यांत काम करणार आहोत. पहिली म्हणजे एक प्रकारची चाचणी असेल आणि नंतर खरं काम."

झानाने पहिली गोष्ट काय केली तर तो फोनवर डेव्हिडशी बोलला. त्याने पाईपलाईनचे टेंडर तयार असल्याचे डेव्हिडला सांगितले. लतिफा ती कागदपत्रे घेऊन ऑफिसमध्ये आली तर चालेल का तेही विचारले.

डेव्हिडने मान्यता देताच मी त्याच्या ऑफिसमध्ये गेले. मला बघताच त्याला झालेला आनंद त्याने इतरांच्या नजरेस पडू दिला नाही. ऑफिसमध्ये उभ्या उभ्याच आम्ही इकडचे तिकडचे बोलू लागलो. झानाने सांगितल्याप्रमाणे मी ऑफिसची रचना डोक्यात साठवली. तो इतरांबरोबर बोलताना मी त्याचे सर्व ऑफिस चांगल्याप्रकारे न्याहाळले.

शेवटी एकदाची बरोबर आणलेली कागदपत्रे मी टेबलावर पसरली आणि झानाने पढविल्याप्रमाणे एकदम आश्चर्यचकित झाल्याचे नाटक वठवत म्हटले, "अरे, एक कागद आणायचा राहिलाच की!"

डेव्हिडला बिचाऱ्याला वाटले की परत एकदा भेटायला मिळेल म्हणून मी मुद्दामच एक कागद विसरून आले आहे.

ऑफिसमध्ये आल्यावर मी झानाला सांगितले की, त्याचे संभाषण रेकॉर्ड करण्यासाठी मला योग्य जागा सापडली आहे.

एकूण सगळी योजना त्याने मला समजावून सांगितली होतीच. सॅन्यो कंपनीचा डिजिटल रेकॉर्डर योग्य जागी लपवून ठेवण्याची जबाबदारी माझ्यावर सोपविण्यात आली होती. डेव्हिडचे आणि माझे संभाषण तसेच मी त्या ऑफिसमध्ये नसताना

होणारे सर्व संवाद त्या मशिनवर रेकॉर्ड केले जाणार होते.

दुसऱ्या दिवशी टेंडरचे विसरलेले पान घेऊन माझी रवानगी डेव्हिडच्या ऑफिसमध्ये करण्यात आली.

आम्हा दोघांनाही परत गप्पा मारायला मिळणार याचा आनंद झाला होता. पण यावेळेस मला अतिशय जपून बोलावे लागणार होते. कारण पर्समध्ये रेकॉर्डर होता. एव्हाना झानाला आमच्या दोघांच्या मधील संबंधाचा अंदाज आला होताच. परंतु आमच्यामधील प्रेमाचा एकही शब्द चुकूनसुद्धा रेकॉर्ड होणे मला पसंत नव्हते. उगीच तो संवाद चुकीच्या माणसाच्या अर्थात वडलांच्या कानावर पडून काही घोटाळा होणे मला परवडणारे नव्हते.

मला रेकॉर्डर लपविण्याची जागा माहीत असून तसा फारसा उपयोग नव्हता. डेव्हिड त्याच्या ऑफिसमधून बाहेर जाणे आवश्यक होते. मी थोडा विचार केला आणि माझी नेहमीची डायरी भरल्यामुळे मला एखादी वही मिळू शकेल का अशी विचारणा केली. डेव्हिडने इकडे तिकडे शोधली पण वही नव्हती. त्यामुळे त्याला स्टोअररुमध्ये जाणे भाग होते. तो बाहेर गेल्याबरोबर मी त्याच्या टेबलाकडे धावले, कारण आदल्या दिवशीच त्याच्याबरोबर गप्पा मारताना मी एक जागा हेरून ठेवली होती. डेव्हिडच्या टेबलाची कड आणि ड्रॉवर यांच्यामध्ये एक छोटीशी फट होती. एखाद्या छोट्या डबीची एक बाजू उघडी असल्यासारखी. मी पटकन हात आत घालून बघितला. ती फट ड्रॉवरच्या मागच्या बाजूपर्यंत जात होती. तिकडे कोणाचे लक्ष जाणार नव्हते. त्याने ड्रॉवर पूर्ण बाहेर काढला तरच रेकॉर्डर दिसू शकला असता. पण तसे काही डेव्हिड करेल ही शक्यता खूपच कमी होती. डेव्हिडचा फोनही त्याच टेबलावर होता. फक्त लाकडामधून तो जे काय बोलेल ते रेकॉर्ड होईल की नाही एवढीच मला शंका होती.

तेवढ्यात डेव्हिड आलाच. स्टोअररुममधून येताना त्याला कोणी भेटले होते म्हणून थोडा उशीर झाला होता. तो येईपर्यंत मी आरामात टेबलाजवळ बसले होते. त्याने मला युनोतर्फे भेट म्हणून देण्यात येणारी सुंदरशी, चामड्याचे वेष्टन असलेली वही आणून दिली. पहिल्या पानावर त्याने माझे नाव घातले होते, आणि त्याखाली स्वत:चे नाव घालून लिहिले होते, "माझ्या प्रियेस"

निघताना मी त्याला अगदी हळुवारपणे विचारले, "माझ्या पासपोर्टविषयी तू काही चौकशी केलीस का रे?" "सगळं व्यवस्थित होईल. थोडा धीर धर. त्याच गोष्टीचा विचार करत बसलीस तर वेळ जाता जायचा नाही तुझा. माझ्याकडून काहीतरी चांगली बातमी येईपर्यंत थांब." त्याने क्षणभर माझा हात कुरवाळला.

गाडीतून परत ऑफिसकडे जाताना आपण केवढी जोखीम पत्करली होती याची जाणीव मला झाली. युनोचा चहावाला पोरगा मी रेकॉर्डर ठेवताना अचानक आला

असता तर? खरोखरच धोका होता, पण मी त्यातून सहीसलामतपणे पार पडले होते.

झाना माझ्या कामगिरीवर खूश झाला. पण तो रेकॉर्डर दुसऱ्या दिवशी परत आणावा लागेल हे त्याने मला सांगितले. मला अर्थातच तो परत आणावा लागणार होता, पण त्या विषयी मी काहीच विचार केला नव्हता. डेव्हिडला भेटायला आता मला तेवढे एकच निमित्त होते. एवढ्यात डेव्हिडचाच फोन आला. युनोच्या वहीबरोबर युनोतर्फे देण्यात येणारे खास पेन तो मला द्यायला विसरला होता. त्यामुळे मी त्याला सांगितले, ''काहीतरी निमित्त शोधून मी येईन. झानाला सांगेन की माझी खाजगी डायरीच मी विसरले, मग त्याला परवानगी द्यावीच लागेल.''

एकदा खोटे बोलले की हजारदा बोलावे लागते याचा प्रत्यय मला येत होता. झानाजवळ काय खोटे बोलेन हे डेव्हिडला सांगत होते, तर दुसरीकडे युनोच्या ऑफिसमध्ये जायचे आयतेच कारण मिळाले म्हणून झाना खूश झाला होता.

''लतिफा, काळजी घे बरं. उगीच लफड्यात पडू नकोस.'' मी स्वत:ला बजावत होते.

अलीकडे मला सारखे वाटे की एका अतिजलद ट्रेनमध्ये बसले आहे आणि मला नेमके कोठे जायचे आहे तेच माहीत नाही. शिवाय त्या ट्रेनमध्ये एकमेकाला ओळखणारे अनेक प्रवासी आहेत, पण ते एकमेकांना ओळखच देत नाहीत. म्हणजे आता या ट्रेनचे पुढे होणार तरी काय? कुठेतरी धडकून आम्हा प्रवाशांचे बळी जाणार? की मुक्कामी पोहोचून सर्वांनाच मुक्त आयुष्य मिळणार?

डेव्हिडच्या ऑफिसात डेव्हिड नेहमीच्या टेबलावर बसला होता. टेबलावर मला भेट देण्यासाठी म्हणून पेन असलेला एक सुंदर डबा तयार होता. मला बघितल्याबरोबर तो उठून उभा राहिला आणि त्याने माझ्याशी हस्तांदोलन केले. ऑफिसमध्ये सर्वांसमोर असं काही करणं खरं म्हणजे धाडसाचंच होतं. त्याने हात टेबलावर टेकले; रेकॉर्डर त्याच्यापासून सुमारे अर्धा मीटर अंतरावर होता. मी शांत राहण्याचा प्रयत्न करत होते. तो रेकॉर्डर तर मला परत घेऊन जाणे भाग होते. त्यासाठी डेव्हिड ऑफिसबाहेर जाणे गरजेचे होते.

तेवढ्यात एका वेगळ्या विचाराने मी हैराण झाले. त्या रेकॉर्डरमधील सेल संपले किंवा डिस्कच संपली आणि ते मशीन काम करायचे थांबले तर जोराचा आवाज तर होणार नाही ना? डेव्हिडने मला विचारले, ''मग, तुझं कसं काय चाललंय एकंदरीत?'' आमचे बोलणे रेकॉर्ड होत असणार या विचाराने मी म्हटले, ''कंपनीत काम करण्यात मी खूश आहे. शिवाय माझी आत्या मला मदत करते आणि इतर नातेवाइकांची ये-जा चालू असतेच.'' या माझ्या बोलण्यावर तो आश्चर्यचकित झाला. कारण आमची ओळख झाल्यावर माझी सर्व परिस्थिती

नाईलाजाने झानाच्या कंपनीत करावे लागणारे काम हे सर्व मी त्याला सविस्तरपणे सांगितले होते. मी झटकन उठून हसतहसत त्याच्याजवळ गेले आणि त्याच्या कानाजवळ ओठ नेऊन म्हणाले, ''उगीच आपली गंमत रे.'' त्याला या सर्व प्रकाराची मजा वाटली आणि त्याने स्मित केले. मी त्याचा मुका घेण्याच्या विचारात होते तेवढ्यात ऑफिसमधील एक दुभाषी आत डोकावला. त्याने सांगितले की अरेबिक बोलणारा एकजण बाहेर आला आहे. त्याला डेव्हिडबरोबर बोलायचे आहे, आणि तोच दुभाषी म्हणून काम करणार आहे. डेव्हिड दिलगिरी व्यक्त करून म्हणाला, ''मी आलोच तुला गुडबाय करायला. थोडा वेळ थांब.''

हीच मला मिळालेली संधी होती. मी टेबलाच्या मागे जाऊन फटीतून हात आत सरकावला. पण माझ्या हाताला रेकॉर्डर लागेचना. मी नक्की कुठल्या बाजूला ठेवला होता, उजव्या की डाव्या? मी गुडघ्यावर बसले आणि फटीतून चहूबाजूंनी हात फिरवला, तरी मिळेना, परत हात फिरवला तेव्हा मला त्याचा स्पर्श जाणवला, पण अशा प्रकारे धुंडाळण्यात रेकॉर्डर मागे सरकला होता. माझ्या कपाळावर घाम साचला. माझा हात रेकॉर्डरपर्यंत पोहोचेनाच. अरे बापरे! म्हणजे मला सर्व ड्रॉवरच बाहेर ओढावा लागणार की काय? बाहेरच्या बाजूने डेव्हिडच्या बोलण्याचा आवाज आला. तो परत येत होता. मला तर जोरात किंचाळावे असे वाटले. माझ्या बोटांना रेकॉर्डरच्या कडांचा स्पर्श होत होता. शेवटी मला काही भानच उरले नाही आणि त्या झटक्यातच मी तो बाहेर खेचला. पण माझी बॅग खोलीच्या दुसऱ्या बाजूला होती. ती परत आणायची म्हणजे डेव्हिडला आश्चर्यच वाटले असते. शेवटी मी ब्लाऊजची वरची बटणे काढली आणि रेकॉर्डर ब्रामध्ये खोचून टाकला. डेव्हिड खोलीत आला तरी मी खिडकीबाहेर बघत आहे असे नाटक करत राहिले. जणूकाही दूरवरच्या डोंगरांकडे माझी नजर खिळून राहिली होती. डेव्हिड माझ्या पाठीमागे येऊन उभा राहिला.

''हा, फारच छान आहे. पण मधुचंद्रासाठी काही मी ती जागा सुचविणार नाही,'' तो म्हणाला.

हे त्याचे बोलणे रेकॉर्डरने नक्कीच टिपले होते. परंतु झानाशिवाय इतरांना कोणीतरी युनोचा माणूस स्वत:च्या राहण्याच्या जागेविषयी बोलत आहे असेच वाटले असते.

ऑफिसमध्ये गेल्या गेल्या झानाने रेकॉर्डर जवळजवळ हिसकावूनच घेतला, आणि माझ्याशी धड एकही शब्द न बोलता तो निघाला. जाता जाता तो परत ऑफिसमध्ये येणार नसल्याचे मात्र त्याने सांगितले. मला वाटले तो त्याच्या सरकारी मित्रांकडे गेला असणार. मला रेकॉर्डरवर टेप झालेले संभाषण कधीच समजणार नव्हते. कोणास ठाऊक! त्या बोलण्यातून काय काय गुपिते बाहेर पडणार होती?

त्यानंतर बऱ्याच दिवसांनी मला डेव्हिडच्या ऑफिसमध्ये जाण्याची संधी मिळाली. पाईपलाईनच्या प्रकल्पाविषयी अखेरचे वेळापत्रक नेऊन देण्याच्या कामात काही खोटेपणा नव्हता. बऱ्याच कंपन्यांची टेंडर्स, खूप किंमत होती म्हणून किंवा प्रकल्प व्यवस्थित नव्हते म्हणून नाकारण्यात आल्याचे डेव्हिडने यापूर्वीच मला सांगितले होते. पण डेव्हिडने मला त्याच्या घरी पाठविण्याची परवानगी झानाजवळ मागितली. काही चांगली बातमी हाती लागेल असे वाटून झानाने होकार दिला.

माझ्याकडे बघून डेव्हिड नेहमीप्रमाणे हसला नाही, त्याचे काहीतरी बिनसले होते. त्याच्या वागण्यातही ताठरता होती. त्याला रेकॉर्डरविषयी तर समजले नव्हते? त्याच्या ऑफिसमध्ये कॅमेरातर लपविलेला नव्हता? रेकॉर्डर बाहेर काढण्याच्या भानगडीत मी तर काही खाली पाडले नव्हते? का दिवसभर रेकॉर्ड झालेले संभाषण पुसून टाकून त्याने एखादे बिनमहत्त्वाचे बोलणे रेकॉर्ड केले होते?

खरंच रोज काही ना काही घटना घडून माझे हृदय भीतीने कुरतडले जात होते. घरी तर कायमच कोणी बायका येऊन स्वत:च्या मुलासाठी मला पसंत करीत होत्या. मला तर वेड लागण्याची पाळी आली होती. केवळ डेव्हिडचे प्रेमच मला धीर देत होते. आता मात्र कदाचित माझे सगळे विश्वच विखरून जाणार होते.

मी हळूच त्याच्याजवळ गेले आणि त्याचे हात हातात घेतले. "काय झालंय?" मी विचारले.

"माझ्यासमोर एक प्रश्न आहे, ज्यात तुझाही संबंध आहे."

"देवा! काय झालं रे हे!" माझं मन आक्रंदून उठले.

"तूच मला या सगळ्या प्रकरणात धीर देऊ शकशील." मी प्रार्थना केली. माझ्या चेहऱ्यावर उमटलेला धोक्याचा इशारा त्याला नाही तर आणखी कोणाला समजणार होता?

"घाबरून जाऊ नकोस. तसा तुझा या प्रकरणाशी थेट संबंध नाही. पाईपलाईनच्या कामासाठी मी दोन कंपन्यांची निवड केली आहे. एक झानाची. पण गोची अशी आहे की दुसऱ्या कंपनीचं काम तुमच्यापेक्षा कितीतरी चांगलं आहे. या प्रकरणातील माझ्या सूचना मला उद्याच पुढे पाठवायच्या आहेत. मी जर दुसऱ्या कंपनीच्या बाजूनं मत दिलं तर तुला भेटण्याचं काही निमित्तच उरणार नाही. तसं होणं मला नको आहे. पण दुसरीकडे तुझ्या कंपनीला काम देता येत नाही कारण कामाचा दर्जा चांगला नाही."

या गोष्टीचे मला काहीच आश्चर्य वाटले नाही. माझी तर खात्री होती की झानाची कंपनी म्हणजे सरकारने उभे केलेले बाहुले होते. तरीसुद्धा माझ्या हेरगिरीचा एक भाग आम्ही सादर केलेल्या योजनेविषयी डेव्हिडचे मत जाणून घेणे हा होताच. शिवाय युनोचे इराकमधील इतर प्रकल्प काय होते हे मी बघितलेल्या कागदपत्रांवरून झाना

आणि त्याच्या इतर लोकांना राजकीय कारणांसाठी माहीत होणे हा माझ्या कामाचाच भाग होता.

"डेव्हिड, माझ्यासाठी तू स्वत:ची प्रतिमा बिघडवू नकोस. तुझा व्यावसायिक दृष्टिकोन तुला सांभाळलाच पाहिजे. तू त्या दुसऱ्या कंपनीविषयी तुझं खरं मत मांडायला हवंस. केवळ माझ्या भेटीसाठी तू झानाच्या कंपनीला काम देणं गैर आहे. घाबरू नकोस. आपल्या भेटींसाठी आपण दुसरा एखादा मार्ग शोधू.

माझ्या तोंडून हे शब्द बाहेर पडले खरे, पण दुसरा कोणता मार्ग असणार होता?

आम्ही परत एकदा एकमेकांच्या प्रेमात स्वत:ला झोकून दिले. मग मात्र मला रडू कोसळले. कदाचित आमची ही अखेरचीच भेट असणार होती.

शेवटी तीन दिवसांनंतर झानाला त्याच्या कंपनीला काम मिळणार नसल्याचे समजले. तो दिवसभर माझ्यापासून दूरच राहिला. तो सगळा दोष माझाच होता असे समजणे वावगे नव्हते. कारण वेगळ्या कारणासाठी का होईना, पण माझाच युनोच्या लोकांबरोबर कायमचा संबंध होता.

पण कंपनीला काम न मिळाल्याने कंपनीत एकच गोंधळ उडाला. माझ्या आत्याने मला कंपनीत परत कधीच न येण्यासाठी लवकर घरी निघायचे आहे असे सांगितले.

घरी जाताना मी तिला नक्की काय झाले आहे ते विचारले.

"त्याच्याशी तुझा काही एक संबंध नाही. मी यापुढे सरकारच्या पुनर्बांधणी योजनेत काम करणार आहे." याचा अर्थ मी तिथे नसणार. म्हणजे तूही तिथे जाऊ शकत नाहीस."

"हे काही बरोबर नाही. तुला तुझी नोकरी सोडायची आहे म्हणून तू माझीही नोकरी घालवते आहेस. हे अगदी चुकीचं आहे."

"मी तिथे नसेन तर तुझे वडील तुला तिथे पाठविणारच नाहीत. केवळ मी तिथे होते म्हणून तुला ही नोकरी मिळू शकली आणि ती आता संपली. बस्स्!"

मला काहीच सुचेना. वडलांचे घर आल्यावर मी गाडीतून उतरू लागले, तेव्हा आत्या म्हणाली, "अगं माझा निरोप तरी घेशील की नाही?"

"आजची दुपार तुझ्यासाठी फारच शुभ ठरली. मला वाटतं तू तुझं स्वत:चंच अभिनंदन करून घे." मी म्हणाले.

या सर्व प्रकरणामुळे माझ्या मनात कडवटपणा दाटून आला. कंपनीचा प्रकल्प मान्य न झाल्यामुळे माझी तर नोकरी गेलीच पण माझ्यात आणि डेव्हिडमध्ये त्याच्या ऑफिसचा फोन हा एकच दुवा होता. आता आमच्या दोघांत दरीच उत्पन्न होणार होती. दरीच्या एका बाजूला मी तर दुसरीकडे डेव्हिड आणि माझे स्वातंत्र्य. शिवाय झानाने कुर्दिस्तानातून माझी सुटका करण्याचे कबूल केले होते, त्याचे काय? त्यातही कुराणावर हात ठेवून कोणत्याही कागदपत्राविना माझी सुटका करण्याची

शपथ त्याने घेतली होती. आता त्यानेच येऊन मला काही बातमी दिली तरच काही घडले असते. मी तर त्याला साधा फोनही करू शकणार नव्हते. माझे मन मला सांगत होते की आता झानाकडून काही होणे शक्य नव्हते. कुराणावर हात ठेवून शपथ घेतल्याबद्दल अल्लाच त्याला काय शिक्षा करायची ती करो!

वडील कामावरुन घरी आल्यावर मी त्यांना ऑफिसमध्ये काय घडले ते सांगितले. "वा! फारच छान. तुझ्या आत्याला चांगली नोकरी मिळाली. आता सरकारी नोकरीत ती आनंदाने काम करेल." ते म्हणाले.

माझी नोकरी गेल्याबद्दल मात्र त्यांनी चकारशब्द काढला नाही. ते फक्त एवढेच म्हणाले, "तू आता घरी राहशील तर बरंच होईल. तुझ्या आजीला कामात मदत होईल." कंपनीत काम करण्याबाबत ते काहीच बोलले नव्हते. म्हणजे माझी नोकरी शंभर टक्के गेली होती.

दुसऱ्या दिवशी वडील घरी असताना झाना आणि कंपनीचा आणखी एक मालक घरी आलेले बघून मी आश्चर्यचकित झाले. वडिलांबरोबर बोलताना त्यांना मी समोर हवी होते. त्यांनी मला बोलावले.

"हे बघ, भाऊ," झाना वडलांना म्हणाला, "मला तुझ्याविषयी खूप आदर आहे. तुझ्या मुलीविषयी मी बोलायला आलोय. लतिफा कंपनीसाठी फार मोठी जमेची बाजू आहे. ती कॉम्प्युटरवर चांगलं काम करतेच पण इतर कामं सुद्धा योग्य प्रकारे हाताळते. तिचं भाषाप्रभुत्व तर कंपनीनं नेमलेल्या इतर कोणापेक्षाही सरस आहे. म्हणून कंपनीच्या कामासाठी तिची गरज आहे. आम्ही तिची चांगली काळजी घेऊ."

त्याचे बोलणे जेमतेम पुरे झाले असेल तोच वडील डोके हलवत म्हणाले, "मला तुझं बोलणं आवडलं. परंतु ते शक्य नाही. तिची आत्या तिथे नसेल तर ती येणार नाही." झाना परत काही बोलण्याच्या विचारात होता, पण मला चहा घेऊन येण्यासाठी आत पाठविले गेले. माझे वडील मान खाली घालून बसले होते. याचा अर्थच असा होता की काही झाले तरी त्यांचे उत्तर 'नाही' असेच असणार होते.

सकाळचा सर्व वेळ मला कामावर पाठवावे म्हणून झानाने वडलांचा पिच्छाच पुरविला. परंतु माझे वडील मान खाली घालून सारा वेळ नकारार्थी मान हलवत राहिले.

माझी नोकरी चालू ठेवण्यामागचा झानाचा हेतू मला चांगलाच माहीत होता. हेरगिरीच्या कामात मी स्वत:ला चांगलेच सिद्ध केले होते.

शेवटी झानाने वेगळीच युक्ती लढवली. तो म्हणाला, "लतिफानं इतकं चांगलं काम करून दाखविलं आहे की मला वाटतं युनोच्या ऑफिसमधून दुभाषाच्या कामासाठी तिला विचारलं गेलं होतं. भाऊ, खरंच सांगतो तिच्यासाठी ही फार मोठी संधी चालून आली आहे. तुझ्या मताचा मी आदर करतो. परंतु तिचे गुण असे वाया घालवू नकोस. शिवाय पैसेही चांगले मिळणार आहेत."

“गुण वगैरे काही वाया जात नाहीत.” वडील म्हणाले, “अरे आपल्या दोघांनाही माहीत आहे की तिथे काम करणाऱ्या मुली काय प्रकारच्या आहेत आणि पैशाचं म्हणशील तर त्या गोष्टीला मी फारसं महत्त्व देत नाही. ती किती जरी पाक राहिली ना तरी तिथे काम केल्यानं तिचं नाव खराब होणारच.”

“समजा, युनोत काम करणारा एखादा तिचा नातेवाईक असेल तर तुझं मत बदलेल का?”

“माझ्या नात्यातली कुठलीही बाईमाणूस तिथे काम करण्याइतक्या खालच्या पातळीवर जाणार नाही. तिचा एखादा भाऊ जरी तिथे काम करत असला तरी मी तिला तिथे पाठवलं नसतं.”

यातून आता काहीच निष्पन्न होणार नाही अशा विचाराने झानाने मान हलविली.

हे सर्व बोलणे चालू असताना मी तिथेच होते. परंतु माझ्या अस्तित्वाला त्यांच्या लेखी काडीची सुद्धा किंमत नव्हती. मला आश्चर्याचा धक्काच बसला.

शेवटी एकदाचे ते दोघे निघाले. मी त्यांच्याबरोबर दारापर्यंत गेले आणि झानाला अगदी हळू आवाजात विचारले, “प्लीज मला दिलेलं वचन विसरू नकोस.”

त्याच्या चेहऱ्यावर प्रश्नचिन्ह होतं. “कसलं वचन?” त्याने विचारले.

मी पूर्ण निराश झाले.

■

बारा

माझ्या खोलीत मला किंकाळ्या फोडून रडावेसे वाटू लागले. पण मला माझे रडणे कोणाच्या कानावर जाऊ द्यायचे नव्हते. कारण त्यामुळे त्यांनी मला कमकुवत ठरवले असते आणि जेतेपणाची भावना त्यांच्या मनात निर्माण झाली असती. मी एक पांघरूण तोंडाभोवती गुंडाळले आणि उशीत डोके खूपसून हमसाहमशी रडू लागले. अर्थात अपार निराशेत बुडण्याची आणि एक माणूस म्हणून मला सर्वांनीच नाकारायची ही पहिली वेळ थोडीच होती?

जराशाने मी सावरले आणि झानाला फोन करण्याचे ठरवले. एव्हाना तो नक्कीच ऑफिसमध्ये पोहोचलेला असणार होता. वडील घरातून बाहेर पडले होते. आजीला 'पाच मिनिटं मैत्रिणीकडे जाते,' असे सांगून मी धावत रस्ता ओलांडून समोरच्या घरी पोहोचले. आजीने अर्थात लगबगीने बाहेर येऊन आजूबाजूच्या गच्च्यांवर कोणी पुरुष नाही ना याची खात्री करून घेतलीच. सकाळच्या वेळेस मी त्यांच्या दारात उभी बघून त्यांना आश्चर्यच वाटले कारण ती वेळ माझी ऑफिसला जाण्याची होती. मी त्यांना आदल्या दिवशीच्या घडलेल्या सर्व घटना सांगितल्या.

युनोमधील आलेली नोकरी वडील स्वीकारू देत नाहीत म्हणूनही सांगितले. त्या चार बहिणींपैकी सर्वांत मोठी म्हणाली, ''अगं, तुलाच तिथे नोकरी करणं आवडणार नाही. तिथे काम करणाऱ्या मुलींची प्रतिमा अगदी वाईट असते.''

म्हणजे त्यांना सुद्धा सर्व माहीत होते तर. त्यांना मी म्हटलं, ''काय माहीत, त्या मुलींविषयी या सर्व अफवाच असतील, खरंच तशी परिस्थिती नसेलच. त्या मुलींना निदान संशयाचा फायदा तरी द्यायलाच हवा, नाही का?'' इतकं बोलून मी त्यांना फोन वापरण्याची परवानगी विचारली. झाना फोनवर आल्याआल्या मी त्याला विचारले, ''तू माझ्या वडलांची परवानगी मिळावी म्हणून आणखी

प्रयत्न का नाही केलेस?''

त्यावर त्याने उत्तर दिले, ''लतिफा, तुला समजायला हवं, एकदा तुझ्या वडलांनी नकार दिला म्हणजे त्यावर काही उपाय नाही.''

''मग तू मला वचन दिलंस त्याचं काय? ते सर्व विसरलास का? तू तर कुराणावर हात ठेवून मला मदत करायचं वचन दिलं होतंस.''

थोडा वेळ तो काहीच बोलला नाही. मग पाच मिनिटांनंतर फोन करण्यास त्याने सांगितले. माझे झानाबरोबरचे इंग्लिशमधील बोलणे त्या बहिणींना समजले नाही तरी मी झानाला परत फोन केला, तेव्हा माझ्या चेहऱ्यावरील निराशा त्यांनी टिपली. मी परत झानाला फोन केला तेव्हा तो मला दिलेले वचन विसरला नसल्याचे त्याने सांगितले. जरी पाईपलाईनचे काम मिळाले नाही तर मी कंपनीसाठी काम करू शकते असेही तो म्हणाला.

''पण माझ्या वडलांचं काय? त्यांचा विचार बदलेल असं तुला वाटतं का?''

''मी म्हणतो ते काम अगदी वेगळ्या प्रकारचं आहे. इरबिलमध्ये तुझ्यासाठी एक जागा आहे. त्या ठिकाणी फक्त स्त्रियाच काम करतात. फक्त स्त्रियांबरोबर सारावेळ तू असशील तर त्याला तुझ्या वडलांचा विरोध नसेल.''

त्याने पुढे सांगितलं की इरबिल हे मोसूल शहराच्या पूर्वेस होते, जिथे कुर्दिस्तानची संसद होती, आणि पाश्चिमात्य विचारसरणीविषयी तेथील वातावरण काहीसे मोकळे होते. मी तिथे गेले असते तर कौटुंबिक वातावरणापासून मला थोडं तरी दूर राहाणं जमणार होतं.

''हे कसं शक्य आहे? मी दुसऱ्या शहरात राहणं वडलांना कसं पटेल?''

''मग तुझ्यापुढे फक्त एकच पर्याय आहे. घरातून बाहेर पडून तू सरळ आमच्याबरोबर तिथे चल.''

''आम्ही म्हणजे नक्की कोण?''

''आम्ही म्हणजे अर्थात कंपनी. तू आमच्या निगराणीखाली राहशील. इथे तू जे काम करत होतीस ते करायला तिथे बराच वाव आहे.''

''म्हणजे तू मला....'' माझ्या तोंडून हेर शब्द बाहेर पडण्यापूर्वीच त्याने माझे बोलणे तोडले आणि इरबिलविषयी तो बोलू लागला. इरबिलमध्ये अरबी राजकारण्यांचा कुर्दींबरोबर बराच सुसंवाद आहे वगैरे.

''झाना, यावेळी तुझी माझ्याकडून काय अपेक्षा आहे? मी सद्दामच्या उदई आणि कुसई बरोबर शय्यासोबत करावी असं तर तुला वाटत नाही ना?'' मी कडवटपणे विचारले.

त्याच्या स्वत:च्याच उत्तरावर त्याला हसू येत असल्यासारखं तो म्हणाला, ''नाही नाही. माझी तशी बिलकुल अपेक्षा नाही, पण तसा प्रसंग आलाच तर अरबी

माणसाच्या कानाचा मुका घेऊ नकोस. कारण ते तिथेच विष ठेवतात. पण ताई, माझी एक गोष्ट ऐक. तू सुद्धा तुझ्या वडलांच्या मागे लाग. मी इरबिल इथे तुला गाडी आणि स्वतंत्र घर देईन अर्थात ड्रायव्हरही असेलच. ही एवढी गोष्ट तू आमच्यासाठी केलीस तर तू लवकरच ऑस्ट्रेलियात तुझ्या घरी सुरक्षितपणे पोहोचशील.''

माझे अंतर्मन या गोष्टीला विरोध करायला सांगत होते. वडील तर या गोष्टीला राजी होणे शक्यच नव्हते. उलट हा विषय त्यांच्याजवळ काढला तर त्यांचा क्रोधाग्नी भडकला असता आणि मग त्यांनी मला काय प्रकारची वागणूक दिली असती हे मला माहीत असायला हवे अशी त्यांची अपेक्षा नक्कीच असणार होती.

योगायोगाने माझी बगदादची आत्या आम्हाला भेटायला आली. दुर्दैवाने तिचा नवरा स्त्रैण होता तरी आमचे दोघींचे चांगले जमत असे. मी तिला दोघींनीच बाहेर जाऊन चहा घेण्याविषयी विचारले. आम्हा दोघींना काही खरेदी करायची आहे असे वडलांना आणि आजीला सांगून आम्ही बाहेर पडलो. आम्हा दोघींनाच बोलता येईल अशी लहानशी जागा हेरल्यावर मी तिला झानाने आणलेल्या नव्या नोकरीविषयी सांगितले आणि तिचे मत विचारले. ती पक्की धार्मिक होती, तिला स्वत:ला काही सल्ला हवा असेल तरी ती कुराणाचा आधार घेई. त्यामुळे साहजिकच ती म्हणाली की, वडलांना विचारण्यापूर्वी मी सुद्धा त्या पवित्र ग्रंथाचा आधार घ्यावा, म्हणजे माझ्या समस्येवर कदाचित मला उत्तर मिळाले असते. म्हणजे मला दोन उत्तरे मिळाली. एक मी वडलांना विचारावे का? आणि जरी त्यांचे होकारार्थी उत्तर आले तरी मी स्वत: झानाचे सांगणे ऐकावे का? आणखी ती पुढे म्हणाली की कुराण उघडले की जे पान समोर येईल आणि ज्या सुरतवर म्हणजे कडव्यावर माझी नजर पडेल तेथे जर का शिक्षेविषयी किंवा भीतिदायक गोष्टीविषयी लिहिलेले असेल तर त्याचा अर्थ वडलांना विचारू नये असा होईल. परंतु सुरत देव, स्वर्गातील मधाची नदी, देवदूत अशा गोष्टींनी परिपूर्ण असेल तर मात्र मी नव्या नोकरीविषयी वडलांना विचारावे.

माझे भविष्य एखाद्या अचानक समोर आलेल्या ग्रंथाच्या पानावर अवलंबून असेल तर ते मला मूर्खपणाचे वाटणे स्वाभाविक होते. तरी सुद्धा माझ्या खोलीत कपाटाच्या वर पडलेले कुराण मी काढले. कुराण हे नेहमी सर्वांत उंच जागी ठेवले जात असे. कुराण घेऊन मी गुडघ्यावर बसले. मी जेव्हा पहिल्यांदा कुर्दिस्तानात आले तेव्हा वडलांनी मला ते दिले होते. त्याचे प्रत्येक पान तीन स्तंभात विभागलेले होते. पहिला स्तंभ अरबी लिपीत होता. मधल्यात उच्चारण कसे करावे ते होते, तर तिसऱ्यात अर्थ दिला होता. मी डोळे मिटले आणि

कुराण उघडले. माझे बोट उघडलेल्या पानावर ठेवले. त्यावर नास्तिक माणसांना नरकातील अग्नीत भाजून काढले जाईल असा मजकूर होता.

म्हणजे मजकूर नकारार्थी होता. पण मला नोकरीची इतकी घाई झाली होती की मी परत प्रयत्न करायचे ठरविले. कदाचित पहिले पान माझ्या बोटातून निसटून उघडले गेल्याची शक्यता होती. दुसऱ्या पानावरही नकारार्थी गोष्टीच होत्या. नरकातील अग्नीत जाळले जाणे होतेच शिवाय त्या पानावर स्त्रियांविषयी मजकूर होता. ज्या स्त्रिया आपले केस किंवा उरोभाग दाखवत असतील, त्यांच्यासाठी खास शिक्षा सांगितली होती. शिवाय लोट नावाच्या माणसाच्या बायकोचे उदाहरणही दिले होते. ती जेव्हा सोडोम आणि गोमोरा यांच्या तावडीतून निसटून गेली तेव्हा तिचे रुपांतर लवणाच्या खांबात झाले होते. हे सर्व माझ्यासाठी जरा जास्तच होऊ लागले. शेवटी मी वडलांना विचारण्याचा बेत रद्द केला.

मी समोरच्या घरातून झानाला फोन लावला आणि त्याला सांगितले की देवाच्या आज्ञेनुसार तो देत असलेली नोकरी मी स्वीकारू शकत नव्हते. या माझ्या शब्दांवर तो आश्चर्यचकित झाला, पण त्याने परत आग्रह केला, मला मोबाईलची लालूच दाखविली; म्हणजे माझा विचार कदाचित् बदलला तर मी केव्हाही त्याच्याशी संपर्क साधू शकले असते. म्हणजे माझी झानाला फारच गरज होती हे नक्की. पण या वेळी माझे मन मला सांगत होते की, मी कोणत्या ना कोणत्या धोकादायक प्रकरणात अडकू शकले असते. नाहीतर झानाने मला नेमबाजी, ड्रायव्हिंग शिकविण्यामागे काय हेतू असणार होता?

"तू ही संधी सोडू नकोस." तो म्हणाला. याचा अर्थ माझ्या सुटकेशी होता. पण माझ्या मनातील संशयाचे धुके कमी होत नव्हते. एकदा मी त्याच्यासाठी हेरगिरीसारखे घृणास्पद काम केले होते. यावेळी आमिषे दाखवून माझ्यापुढे गाजर टांगले होते.

"झाना, सॉरी पण यापुढे मी तुझ्यावर विश्वास ठेवू शकत नाही. मी यावर विचार नक्की करेन. परंतु हा विषय वडलांजवळ काढणं मुश्कील आहे."

पुढचे दोन दिवस बहुतेक सारा वेळ मी माझ्या खोलीत बसूनच काढला. केवळ पोटात अन्न ढकलण्यासाठी बाहेर आले.

जॉर्ज बुशने युद्धाची जोरदार तयारी चालवली होती. सर्वांच्या तोंडी हा एकच विषय होता. परंतु माझे मन दोन गोष्टींतच अडकून पडले होते. एकतर मी डेव्हिडला परत भेटू शकत नव्हते, आणि इरब्रिलच्या नोकरीचा विषय वडलांजवळ काढू शकत नव्हते. माझा गोंधळ उडाला होताच पण माझ्यासाठी स्वत:च्या मुलांची स्थळे आणणाऱ्या आयांच्या जाळ्यात मी अडकले होते. हे गाव आणि हे घर जणूकाही वेड्यांचे मोहोळ होते.

माझी नोकरी सुटल्यापासून माझा डेव्हिडशी संबंध तुटला होता. तो संभ्रमातच असणार होता. समोरच्या घरातून त्याला फोन करावा असं सारखं मनात येत होते, पण त्याचा आवाज ऐकला की माझ्या नैराश्यात भरच पडणार होती. तरी शेवटी मी त्याला फोन केलाच!

''लतिफा, काय झालंय? मी तुझ्या ऑफिसमध्ये फोन केला तर मला समजलं की तू तिथे काम करत नाहीस.''

मी त्याला झाला प्रकार समजावून सांगितला. तेव्हा त्याने मला परत धीर धरावा म्हणून आग्रह केला. दोघांनी भेटण्याचा काहीतरी मार्ग निघेल असेही तो म्हणाला. माझ्या सुटकेविषयी विचारल्यावर परत त्याने मला धीर धरण्यास सांगितले. पण मी कशी धीर धरणार होते? आणि किती दिवस?

प्रत्येक दिवस माझ्यासाठी नवीन प्रश्न आणि नवी भीती घेऊन उगवत होता. मी म्हटले, ''डेव्हिड, प्लीज काहीतरी कर रे. अजून तुला कोणीच ओळखीचं भेटलं नाही का? मला वाटतं तू बगदादमधील ऑस्ट्रेलियन वकिलातीला फोन करू शकतोस. मला इथे बसून तेही शक्य नाही. इथून लांब अंतरावर फोन करता येत नाही.'' तो काहीतरी मार्ग शोधत होता. पण सध्यातरी मला सांगण्याजोगे काही नव्हते. शिवाय निदान माझा पासपोर्ट नंबर त्याच्याजवळ असणे आवश्यक होते, अजूनही ती माहिती मी त्याला दिलीच नव्हती.

दुसऱ्या दिवशी मी मनाशी काही एक ठरवून त्याला फोन केला. त्यामुळे आम्ही दोघे कदाचित आणखी जवळ आलो असतो.

त्याचा आणि माझा असुरक्षित संबंध येऊन काही आठवडे उलटले होते. मी म्हटले, ''डेव्हिड मला वाटतं की मला दिवस गेलेत.''

मला अपेक्षित असलेली शांतता निर्माण झाली. मग तो म्हणाला, ''नक्की खात्री आहे तुझी, लतिफा? इतक्या लवकर...''

''लवकर वाटत असलं तरी या महिन्यात मला उशीर झाला आहे.''

''बरं!'' तो म्हणाला. त्याचं पुढचं वाक्य मात्र धक्कादायक होते.

''तुला खात्री आहे, की माझ्यापासूनच.....''

माझा एकदम स्फोट झाला. ''या तुझ्या बोलण्याचा अर्थ तरी काय? तू मला कोणत्या प्रकारची बाई समजतोस? अरे, मी तुझ्यावर प्रेम करते. जरी तुला वाटलं तरी इराकमध्ये आल्यावर माझा इतर कोणाशीच संबंध आलेला नाही. जर्मनीत माझ्यावर बलात्कार झाला याचा अर्थ असा नव्हे की मी कोणासाठीही आहे. तुझ्या बोलण्यानं मी खरंच फार दुखावली गेले रे.''

त्याला फार वाईट वाटलं. ''मला क्षमा कर. प्लीज. ही बातमी तशी धक्कादायक आहे. आपल्याला या विषयी सविस्तर बोलायला हवं. उद्यापासून

तीन दिवस मी अतिशय महत्त्वाच्या कामात आहे. मला बरोबर चार दिवसांनी फोन कर. मग आपण बोलू.''

मला परत एकदा पायाखाली तुडवल्यासारखे वाटले. पण माझ्या या प्लॅनमुळे डेव्हिडच्या माझ्याविषयीच्या खऱ्या भावना उघड होणार होत्या का? त्याला मी खूप आवडत होते पण माझ्यावर प्रेम आहे असे तो कधीच म्हणाला नव्हता. अर्थात माझ्याही तोंडावाटे हे शब्द कधीच बाहेर पडले नव्हते. मी हेरगिरी करून त्याची फसवणूक केली होती, पण त्याला खात्रीने असंच वाटत असणार की मी त्याच्यासाठी वेडी झाले होते. तरी देखील मी कोणाही बरोबर शय्यासोबत करत असणार ह्या त्याला आलेल्या संशयामुळे मला बसलेला धक्का अजूनही कायम होता. त्याला भेटणे ही किती अवघड गोष्ट होती, हे तो विसरला होता का?

मी चार दिवसांनी त्याला परत फोन केला आणि तो जॉर्डनमध्ये आहे हे समजल्यावर मला आणखी एक धक्का बसला. त्याच्या ऑफिसमधून मला असंही कळलं की, दोन दिवसांपूर्वीच तो जॉर्डनला गेला होता आणि महिन्याभराने परत येणार होता. मला दिवस गेल्याची निश्चित बातमी कळण्यापूर्वीच तो हा देश सोडून गेला असं समजणं मला अशक्य होतं. पण मनात खोलवर या विचाराने मूळ धरले हे निश्चित.

तो दोहुकमध्ये परत आल्याचे मला चार आठवड्यांनंतर टी.व्ही.वरील बातम्यांमुळे समजले. बातम्यात तो इथल्या मेयर बरोबर युनोतर्फे होणाऱ्या बांधकामांविषयी बोलत होता.

मी त्याला फोन केल्यावर त्याचा पहिला प्रश्न होता ''तुला दिवस गेलेत का?''

मी त्याला तसे काही घडले नसल्याचे सांगितले. फक्त त्या महिन्यात मला उशीर झाला होता. तो माझ्याशी संपर्क साधू शकत नव्हता, याविषयी त्याने दिलगिरी व्यक्त केली. त्याच्या दिलगिरीविषयी सुद्धा मी थोडी साशंकच होते. पण शेवटी प्रेमाचा विजय झाला. त्याला भेटण्याचा मी काहीतरी मार्ग काढावा असे आमचे ठरले. त्यासाठी काही दिवस; किंबहुना काही आठवडे सुद्धा लागणार होते; परंतु तो वाट बघायला तयार होता.

दोहुकमध्ये आता हिवाळा स्थिरावला होता. डोंगरमाथे हिमवर्षावाने पांढरेशुभ्र झाले होते आणि दोहुकच्या गल्ल्याबोळांतून जोरदार वारे वाहून पाऊस पडू लागला होता. पुरुष स्कार्फने किंवा लोकरीच्या कपड्याने डोळे, चेहरा झाकून टाकू लागले. स्त्रियांना तर वर्षातील सर्वच दिवस असे करावे लागत होते!

जॉर्ज डब्ल्यू बुश युद्धाचे नगारे पिटत होता आणि सद्दाम मूग गिळून गप्प होता.

माझी आजी तिला दर महिना मिळणारे चारशे पन्नास दिनार पेन्शन घेण्यासाठी काही दिवस मोसुलला गेली होती. आणि माझ्यापेक्षा वयाने थोडी मोठी असलेली माझी आतेबहीण अरीमन आमच्याकडे राहायला आली होती. तिच्याबरोबर तिच्या चौदा आणि सोळा वर्षांच्या दोन बहिणी आणि माझ्या वयाचा तिचा भाऊ सुद्धा होता. अरिमन माझ्या वडलांच्या बहिणीची मुलगी होती. ती शाळेत असताना तिच्या पोटाचा भाग फुगीर होता, त्यामुळे सर्वांना तिला दिवस गेलेत असे वाटे. तिला अर्थातच वाईट चालीची ठरविण्यात येत असे. मला ती आवडायची. वडील घरात नसताना आम्ही दोघी माझ्या खोलीत लांडे कपडे घालून बसायचो! ते सर्वांसमोर घालणे आम्हाला कधीच शक्य नव्हते. एके दिवशी तर आम्ही पुरुषांना घायाळ करून टाकणाऱ्या अरबी मुलींचे सोंग वठवले! आणि आमच्या डोळ्यांची तिरछी नजर माझ्या कॅमेऱ्याने टिपली. जवळ कॅमेरा बाळगण्याची परवानगी मला कशी दिली गेली याविषयी मला कोडेच होते! आणखी एका आतेबहिणीला घेऊन आम्ही शहरात गेलो आणि कॅमेऱ्यातला रोल धुऊन घेतला. फोटो मिळाल्यावर एखादी निगेटिव्ह चुकून मागे राहिली नाही ना याची आम्ही खात्री करून घेतली आणि चहाच्या दुकानात गेलो. फोटो बघितल्यावर आम्ही वेड्यासारख्या हसलो. जे मोकळे, खुले आयुष्य पूर्वी मागे पडले होते त्याची पुन:प्रचिती ही माझ्यासाठी संजीवनी होती.

आता मी बावीस वर्षांची होते. आणखी एखाद्या वर्षातच माझे वडील मला सांगणार होते, "तुझ्या पसंतीच्या नवऱ्याची वाट बघणं आता पुष्कळ झालं. आता मीच तुझ्यासाठी नवरा शोधणार आहे."

एके दिवशी अरिमन आणि तिची भावंडे आमच्या घरी असताना माझे वडील बाहेर गेल्यावर माझ्या मनात डेव्हिडचा विचार आला. मला त्याचा दुरावा सहन करणे असह्य झाले. मी अरीमनला म्हटले की मला एकटीला एका तासासाठी बाहेर जाणे आवश्यक आहे.

"तुला वेडबिड लागलंय की काय?" तिने आश्चर्याने विचारले.

मी तिला सांगितले की माझे काही खासगी काम आहे. तेव्हा तिने हसून विचारले, "तू प्रेमात पडली आहेस, हो ना?"

मी तिला कोणाजवळ न बोलण्याची शपथ घातली आणि सांगितले की मी एका परकीय माणसाच्या प्रेमात पडले आहे; त्याच्याबरोबर शारीरिक संबंधांबद्दल मात्र मी अवाक्षर काढले नाही. पण नशिबाने माझ्या भावना तिला समजू शकल्या. कारण ती सुद्धा कुर्दिश युरोपियन मुलाच्या प्रेमात पडली होती. तो तिला सोडून जाईपर्यंत त्याला भेटतही होती. पण तिच्याविषयीच्या अनेक अफवा त्याच्या कानावर गेल्या आणि त्यावर विश्वास ठेवून तो निघून गेला होता.

घराच्या गल्लीच्या टोकाशी काही टपऱ्या होत्या आणि टॅक्सी अड्डा होता. मी टॅक्सी करून डेव्हिडच्या घरी जाण्याचे धाडस करावयाचे ठरविले. शुक्रवार असल्याने तो नक्कीच घरी असणार होता. मी अरिमनला म्हटले की घराबाहेर पडल्याचे कदाचित शेजाऱ्यांना समजेल आणि कदाचित वडलांच्या कानांवरही ते पडेल. त्याचे होणारे परिणामही मला माहीत होते. पण मी अगदी अर्ध्या तासातच परत येणार होते. त्यामुळे वडलांना समजण्याचा प्रश्नच नव्हता.

त्या दिवशी पाऊस पडत होता. तरी मी काळा चष्मा चढवला आणि स्कर्टवरून एक लांब झगा घातला. माझ्या पायात बुटाऐवजी उघडे सॅन्डल्स होते आणि माझे पाय गारठले होते. मी जवळजवळ धावतच निघाले. गल्लीतल्या बायका घरातल्या स्टोव्हजवळ शेकत बसल्या असणार आणि पुरुष सगळे अर्थातच मशिदीत! गल्लीच्या टोकाशी एक भगव्या आणि पांढऱ्या रंगाची टॅक्सी उभी होती. मी धावत जाऊन मागच्या सीटवर बसले, तेव्हा ड्रायव्हरला धक्काच बसला. माझ्या नोकरीतले पैसे माझ्याजवळ होते. गावात कुठेही जायचे झाले तरी टॅक्सीला दहा दिनार द्यावे लागत. मी युनोच्या कंपाउंडपर्यंत जाण्यास वीस, तेथे थांबण्यासाठी वीस आणि परत आणण्याचे वीस असे पैसे ठरविले. ''बाशा खेशकू'' म्हणजे ''बरं ताई'' असे तो म्हणाला.

मग आम्ही 'अल् जमिया' भागातील युनोच्या कंपाउंडकडे निघालो, जवळ आल्यावर ड्रायव्हरने एकाएकी तो थांबू शकत नसल्याचे सांगितले. माझी पंचाईत झाली. फोन वगैरे करून टॅक्सी मिळणे शक्य नव्हते. 'युनो' अशी अक्षरे असलेली डेव्हिडची गाडी तो मला देऊ शकत नव्हता. मी वीस दिनारचे तीस दिनार केले. शेवटी एकदाचा तो तयार झाला.

मी नेहमीप्रमाणे स्वयंपाकघराच्या बाजूने आत गेले आणि डेव्हिडपुढे जाऊन उभी राहिले. आश्चर्याने चकित झालेल्या डेव्हिडवर वेड लागण्याचीच पाळी आली. आम्ही एकमेकांना घट्ट मिठी मारली आणि सरळ त्याच्या पलंगाकडे गेलो. खरं तर तो भेटताक्षणीच महिनाभर जॉर्डनला जाऊन माझी काळजी वाढविल्याबद्दल मी त्याला छेडायचं ठरविलं होतं. पण त्याचा चेहरा दिसण्याचीच खोटी; मी ते सर्व विसरूनच गेले. त्याच्या चेहऱ्यावर अपराधीपणा होता-शिवाय त्याला तडकाफडकी जॉर्डनला जावं लागलं होतं.

इकडे मला कुर्दिस्तानातून बाहेर पडण्याची तहान लागली होती. त्याविषयी त्याच्याकडे काहीच बातमी नव्हती. त्यामुळे माझा उत्साह मावळला. त्याने मला आणखी थांबण्याची गळ घातली. पण मी त्याला कदाचित पुढच्या शुक्रवारी परत येण्याची शक्यता बोलून दाखविली. तोपर्यंत त्याच्याकडे माझ्याविषयी काही बातमी असेल अशी आशा व्यक्त केली.

“तुला इतक्या घाईनं निघण्याची गरज नाही. तुझे वडील मशिदीतून परत येईपर्यंत तू निदान आणखी एक तास थांबू शकतेस.” डेव्हिड मला गळ घालू लागला.

“तो धोका मला पत्करायचा नाही डेव्हिड.”

टॅक्सी ड्रायव्हर थांबल्याचे बघून मी सुटकेचा नि:श्वास टाकला. तो युनोच्या फडकणाऱ्या झेंड्याकडे बघत होता. मी इथे येऊन काय करत होते असा प्रश्नही त्याच्या मनात आला असणार.

डेव्हिडच्या घरी येण्याचा आणि जाण्याचा मार्ग शहरातून जात होता. माझ्या मनात डेव्हिडविषयी विचार चालू होते. तेवढ्यात लाल दिव्यापाशी गाडी थांबली. ट्रॅफिक जॅम होता, त्यामुळे बऱ्याच गाड्यांना बाजूच्या लहान रस्त्यावर थांबावे लागले, लालचा हिरवा दिवा होण्यासाठी बराच वेळ लागणार असे वाटत होते.

आमच्या टॅक्सीच्या शेजारी दुसरी एक गाडी येऊन थांबली. त्या प्रकारच्या बऱ्याच गाड्या शहरात दिसत. परंतु चाकामागे बसलेला ड्रायव्हर मात्र तशा गाड्या चालविणाऱ्यांपैकी नव्हता.

ते माझे वडील होते.

■

तेरा

इराकमध्ये आल्यापासून माझे हृदय कितीवेळा बंद पडण्याच्या मार्गावर गेले होते देव जाणे! कधीच नसले तरी आता मात्र बंद पडणार होते. मी अलगद शेजारच्या गाडीकडे पाठ वळवून बसले आणि चेहरा आणखी झाकून घेतला. माझ्या वडलांनी शेजारच्या गाडीकडे बघायचे ठरवलेच असते तर मला ओळखले असते का? माझ्या चेहऱ्याभोवतीचा स्कार्फ त्यांना ओळखीचा तर वाटला नसता? मला ओळखून त्यांनी मला प्रश्न विचारले असते तर मी काय उत्तर देणार होते? आणि मी गप्प राहिले असते तर त्यांनी टॅक्सी ड्रायव्हरला बोलते केले असते.

"मला वाटतंय की मला लवकर पोहोचणं भाग आहे." मी खोटेच सांगितले आणि टॅक्सी ड्रायव्हरला लवकर निघण्याची घाई करू लागले.

"पण लाल दिवा....

"असू दे. मी तुला आणखी पैसे देईन."

त्याने जोरात गाडी पुढे काढली. मी एकदम पुढे झुकले. कारण शेजारून इतक्या जोराने जाणाऱ्या टॅक्सीकडे वडलांचे नक्कीच लक्ष गेले असते. आत कोण बसलंय हे सुद्धा बघण्याची त्यांना कदाचित इच्छा होणे स्वाभाविक होते.

हमरस्त्याऐवजी गल्लीबोळांतून गाडी काढावी म्हणून मी त्याच्या मागेच लागले.

टॅक्सी थांबल्यावर मी ड्रायव्हरच्या हातात पैसे कोंबले आणि पायातला सैलसर झालेला सॅन्डल नीट न बांधताच जिवाच्या आकांताने घराकडे पळाले.

"अरे देवा! लतिफा तू तर एखादं भूत बघावं अशी दिसत्येस." मी धाडकन् दार लोटून घरात शिरताच अरिमन म्हणाली.

"खरंच बघितलं! माझे वडील येताहेत. रस्त्यात माझ्या मागेच होते ते. प्लीज त्यांना काही सांगू नकोस."

मी धावत बाथरुममध्ये गेले. डेव्हिडने आफ्टरशेव्ह लावले होते. त्याचा वास

बाबांना यावा अशी माझी अजिबात इच्छा नव्हती.

मी जरा स्थिरस्थावर होत होते, तोपर्यंत बाबा आलेच. मी इतकी घाबरले होते की त्यांच्याकडे नजर टाकायची सुद्धा धास्ती वाटत होती. माझ्या मनात फक्त दोनच शब्द घुमत होते. या अल्ला....या अल्ला! त्यांनी मला दोनदा हाक मारली. माझे हृदय भीतीने धडधडू लागले. त्यांनी नक्कीच मला बघितले असणार. पण त्यांना कसलाच संशय आला नव्हता. उलट त्यांनी माझ्यासाठी हिरवे जर्दाळू आणले होते. मीठ टाकून खायला मला ते फार आवडत. रात्री गादीवर आडवी झाल्यावर मी मनाशी परत असले धाडस न करण्याचे ठरविले. पण मग माझी डेव्हिडशी भेट? आणि जरी त्याला एखादा मार्ग सुचला तरी तो मला कसा कळविणार होता?

ऑस्ट्रेलियन वकिलातीला फोन करणे डेव्हिडसाठी अतिशय सोपे काम होते. मग त्याने का बरे फोन केला नव्हता? मी विचार करू लागले, युद्ध सुरू होणार याची सर्वांनाच कल्पना होती. त्यापूर्वीच इराकच्या बाहेर निसटून जाण्याचे मार्ग शोधण्यास बऱ्याच जणांनी सुरुवातही केली होती. वैध मार्गांनी बाहेर पडण्यासाठी बहुतेक फारच जणांनी प्रयत्न चालविले असणार. कारण देश सोडण्यापूर्वी निर्वासिताचा शिक्का मिळविणे महत्त्वाचे होते. त्यामुळे ऑस्ट्रेलियन वकिलातीत गर्दी उसळली असणार. त्यात माझा शिरकाव कसा होणार हा प्रश्नच होता. अशा तऱ्हेने भीतीने गांगरून गेलेल्या लोकांची गर्दी होण्यापूर्वीच या गोष्टीसाठी मी त्याच्या मागे लागले होते. तो मला सांगत होता, की कित्येक दशलक्ष डॉलर्सच्या प्रकल्पावर तो काम करीत होता. पण कामे संपल्यावर आम्ही लंडनसारख्या शहरात भेटू शकलो असतो. आम्ही निदान एकत्र तर येऊ शकलो असतो. इराकचे काय व्हायचे ते होणारच होते.

डेव्हिडने त्याच्याविषयी मला कधीच काही सांगितले नव्हते. एकदाच फक्त मी त्याला तो विवाहित आहे का ते विचारले होते. त्यावर त्या गोष्टीला बरीच वर्षे झाल्याचे तो म्हणाला होता. त्याचे अनेक दिवस घरापासून दूर राहणे बायकोला सहन झाले नव्हते.

झाना माझ्या सुटकेसाठी प्रयत्न करेल ही आशा आता मावळली होती. मीच त्याच्याबरोबरचे संबंध तोडून टाकले होते. मी त्याचे इरबिलमधील काम फत्ते केले असते तर त्याने मला लगेच दुसऱ्या कामगिरीत अडकवले असते. त्यामुळे त्याच्यावर विसंबून राहणे आता शक्य नव्हते, तर दुसरीकडे डेव्हिडचे पाऊलही या बाबतीत पुढे पडत नव्हते.

माझ्यासारख्या ऑस्ट्रेलियन मुलीला तिच्याच देशात जाणे इतके अवघड व्हावे? या प्रश्नाचे उत्तर माझ्याजवळच होते.

मला अगदी जुनाट रितीरिवाजात गुंतवले गेले होते; जिथे बायकांचा उपयोग फक्त दोनच गोष्टींसाठी केला जात होता; एक घरकाम आणि दुसरा मुले जन्माला घालणे. एकदा सर्वांच्या गप्पा चालू असताना माझ्या एका चुलत बहिणीने खोट्या पासपोर्टविषयी मला सांगितले. पासपोर्ट दुसऱ्या कोणाचा चोरलेला असेल तर स्वत:चा फोटो चिकटवून लॅमिनेशन करायचे म्हणजे सीमा ओलांडताना त्रास होत नाही!

थोड्याच दिवसांत माझी आई गावात आल्याचे माझ्या कानांवर आले. ती माझ्या लहान बहिणीला घेऊन आली होती आणि तिच्या वडलांच्या घरी राहात होती. तिने मला काहीच कळवले नव्हते. फक्त वडलांना तसा निरोप पाठविला होता. तिच्या मनात मला भेटायचे नव्हतेच; पण माझ्या आत्या वारंवार तिच्या मागे लागल्यामुळे ती नाइलाजाने मला भेटायला तयार झाली. तिच्या 'मरणासन्न' वडलांच्या घरी आमची भेट झाली. तिचे वडील तर चांगले टुमटुमीत होते! मी अगदी सैरभैर होऊन गेले होते. एकीकडे आईला मिठी मारावी असे वाटत होते; तर दुसरीकडे तिच्या थोबाडीत लगावून द्यावी असेही वाटत होते. मला एकच प्रश्न तिला विचारावासा वाटत होता. 'का?' पण मी विचारू शकत नव्हते. माझ्या मुखावाटे तो एकाक्षरी शब्द बाहेर पडतच नव्हता. तिचा आणि माझा संवाद असा फारसा झालाच नाही - 'तुझं काम कसं चालू आहे? का तू अजून शिकत आहेस? तुला गरम कपड्यांची गरज असेल तर पाठवून देऊ का?' इत्यादी मामुली प्रश्न तिने मला विचारले. या प्रश्नांवरून आणि ज्या पद्धतीने ती माझ्याकडे बघत होती त्यावरून तिच्याबरोबर मला परत नेण्याची किंवा माझा पासपोर्ट परत करण्याची तिची अजिबात इच्छा दिसत नव्हती. तरी तिचा प्रत्येक शब्द मी कानात साठवत होते. मी वडलांकडे ज्या तऱ्हेने राहात होते, त्याविषयी एखादा तरी चांगला शब्द तिच्या तोंडून बाहेर पडेल याची मी वाट बघत होते. कदाचित त्यामुळे ती मला तिच्याबरोबर नेण्याची शक्यता होती.

स्वत:च्या मुलीबद्दल इतका त्रयस्थपणा बघून मी गोंधळात पडले. परंतु तिच्या वागण्याने माझ्या वडलांची परिस्थितीदेखील बिकट झाली होती. घटस्फोटाचे काम उरकून टाकण्यासाठी ती आली होती. शिवाय तिच्या भावांसाठी तिने जमीन विकत घ्यायला सांगितली होती. ते काम कसे काय झाले आहे ते तिला बघायचे होते. माझ्या वडलांच्या कष्टांची कमाई आणि सिडनीतले आमचे घर विकून आलेले ते पैसे होते. त्या पैशांतून तिने स्वत:च्या भावांसाठी जमीन खरेदी केली होती. जशी ती आली, तशीच घाईघाईने निघूनही गेली.

माझ्या वडलांनी फक्त एकदाच तिच्याविषयीच्या भावना माझ्यापुढे व्यक्त केल्या, "दॅट बीच. कुत्री कुठली!"

एक दिवस रस्त्यापलीकडील मैत्रिणींकडे मी बसले होते, तेव्हा त्यांच्या मैत्रिणीचा भाऊ त्यांच्याकडे आला. विशीतला तो मुलगा मला बघताच म्हणाला, 'तू बैआनची मुलगी आहेस असं मी ऐकलं आहे. माझ्या जर्मनीत असलेल्या काकांना तिची खूप मदत झाली होती.' माझ्या आईची इतरांना मदत करण्याविषयी प्रसिद्धी होतीच, पण स्वत:च्या मुलीला मात्र तिने कुर्दिस्तानात आणून टाकले होते. वेगवेगळ्या रितीरिवाजात वाढवलेल्या स्वत:च्या मुलीला किती त्रास होईल याचा विचारही तिच्या मनात आला नव्हता. किती विरोधाभास होता हा!

मैत्रिणींकडे आलेल्या त्या मुलाने, रूजवनने दोहुकमध्ये फ्रूट ज्युसचे दुकान सुरू केले होते. माझ्या आत्यांबरोबर मी शॉपिंगला शहरात जाईन तेव्हा त्याच्या फ्रूट ज्युसच्या दुकानाला भेट देण्याचे आश्वासन मी त्याला दिले. आत्यांबरोबर बाहेर जाण्याची संधी मिळताच मी माझ्यासाठी शॅम्पू, बॉडी लोशन आणि नवीन टॉवेल्स आणत असे; कारण टॉवेल आणि टूथ ब्रश तर तीन ते चार आठवडे वापरून मी फेकून देत असे. शहरात गेल्यावर मला नेहमी वाटे की पायी चालताना किंवा गाडी चालविताना मला डेव्हिड दिसावा. नंतर एकदा मी आत्याबरोबर रूजवनच्या दुकानात गेले. रिकामे ग्लास परत करण्याच्या निमित्ताने मी त्या मुलाच्या, रूजवनच्या जवळ गेले. आत्याला ऐकू जाणार नाही अशा आवाजात मी त्याच्या जर्मनीतल्या काकांची चौकशी केली. मी माझी कहाणी त्याला सांगायची असे ठरविले होते.

''मला माझ्या आईकडे जर्मनीत जायचे आहे. पण माझा पासपोर्ट हरवला आहे.'' मी सुरुवात केली. ''दुसरा पासपोर्ट मिळू शकतो असे मी ऐकले आहे. माझ्या आईसाठी तरी मला नवा पासपोर्ट काढणं आवश्यक आहे. पासपोर्ट कसा मिळेल तुला माहीत आहे का? मी जर्मनीत जाऊ शकले तर तुझ्या काकांसाठी काही पाठवायचं असल्यास किंवा काही निरोप असल्यास घेऊन जाईन.''

त्याला तात्काळ माझ्या परिस्थितीची जाणीव झाली. तो हळू आवाजात मला म्हणाला, ''तुला पासपोर्ट मिळेल पण त्यासाठी सहा हजार अमेरिकन डॉलर्स लागतील. तेवढ्यात युद्ध सुरू झालं तर एवढ्यानेसुद्धा भागणार नाही.''

''मला तेवढी रक्कम उभी करणं अशक्य आहे.'' माझ्या पोटात खड्डा पडला. मला फक्त तुर्कस्तानात जायचं आहे. तिथून पुढे मी ऑस्ट्रेलियन वकिलातीची मदत घेईन. या देशाची सीमा ओलांडणं गरजेचं आहे.''

माझी एक आत्या माझ्याकडे येत असलेली बघून रूजवनने त्वरित विषयांतर केले. तो युद्धाविषयी माझ्याशी बोलू लागला. मी आम्हा सर्वजणींसाठी परत एकदा ज्युसची ऑर्डर दिली आणि आत्याला ग्लास घेऊन टेबलाकडे येते असे सांगितले. त्यामुळे रूजवनबरोबर बोलायला मला थोडा वेळ मिळाला.

''तुझ्याकडे सोनं आहे का?'' त्याने विचारले. डेव्हिड कामानिमित्त दुसऱ्या

देशात गेला की माझ्यासाठी थोडे दागिने आणत असे. शिवाय मी कुर्दिस्तानच्या रितीरिवाजात मिसळून जावे म्हणून आईने माझ्यासाठी काही दागिने पाठविले होते. तिला पक्के माहीत होते की मला चांदीशिवाय दुसरे काही आवडत नाही; पण त्या सोन्यामुळे कैदेतून बाहेर पडण्याचा मार्गच तिने मला चुकून दाखवून दिला होता! त्यामुळे रूजवनच्या प्रश्नाला "थोडं सोनं आहे." असं मी उत्तर दिलं.

रूजवनने 'चौकशी करून परत भेटेन,' असं सांगितलं, जोपर्यंत मला त्याच्या दुकानात जाण्याची संधी मिळत होती, तोपर्यंत मी त्याला भेटू शकत होते. अर्थात, त्याच्याबरोबर बोलण्याची संधी मिळेल की नाही याबद्दल खात्री नव्हती.

झाना आणि डेव्हिड याशिवाय एक नवा मार्ग दिसू लागला होता. शिवाय मदतीची परतफेड होऊ शकते याचा अंदाजही आला होता. रूजवनचा अर्थ होता 'सर्वांसाठी सूर्यप्रकाश.' त्यामुळे मला आशा वाटू लागली की, आईने त्याच्या काकांना केलेल्या मदतीची तो परतफेड करू शकेल. मैत्रिणींच्या घरून किंवा आत्यांबरोबर मी माझ्या एका चुलत बहिणीकडे जात असे. तिथून फोनवर रूजवनशी संपर्क साधणे मला शक्य झाले असते.

एका आठवड्याच्या आतच रूजवनचा मला आलेला फोन बघून माझा माझ्या कानांवर विश्वासच बसेना.

तो मला म्हणाला, "तुझ्यासाठी तुर्कस्तानच्या सीमेपर्यंतच नाही तर इस्तंबूलपर्यंतचा मार्ग मला मिळाला आहे. पण तुझ्याकडे सहा हजार अमेरिकन डॉलर्सच्या किंमतीचे सोनं आहे का? ते आधी द्यावं लागेल. त्याशिवाय तुला जाता येणार नाही."

"मला नक्की माहीत नाही, पण माझ्याकडचं सर्व सोनं विचारात घेतलं तर त्याची किंमत तू म्हणतोस त्यापेक्षा कितीतरी जास्त होईल."

मी त्याला आणखी सविस्तर चौकशी करण्यास सांगितलं. माझी सुटका होणार म्हणून मला अतिशय आनंद झाला होता. पण मला माहीत होते की निर्वासितांना ट्रकमध्ये कोंबून बसवल्याने काहीजण जर्मनीत पोहोचेपर्यंत मरून जात, त्यामुळे मी त्याला वाहनांविषयी विचारले.

"तुझ्याबरोबर फक्त एक कुटुंब असेल. तुर्कस्तानच्या सीमेवर एक लहान बस उभी असेल. ती तुम्हाला थेट इस्तंबूलला पोहोचवेल. पण त्या प्रवासाला निदान चार ते पाच तास लागतील. त्यामुळे तुझ्या राहाण्याची व्यवस्थासुद्धा ते लोक करतील."

तरीसुद्धा मी आणखी सविस्तर सांगण्याचा आग्रह धरला. सांगत असताना तो मध्येमध्ये चाचरला नाही तरच माझा त्याच्यावर विश्वास बसणार होता. पण त्याने आढेवेढे न घेता मला सर्व काही सांगितले. दुपारच्या वेळी सीमा बंद असताना आणि रखवालदार दुपारची विश्रांती घेत असताना मला तिथे नेण्यात येणार होते. त्यावेळी त्यांना पैसे द्यावे लागणार होते, ते फक्त रखवालदारांच्याच खिशात जाणार होते.

इतकी इत्थंभूत माहिती त्याला कशी होती असे मी विचारल्यावर तो म्हणाला त्याने यापूर्वी काही कुर्दी कुटुंबांना सीमेपर्यंत जाण्यास मदत केली होती. मला आनंदाचे भरते आले. योगायोगाने भेटलेल्या माणसाबरोबर मला सुटकेचा मार्ग मिळाला होता, त्यामुळे आणखी काही चौकशी करण्याचे माझ्या मनातही आले नाही.

पुढे लवकरच एक सण होता, तेव्हा बहुतेक सर्व लोक नातेवाइकांना भेटायला एकमेकांच्या घरी जाण्याच्या लगबगीत गुंग असत. नेमका तोच दिवस माझ्या सुटकेसाठी निश्चित करण्यात आला.

मला घरातून निघणे सोपे जावे म्हणून मी माझ्या एका आत्याकडे सणाच्या दिवशी जाण्यासाठी बाबांचे मन वळवले. तिच्याकडे त्या दिवशी बरेच नातेवाईक जमणार होते, शिवाय पस्तीस एक मुले असणार होती. रात्रीपुरते कपडे एका बॅगेत घेऊन मी वडलांचे घर सोडले. दागिने मात्र न विसरता बॅगेत ठेवले, शिवाय एक स्कर्ट आणि काळे बूट ठेवले.

आत्याच्या घरासमोर आत्याची आणि माझी एक मैत्रीण राहात होती. तिच्याकडे जाण्यासाठी म्हणून मी हळूच घराबाहेर पडले. त्या सणानेच माझ्यासाठी स्वातंत्र्याचा झरोका मोकळा केला होता. आत्याच्या घरच्या गोंधळात मी माझ्या बॅगेसकट घराबाहेर पडल्याचे कोणाच्या लक्षातही आले नव्हते.

मी लहानशा टेकडीचा चढ झपाझप चढू लागले. तिथे निळ्या रंगाची बी एम डब्ल्यू उभी होती. तशा प्रकारच्या गाड्या इराकमध्ये फारशा दिसत नसत. रूजवन स्वत: गाडी चालवणार होता. गाडीचे मागचे दार उघडताच माझे हृदय धडधडू लागले. त्याच्यावर विश्वास ठेवायचा, एवढेच त्याक्षणी माझ्या मनात होते. मी गाडीत बसताना तो माझ्याकडे बघून अलगद हसला. त्याने पांढऱ्या शर्टावर निळ्या रंगाच्या जीन्सचे जॅकेट घातले होते. केसही रुबाबशीर वळवले होते. जणू आजचा दिवस म्हणजे त्याच्यासाठी विशेष गोष्ट होती.

मला त्याच्या मानेचा मुका घ्यावासा वाटला, पण मी स्वत:ला सावरले. "अजून तू दोहुकसुद्धा पार केले नाहीस मुली." मी स्वत:ला बजावले.

"आपल्याला वाटेत कुठे थांबायची गरज नाही. पेट्रोलची टाकी फुल आहे." तो म्हणाला.

आम्ही उत्तरेकडे निघालो. तो काहीसा वाळवंटी भाग होता आणि थोडेसे बर्फ पसरले होते. रस्ता काहीसा निसरडा होता म्हणून त्याने गाडीचा वेग कमी ठेवला होता. मला त्याला घाई करावीशी वाटली. कारण एव्हाना आत्याकडे मी नसल्याचे लक्षात येऊन शोधाशोध सुरू झाली असणार असे मला वाटले. मी घड्याळ बघितले, दुपारचे सव्वा अकरा झाले होते. आम्ही एका तासापेक्षा जास्त प्रवास केला होता. झाको या सीमेवरील गावात पोहोचण्यास अजून अर्धाएक तास वेळ होता.

मी बॅगेत हात घालून कपड्यांखाली चाचपून बघितले, दागिने सुरक्षित होते. दागिन्यांची तर मला नितांत गरज होती. थोडे पैसे आणि थोडे कपडे बस्स! एकीकडे मी पाहुण्यांनी भरलेल्या आत्याच्या घरात काय चालले असेल याची कल्पना करत होते. बहुतेक कोणीतरी विचारत असेल, ''लतिफा कुठे आहे? बराच वेळ झाला ती दिसली नाही.'' मग कोणीतरी म्हणेल, ''अरे ती मैत्रिणीला भेटायला गेलीय, येईल एवढ्यात.''

पण मी परत जाणारच नव्हते. निदान यावेळी तरी नक्कीच नाही.

माझ्याबरोबर येणाऱ्या कुटुंबाविषयी मी रूजवनला विचारले. त्याच्या सांगण्यानुसार ते कुटुंब केव्हाच निसटून गेले होते. कारण त्यांच्या पलायनाची कुणकुण अधिकाऱ्यांना लागली होती.

''मग ते खरंच निसटून गेले का?''

''परत आले नाहीत त्याअर्थी निसटून गेलेच असणार.'' रूजवन हसून म्हणाला.

आमचे ठिकाण येण्याआधी आम्ही एका गॅरेजजवळ टॉयलेटसाठी थांबलो.

साडेतीन लाखांची वस्ती असलेले झाको सीमेवरील एक अगदी गरीब खेडे होते. हिवाळ्यात तर त्या लोकांचे फारच हाल होत. गावचे सर्व व्यवहार बंद पडत असत आणि लोक स्वत:ला घरात कोंडून घेत. आम्ही गावातील रस्त्यांवरून वळणे घेत जात होतो. रस्त्यात शुकशुकाट होता. रूजवनने गाडीचा वेग कमी केला. बाकीच्या घरांपासून काहीशा दूरवर असलेल्या एका लाकडी घराजवळ रूजवनने गाडी उभी केली. घराजवळच्या टपरीत प्रथमोपचाराचे साहित्य भरलेले होते. सर्वांवर रेड क्रॉसचे चिन्ह होते. मला गाडीतच थांबायला सांगून रूजवन त्या घरात गेला.

ती लहानशी लाकडी इमारत कशासाठी होती आणि रूजवन तिथे कोणाबरोबर बोलत होता मला काहीच कल्पना नव्हती. मी मनात फक्त चांगले विचार आणण्याचा प्रयत्न करत होते. मी सर्व त्रासांपासून दूर जात होते. सीमेपलीकडे माझ्यासाठी काय वाढून ठेवले आहे याची मी थोडीही चिंता करत नव्हते. सीमेपलीकडे घेऊन जाणाऱ्या बसमध्ये मी कधी एकदा बसते असे मला होऊन गेले.

तो त्या इमारतीत सुमारे पंधरा मिनिटे होता; बाहेर येऊन तो म्हणाला, ''लतिफा ते दागिने दे. त्यांना वजन करायचं आहे.''

माझ्याकडचा छोटासा बटवा मी त्याच्याकडे सोपविला. त्यात माझ्या अंगठ्या, नेकलेस, बांगड्या असे सगळे दागिने होते. माझ्याजवळ तीन हजार दिनार होते. म्हणजे सुमारे अडीचशे अमेरिकी डॉलर्स. पण ते मी माझ्याजवळच ठेवणार होते. तुर्कस्तानात प्रवास करताना मला त्याची गरज होती.

दोहुक सोडण्यापूर्वी मला आत्याबरोबर जाऊन ते दिनार, डॉलर्स किंवा तुर्कस्तानच्या चलनात बदलून घ्यायचे होते. पण एक बाई चलन बदलण्यासाठी एकटी जाणे

म्हणजे सर्वांचेच लक्ष वेधून घेण्यासारखे होते.

त्या इमारतीत ते लोक इतका वेळ काय करत होते? इतका वेळ कशासाठी? जवळजवळ अर्ध्या तासाने रूजवन बाहेर आला. त्याच्या चेहऱ्यावरील भाव बघून माझ्या मनात शंकेची पाल चुकचुकली.

''काय झालं रूजवन?'' मी उडी मारून गाडीतून उतरले.

''तो माणूस म्हणतो ते दागिने पुरेसे नाहीत.''

''पण त्यांची किंमत सहा हजार डॉलर्सपेक्षा जास्त आहे. मी तुला तसं सांगितलं होतं.''

''सहा हजार फक्त पासपोर्टसाठी. पासपोर्टशिवाय तुला सीमेपलीकडे न्यायचं म्हणजे खास कामगिरीच आहे.''

मी यावर विश्वास ठेवायला तयार नव्हते.

इमारतीतून एक माणूस बाहेर येऊन दारातून डोकावून बघत होता. सुमारे पन्नाशीचा. टक्कल पडलेला. डाग पडलेला पांढरा शर्ट आणि धुळीने भरलेली काळी पँट चामड्याच्या पट्ट्याने बांधलेली होती. काळी पांढरी दाढी आणि जाड मिशा. तो तुर्कस्तानी असावा, पण हॉलिवुडच्या टुकार सिनेमातील एखादा दुष्ट माणूस असावा तसा दिसत होता. त्याने पायाची अढी घातली आणि सिगरेट ओढत उभा राहिला; सिगरेटमधून धूर सोडत कुठेतरी अंतराळात टक लावून तो बघत बसला. त्याच्या पायात मात्र चकचकीत पॉलिश केलेले काळे बूट होते.

''माझ्याकडे आता फक्त अडीचशे डॉलर्स आहेत. त्याला सांग की, ते सुद्धा मी द्यायला तयार आहे. तुर्कस्तानात गेल्यावर काय करायचं ते मी बघेन.''

रूजवन उतरलेल्या चेहऱ्याने परत त्याच्याकडे गेला. तो परका माणूस तिथे डोके हलवत उभा होता. रूजवन परत येताना मीच त्याच्याकडे चालायला सुरुवात केली. पण त्याने मला थांबविले.

''मला स्वत:लाच त्याच्याशी बोलू दे. इथपर्यंत येण्यासाठी मी घर सोडलं आहे आणि स्वत:ला संकटांत लोटलं आहे.''

''तो तुर्की आहे हे विसरू नकोस. त्याला तुझी भाषा समजणार नाही. मी बघतो काय आहे ते.''

''प्लीज, प्लीज रूजवन, परत एकदा त्याला सांगून बघ. काहीतरी मार्ग निघेल.''

तो माणूस अजूनही सिगरेट फुंकत आकाशाकडेच एकटक बघत उभा होता. बहुतेक माझ्या आयुष्याची दोरी आता त्या घाणेरड्या, कुरूप माणसाच्या हातात होती असा विचार रूजवन त्याच्याकडे जात असताना माझ्या मनात आला.

आता बी एम डब्ल्यूच्या बाजूने फेऱ्या मारत मी त्या दोघांकडे बघू लागले. या वेळी मान खाली घालून रूजवन माझ्याकडे येऊ लागला.

"काय झालं तरी काय?" मी निराश होऊन विचारले.

"ताई, तू मला बहिणीसारखी आहेस. तुला कसं सांगू मला समजत नाही. अल्ला मला क्षमा कर."

"काय बोलतोयस ते? काय झालंय मला सांग."

"ताई मला सांगायला लाज वाटतेय. पण सोन्याऐवजी दुसरं काही देणं हा एक मार्ग आहे."

"जर का त्याला माझ्याकडचे सर्व पैसे हवे असतील तर त्याला ते मिळतील."

रूजवनची मान आणखीनच खाली गेली. "तसं नव्हे. त्याला तूच हवी आहेस. अल्ला, तिला हे सांगितल्याबद्दल मला क्षमा कर."

"काय बोलतोयस काय तू हे? म्हणजे तुला असं म्हणायचंय की...."

"हो. तुला त्याच्या स्वाधीन व्हावं लागेल."

"म्हणजे मी त्याच्याबरोबर झोपायचं?"

"तो म्हणतो आहे की तू आणलेलं सोनं आणि पैसे काही पुरेसे नाहीत. तेव्हा हाच एक मार्ग आहे."

"म्हणजे साऱ्या प्रवासात तो म्हणेल तेव्हा त्याच्याबरोबर...."

रूजवनची मान आणखी खाली गेली. तो माणूस तसाच सिगरेटी ओढत उभा होता.

"रूजवन, तू मला चांगलंच फसवलंस. तुला माहीत होतं असं काहीतरी होणार." माझा आवाज थरथरत होता. मला वाटत होतं की त्याला ठार करावं... कदाचित् त्याला असे काही होईल ही कल्पना नसावी. खरोखरीच पश्चात्ताप झाल्यासारखा भाव त्याच्या चेहऱ्यावर होता. मी दारात उभ्या असलेल्या त्या माणसाकडे रोखून बघितले. शेवटी एकदा त्याची नजर माझ्याकडे वळली होती आणि माझी प्रतिक्रिया आजमावत तो उभा होता.

"रूजवन तू त्याला जाऊन सांग, तू एकटाच काय हवं ते करत बस स्वत:शी. परत लगेच येऊन तू गाडी चालू कर आणि जितक्या वेगाने मला दोहुकला पोहोचवता येईल तेवढं पोहचव. आता प्रत्येक क्षण महत्त्वाचा आहे. जेवढा उशीर होईल तेवढी काय प्रकारची शिक्षा मला भोगावी लागेल ती कल्पनाच मला करवत नाही."

रूजवन त्या माणसाकडे जाण्यासाठी वळला. मी त्याचा खांदा पकडून म्हटले, जाऊ दे. आपण तसाही बराच वेळ घालविला आहे."

आम्ही त्या खाचखळग्यातून वेगाने निघालो. माझे सोने आणि पैसे माझ्या बॅगेत सुरक्षित होते. सारा रस्ता तो दिलगिरी व्यक्त करून मी क्षमा करावी म्हणून विनवणी करत होता. त्याच्यावर विश्वास ठेवावा की न ठेवावा मला काहीच समजेनासे झाले

होते. एका गोष्टीबद्दल मात्र मला पूर्ण खात्री होती. जर का मी त्या घाणेरड्या माणसाबरोबर गेले असते तर त्याने माझे हाल करून शेवटी माझा गळा चिरून मला रस्त्यावर फेकून दिले असते. मी घड्याळाकडे नजर टाकली. आत्याच्या घरी पोहोचेपर्यंत मला तिचे घर सोडल्यापासून चार तास झाले असते. संध्याकाळ होऊ लागली होती. घरातून फारच काळ मी बाहेर राहिले होते. फारच काळ.

"रूजवन, प्लीज गाडीचा वेग वाढव."

खरं म्हणजे तो रस्त्यावरच्या वळणांचीसुद्धा फिकीर न करता भयंकर वेगाने गाडी चालवत होता... आणि अचानक एका निर्जन जागी आमची गाडी बंद पडली.

■

चौदा

गाडी आमच्यासह रस्त्याच्या एका बाजूला कलंडली. इंजिन बंद पडले होते. रूजवनने बऱ्याचदा गाडी सुरू करण्याचा प्रयत्न केला, पण व्यर्थ. मग त्याने इकडेतिकडे खुडबुड केली. त्यावरून त्याला गाडीतले फारसे काही कळत नसावे याचा मला अंदाज आला. मग गाडीबाहेर जाऊन त्याने बॉनेट उघडले. बाहेर जोराने वारा वाहात होता, बस्स तेवढीच हालचाल. येणाऱ्याजाणाऱ्या काही गाडीचा मागमूस नव्हता. मी बधीर होऊन आत बसून राहिले होते.

रूजवन खिडकीशी येऊन म्हणाला, ''मी तर सगळ्या वायर्स चेक केल्या. काय प्रॉब्लेम आहे मला तर कळत नाहीये.''

मला त्या गाडीची फिकीर नव्हती. अर्थात, ही गाडीच शेवटी मला घरी घेऊन जाणार होती. पण गाडीचे काय बिनसलेय ते समजण्याची मला काहीच गरज नव्हती. फक्त ती सुरू कधी होते इकडे माझे सगळे लक्ष लागले होते.

''तुझ्याकडे मोबाईल फोन नाही का?'' गाडीतून उतरून मी विचारले,''तू कुठे फोन करून एखाद्या मेकॅनिकला बोलावू शकत नाहीस का?''

''मी कोणाला बोलावू? या भागात तर माझ्या ओळखीचं कोणीच नाही. शिवाय हे बघ, इथे सिग्नलच नाही.'' त्याने फोन माझ्यासमोर धरला. मोडकी गाडी आणि निरुपयोगी फोन आणि त्याहीपेक्षा वाईट गोष्ट म्हणजे पळून जाण्यात मी यशस्वी झाले नव्हते. इतका सारा वेळ घराबाहेर राहाण्याचे कारण तरी मी काय सांगणार होते?

डोंगरावर वणवा पेटावा तसा भीतीने माझा ताबा घेतला. कड्यावरून जीव द्यावा असेही क्षणभर वाटले. पण मग अचानक आठवले की आत्महत्या करणे पाप असते. एकवेळ कुटुंबाला दुखवले तरी चालते, पण अल्लाला दुखवू नये. आत्महत्या करणे म्हणजे मेल्यावर निश्चित नरक.

“गाडी ढकलून बघू या चालू होते का ते.” सोसाट्याच्या वाऱ्यात रूजवनचा आवाज जेमतेम कानी पडला. पण तेवढ्याने मी भानावर आले. मी मागून गाडी ढकलू लागले आणि रूजवन बाजूने म्हणजे गाडी सुरू झालीच तर त्याला पटकन गाडीत चढून ड्रायव्हरच्या सीटवर बसता आले असते. पण सगळे मुसळ केरात! रस्त्याच्या बाजूला घाणीत जाऊन बंद पडलेली गाडी माझ्याच्याचे तसूभरही हलेना. सगळे संपल्यासारखेच वाटू लागले. इतक्यात गाडीच्या मागे असलेल्या वळणावरून एक पंधरा-सोळा वर्षांचा मुलगा लोखंडाचे भंगार गाढवाच्या गाडीत भरून, हळूहळू आमच्यापर्यंत येऊन पोहोचला.

रूजवनने त्याला गाडी ढकलण्यास सांगितले, क्षणभर तो आमच्याकडे लक्ष देणार नाही असे वाटले. पण नंतर त्याने गाडी थांबविली आणि तो इंजिनजवळ आला. त्याने रूजवनला सांगितले की त्याचे वडील मेकॅनिक आहेत. त्यांच्याकडून तो थोडेफार गाडी दुरुस्तीचे काम शिकला आहे.

“मग तुझे वडील कोठे आहेत? तू त्यांना बोलावून आम्हाला मदत करायला सांगशील का?” मी घाईघाईने विचारले.

“माझे वडील गेल्या वर्षी वारले. पण मला त्यांनी गाडीच्या काही गोष्टी सांगून ठेवल्यात.”

सुमारे पंधरा मिनिटे तो बॉनेटमध्ये डोके खूपसून होता. मग त्याने रूजवनला गाडी स्टार्ट करण्यास सांगितले. इंजिनने खोकल्यागत आवाज काढला आणि एकदाचे ते जिवंत झाले. मला आनंदाचे भरते आले. मी हाताला आले तेवढे दिनार त्याला दिले आणि त्याने नक्की काय केले होते ते त्याला विचारले, त्याने गाडीचे वायरींग बेकार असल्याचे सांगितले, शिवाय त्याने दोन पार्टस् तात्पुरते जोडले होते; त्यामुळे गाडीला फार धक्के बसून चालले नसते, नाहीतर ते पार्टस् परत वेगळे झाले असते. सगळे वायरींग खिळखिळे झाल्याचे त्याने सांगितले. ही रूजवनची नवी बी एम डब्ल्यू! मला तर तो एका अत्यंत श्रीमंत घरातला बिघडलेला मुलगा वाटला. इंजिन सुस्थितीत आहे का ते बघण्यापेक्षा गाडी बाहेरून किती चकाचक आहे हे त्याच्यासाठी महत्त्वाचे होते. इथली मुळी पद्धतच तशी होती. बाकी कशापेक्षा रूप देखणे हवे.

दर वेळी गाडीला धक्का बसला की गाडी बंद पडू नये म्हणून मी अल्लाला साकडे घालत होते. वडलांचे घर येईपर्यंत अंधार पडला. जिथून मी निसटले होते त्या आत्याच्या घरी जाण्यापेक्षा मी वडलांच्या घरी जाण्याचे ठरविले होते. टेकडीच्या उंचवट्यावर मी रूजवनला मला सोडायला सांगितले. गाडी बंद पडल्यापासून आम्हा दोघांत काही बोलणे झालेच नव्हते. मी त्याचे आभारही न मानता गाडीतून उतरले.

टेकडीच्या खाली वडलांच्या घराजवळ काही माणसे जमा झालेली मला दिसली. मी घराजवळ आले तेव्हा माझ्या आत्या, आतेभावंडे आणि आजी मला दिसली. तितक्यात माझी पाच वर्षांची आतेबहीण माझ्याकडे धावत आली. यास्मिन. जणू तिला माझ्यावरचे संकट समजले होते! तिने माझा हात धरला. वडलांची गाडी दिसली नाही म्हणजे ते घरात नव्हते. ते मला शोधायला गेले नसतील अशी मी अल्लाकडे करुणा भाकली. मी घरात पोहोचायच्या आधी समोरच्या घरातील माझी मैत्रीण शिलान धावत माझ्याकडे आली. सगळेजण माझा शोध करताहेत अशी धोक्याची सूचना तिने मला दिली, ''त्यांना सांग की तू माझ्या एका मैत्रिणीकडे गेली होतीस. मला विचारलं तर मीही तसंच सांगेन.''

मी अगदी ठरवूनच नातेवाइकांच्या गर्दीतून धीटपणे वाट काढली. एखाद्याच्या नजरेतच ठार करण्याची शक्ती असती तर माझ्या आजीने केव्हाच माझी रवानगी थडग्यात केली असती. मी घरात शिरले आणि थेट माझ्या खोलीत शिरले. तिथे जरा शांतता मिळेल असे वाटले. पण तसे घडायचे नव्हते. जमलेल्या सर्व बायका माझ्या खोलीत घुसल्या आणि मी इतक्या उशिरापर्यंत कोठे होते ते सांगण्याची त्या सक्तीच करू लागल्या.

''सांग, सांग कुठे होतीस?'' चेटकिणींसारख्या त्या ओरडू लागल्या. एकीने माझा खांदा धरून हलवला.

मला तो सर्व प्रकार असह्य झाला. मी उडी मारून पलंगावरून उतरले आणि त्यांच्यावर ओरडले.

''चालत्या व्हा माझ्या खोलीतून. घाणेरड्या कुत्र्या कुठल्या. पुष्कळ झाल्या आजवर तुमच्या मूर्खपणाच्या गोष्टी. मला जरा एकटीला राहू द्या.''

खोलीत एक कपबशी होती. ती मी धाडकन भिंतीवर फेकली. फुटलेले तुकडे त्या सर्वांच्या पायाशी पडले. त्यांच्यातील एक रडू लागली. पण माझे तिकडेही लक्ष गेले नाही.

''मी बघते आहे मी इथे आल्यापासून ज्या तऱ्हेनं तुम्ही मला वागवलंत ना, त्यावरून तर मला वाटतं तुम्ही सर्व सैतानाच्या कार्ट्या आहात. समजता तरी कोण तुम्ही स्वत:ला? सारखं माझ्यामागे लागता ते. मला कळत नाही तुमचे नवरे तरी कसे काय तुमच्याजवळ झोपतात ते. ते चेहऱ्यावरचे बुरखे आहेत ना तुमच्या, त्याच्याखाली नक्की सैतानाची शिंगं आहेत. मी आता वयानं मोठी आहे, शिवाय एक ऑस्ट्रेलियन मुलगी आहे. तेव्हा सर्व चालत्या व्हा माझ्या खोलीतून!''

चांडाळणींच्या भुतावळीला शांत करायचे असेल ना तर त्यांच्याच शब्दांत सुनावले पाहिजे. सगळ्या कशा शांत बसल्या माझ्या बोलण्यानंतर.

मी त्यांच्याजवळ गेले आणि त्यांना दारातून बाहेर घालवू लागले. ''चालत्या

व्हा माझ्या खोलीतून. घरात आगी लावणाऱ्या आणि शरीरविक्रय करणाऱ्या बायका तुम्ही.'' मी धाडकन दार लावून घेतले. दाराबाहेरून त्या माझ्याविषयी बोलत होत्या. ते आवाज माझ्या कानांवर येत होते. पण मी फिकीर केली नाही. माझे सर्व शरीर रागाने थरथरत होते. कशीबशी पलंगावर जाऊन मी झोपण्याचा प्रयत्न करू लागले.

सकाळी माझ्या दारावर कोणीतरी हलकेच टकटक केल्याने मला जाग आली. जणू काल रात्री काही घडलेच नाही अशा तऱ्हेने एक आत्या दारातून डोकावून म्हणाली, ''तू नाश्ता करायला येणार का? जिवंत राहाण्यासाठी थोडंफार खावं लागतं.''

माझ्या मन:स्थितीत काहीच सुधारणा नव्हती. ''तीच नेहमीची घाण खायला ना? मी घेते मला काय हवंय ते खायला. बोलावल्याबद्दल आभार!''

मी त्यांच्या गर्दीतून स्वयंपाकघराकडे वाट काढली. फळे कापून मी चीज आणि ब्रेड खाऊ लागले. मग मी पुरुषांच्या खोलीकडे वळले आणि खाली बसून टी.व्ही. बघू लागले. माझ्या आजीने माझ्याकडे नजर टाकली. तिचा चेहरा फिक्कट राखाडी रंगाचा झाला होता आणि तिच्या नजरेत विखार भरला होता. माझे वडील रात्रभर बाहेरच होते. त्यांच्या गावाबाहेर राहाणाऱ्या नातेवाइकांकडे. घरी आले तेव्हा त्यांचा चेहरा नेहमीसारखा होता. मी समजले कालच्या प्रसंगाचा त्यांना काहीच पत्ता नव्हता. त्यांच्याबरोबर आणि खास करून त्यांच्या आईबरोबर तिथे राहाणे मला शक्य नव्हते. मला भीती वाटत होती ती माझ्याकडे येणाऱ्या भयंकर वादळाची. त्याला तोंड द्यायला मला सगळी सहनशक्ती साठवून ठेवायची होती. त्यांच्या मोठ्या बहिणीबरोबर, खलिदा आत्याच्या घरी एक-दोन दिवसांसाठी जाण्याची परवानगी मी त्यांच्याकडे मागितली. तसा या घरी मला फारसा कामधंदा नव्हताच.

तिच्या घरी गेल्यावर जणू काही काल रात्री काही घडलेच नव्हते असे तिने भासवले. पण बेडरूममध्ये माझ्यापेक्षा लहान असलेल्या आतेबहिणीने मला विचारले, ''लतिफा, तुला काल काय झालं होतं गं? मला तर वाटलं तुला भुतानं पछाडलं होतं.''

मी तिच्याकडे बघून हसले. ती माझ्यापेक्षा लहान होती. तिच्यावर माझा राग असायचे काहीच कारण नव्हते. माझ्या वडलांनी मला आत्याकडे पोहोचवले होते. तिथे त्यांनी रात्रीचे जेवण केले आणि मग ते घरी परतले होते. नंतर मला कळले की वडील घरी गेल्यावर आजीने त्यांना विचारले होते, ''तुझी लेक कुठाय?'' त्यावर त्यांनी 'आत्याकडे आहे,' असे उत्तर दिल्यावर आजी म्हणाली होती, ''तू आलास तसाच परत जा आणि तिला घेऊन ये. नाहीतर कालच्यासारखी आजही ती घरातून पळून जाईल.''

रूजवन मला पळून जाण्यासाठी केलेल्या मदतीबद्दल त्याचे नातेवाईक किंवा

मित्रांजवळ बोलण्याची शक्यता कमी होती. कारण त्यामुळे त्यालाच चांगली सज्जड शिक्षा भोगावी लागली असती. अर्थात, बाबांना त्यांच्या आईचे शब्द पुरेसे होते.

आत्याच्या घरून निघाल्यानंतर एका तासाने ते परत आले आणि त्यांनी दारावर धडका दिल्या. मी बेडरूममध्ये होते.

"अरे तू इतक्यात परत कसा? काही विसरलास का?" आत्याने विचारले. तिचे शब्द माझ्या कानांवर आले.

"मी काय विसरलो? हो नक्कीच. माझ्या मुलीला मी ठार करायला विसरलो." त्यांच्या हातात अडीच सेंटीमीटर जाडीची आणि एक मीटर लांबीची केबल होती. ती घेऊनच ते घरात घुसले.

मी पटकन् पलंगावर आडवी झाले. पण त्यांनी सर्व शक्तिनिशी माझ्या मांडीवर केबलने फटका मारला. तो उकळता असा गरम स्पर्श इतका भयंकर होता की, माझ्या तोंडातून आवाजच बाहेर पडेना. माझ्या हातापायांवर केबलचे फटकेच फटके बसू लागले. मी माझे हात डोक्याभोवती वेढून घेतले. त्या क्षणार्धात त्यांचा चेहरा भयंकर विखार आणि द्वेषाने वेडावाकडा झालेला मी बघितला. इतका द्वेष मी आतापर्यंत कोणाच्याच चेहऱ्यावर बघितला नव्हता. माझी आत्या भीतीने किंचाळली. तिच्या नवऱ्याला– अब्दुल सलामला– तिची किंकाळी बाथरूममध्ये ऐकू गेली आणि तो धावत बाहेर आला. केवळ तो आल्यामुळेच मी वाचले, नाहीतर बाबांनी मला ठारच केले असते. बाबांना काबूत आणणे त्याला खूपच जड गेले. शेवटी त्याने सर्व शक्तिनिशी बाबांना माझ्यापासून दूर ओढले आणि बाहेर नेले.

केबलचे फटके इतके जोरदार होते की, माझ्या अंगातून वहात असलेले रक्त दिजाशातून, माझ्या अंगावरील लांब कोटातून - बाहेर पडू लागले. मला तर सर्वांगातून आगीचे लोट बाहेर पडल्यासारखे वाटत होते. इतका मार खाताना मी तोंडातून अवाक्षरही काढले नव्हते. मला समजत होते की, मारामुळे माझ्या शरीराला धक्का बसला होता आणि डोक्यापासून पायांपर्यंत माझे शरीर भयंकर प्रकारे थरथरत होते. असे म्हणतात की मृत्युसमयी तुमचे सर्व आयुष्य तुमच्या डोळ्यांसमोरून जाते. मी मृत्यूच्या किती जवळ पोहोचले होते माहीत नाही. शरीराचे दुःख सहन न होऊन हृदय कधी बंद पडते? पण एवढे निश्चित की शरीर मार खात असताना माझ्या डोळ्यांसमोर दोन व्यक्ती आल्या. माझी धाकटी बहीण बोजीन आणि डेव्हिड, ज्या पुरुषावर मी मनापासून प्रेम केले होते. मला माझ्या ओठावर त्याने घेतलेल्या मुक्याचा उबदार स्पर्श जाणवल्यासारखे झाले, पण माझ्या ओठांतून वाहणारे गरम रक्त होते ते.

खलिद आग्रह करू लागला की मार खाल्ल्यावर लगेच त्याच्याबरोबर घरी जावे. पण अब्दुलचे मत होते की, इतका मार खाल्ल्यावर माझे शरीर तेवढी

हालचालसुद्धा सहन करणार नाही. मारापेक्षा मला एका गोष्टीचे आश्चर्य वाटत होते की, त्यांनी एका शब्दानेही मला मी कोठे गेले होते ते विचारले नव्हते. केवळ त्यांच्या आईचे शब्द त्यांच्यासाठी मला इतकी अघोरी शिक्षा करण्यास पुरेसे होते. माझ्या वडलांचा तो रानटीपणा बघून मात्र मी हादरले. जर का त्यांना कळले असते की मी कुमारिका नव्हते, तर त्यांनी मला जिवे मारले असते. जर का पळून जाण्याच्या प्रयत्नांसाठी इतकी शिक्षा तर माझे गुपित त्यांना कळले असते तर?

माझ्या जखमा धुण्यासाठी आतेबहिणीने मला बाथरूममध्ये नेले, पण मी चक्कर येऊन मागच्यामागे पडले. तिने मला पलंगावर नेले. तेवढ्यात वडील अब्दुल सलामला सांगत होते ते माझ्या कानांवर पडले, ''ती तिच्या आईसारखी आहे; फसवी आणि चेटकीण.'' मग माझे नाव घेऊन ते वारंवार शिव्याशाप देऊ लागले. मी वडलांच्या तोंडी अशी भाषा प्रथमच ऐकत होते. त्यांच्या मनात माझ्याविषयी इतका द्वेष असावा? आणि त्यांनी त्यांच्या आईकडून उचललेले शब्द, ''ती तिच्या आईसारखी आहे.''

शेवटी माझ्या बहिणीने गरम पाण्याची बादली उचलून खोलीत आणली आणि ती माझ्या जखमा साफ करू लागली. त्या स्पर्शाने माझे डोके गरगरू लागले. जिथे जिथे माझी कातडी फाटली होती, तिथे तिथे लाल डाग आणि भोवताली काळी कडा दिसू लागली होती. बाहेर दोघा पुरुषांत वादावादी चालली होती. अब्दुल सलाम माझी बाजू घेत होते.

''अरे भाऊ, मुळातच तुझी चूक झाली. तू बायका मुलांना घेऊन ऑस्ट्रेलियात गेला नसतास तर असं काही घडलंच नसतं. इथे तुम्ही आनंदात होतात. इथेच तुझी मुलगी मोठी झाली असती आणि विनासायास तिचे लग्न होऊन एव्हाना तू आजोबा झाला असतास. तू तुझं आयुष्य वाया घालवलंस आणि तुझ्याबरोबर बायका-मुलांचं.''

यावर वडील काय बोलले ते मला कळलंच नाही. मला सारखी चक्कर येऊ लागली. आता जखमा इतक्या दुखू लागल्या की मला सगळे असह्य होऊ लागले. जणू कोणीतरी तारा तापवून माझ्या अंगावरील मांसात रुतवत होते. डोके अक्षरशः भणभणत होते; पण त्या त्रासातही मला एक जाणवत होते की, वीस वर्षांपूर्वी कुर्दिस्तानातून पळून जाण्याखेरीज वडलांकडे दुसरा मार्ग नव्हता. नाहीतर आम्हा सर्वांचे मरण अटळ होते.

''खलिद, तू शांत हो बघू.'' अब्दुल सलाम म्हणत होते. ''ती पळून जाण्यामागे नक्कीच काहीतरी कारण असलं पाहिजे.''

यावर बाबांचे बोलणे मला ऐकू येऊ लागले. ''मी तिला इस्लामची शिकवण देण्यात कुठेही कमी पडलो नाही. मी तिला आवडतात ते पदार्थ विकत आणतो.

तिचा अजूनही विद्यापीठात शिक्षण घेण्यास विरोध आहे. मी तिला पॅन्ट घालायचीसुद्धा परवानगी दिली आहे. पण मला हे कबूल करावं लागेल की माझा जेवढा तिच्या आईवर राग आहे, तेवढाच तिच्यावरही आहे. माझ्यावर असले विचित्र प्रसंग आणणारं कसलं हे माझं कुटुंब?''

खलिदा आत्या माझी परिस्थिती बघायला खोलीत आली. माझ्या जखमा बघून तिला धक्का बसला. ''असला मारहाणीचा प्रसंग तुझ्यावर परत येऊ नये म्हणून तुला काय करायला पाहिजे ते तुला कळतंय का? तू बाहेर जाऊन त्यांच्या हाताचे मुके घे, वाटलं तर पायांचे घे आणि त्यांच्याकडे क्षमेची भीक माग.''

मला तिचे बोलणे कळेना. माझा जीव जाईपर्यंत त्यांनी वायरने फटके मारले होते आणि आता ही त्यांची क्षमा मागायला सांगत आहे.

''मी मुळीच बाहेरही जाणार नाही आणि त्यांची क्षमाही मागणार नाही. मी काही भयंकर अपराध केला असता किंवा माझ्या हातून काही पाप घडलं असतं तर मला झालेली शिक्षा मी मान्य केली असती. पण माझ्याभोवती बांधलेल्या तुरुंगाच्या भिंतींतून निसटायचा प्रयत्न करणं म्हणजे काही पाप नाही. खलिदाआत्या मी माफी मागूच शकत नाही गं.''

''माझ्याबरोबर ये.'' खलिदा आत्या शांतपणाने म्हणाली. ''तेवढा एकच मार्ग आहे.'' आणि ती दाराकडे निघाली. मी तिच्याबरोबर जात नाही असे बघून ती परत माझ्याजवळ आली आणि माझी विनवणी करू लागली, ''अगं, आपल्या साऱ्या कुटुंबासाठी तुला क्षमायाचना करणं भाग आहे. एकदा क्षमा मागितलीस की सगळं तप्त वातावरण निवळून जाईल. तुम्हा दोघांत ही तेढ कायम राहिली तर तुला अशा प्रसंगांना सतत तोंड द्यावं लागेल. शिवाय पुढचा प्रसंग काय असेल या विचारानं कुटुंबातील सर्वांचीच झोप उडेल.''

अशा तऱ्हेने चांगला अर्धा तास ती माझी समजूत काढत राहिली. मग माझे हात हातात घेऊन म्हणाली, ''इतका ताठा बरा नव्हे लतिफा. तू त्याची क्षमा मागितली नाहीस तर पळून जाण्यात तुझी काहीच चूक नाही असा तुझा विश्वास असल्याची त्याची समजूत होईल. प्लीज तेवढी क्षमा मागून टाक, निदान आमच्यासाठी. नाहीतर तो जिथे जिथे जाईल ना तिथे तुझ्याविषयी गरळ ओकत राहील.'' तिचे बोलणे तसे चुकीचे नव्हते. त्यामुळे शेवटी मी तिला होकार दिला. तिने मला उभे राहायला मदत केली. जरा जरी पाय हलविले तरी पायाच्या जखमा ताणल्या जाऊन मला मरण बरे असे वाटू लागले. एखाद्या लुळ्या-पांगळ्या माणसासारखी मी दारातून बाहेर पडले. वडील कोचावर बसले होते. मी कशीबशी कोचाच्या दुसऱ्या बाजूला जाऊन बसले. माझे थरथरणारे हात मी मांडीवर ठेवले. त्यांनी तर माझ्याकडे बघितलेसुद्धा नाही. गालिच्यावर नजर रोखून, ओठ आवळून ते गप्प बसले होते.

कितीतरी वेळ आम्ही नुसते गप्प होतो. आत्या तिच्या नवऱ्याच्या कानाजवळ जाऊन काहीतरी कुजबुजली. अब्दुल सलाम माझ्याजवळ येऊन गुडघे टेकून बसले आणि हळूच म्हणाले, ''आता तू काहीतरी बोलायला हवंस ना. तुला काहीतरी केलं पाहिजे.''

ती गोष्ट माझ्यासाठी फार कठीण होती. जखमांमुळे मला कोणाच्या मदतीविना चालता येणे अशक्य होते. पण ज्या माणसाने मला इतके जखमी केले होते, त्याच्याजवळ जाणे तर त्यापेक्षा कठीण गोष्ट होती. मी कशीबशी उठून त्यांच्यापाशी गेले आणि गुडघ्यावर बसले. त्यांचे दोन्ही हात माझ्या हातात घेतले, वाकून हातांवर ओठ टेकवले, तसेच ते हात माझ्या डोक्यावर घेतले.

''सॉरी, मला प्लीज माफ करा.'' मी म्हटले, त्यांनी त्यांचे हात सोडवून घेतले. मग मी आणखी खाली वाकले आणि त्यांच्या अनवाणी पायांचा मुका घेतला आणि परत क्षमायाचना केली.

त्यांनी त्यांच्या पायांनी मला ढकलून दिले. त्यांच्या लाथेने मी मागच्यामागे लाथेने आपटले. मी वर आत्याकडे बघितले. ती माझ्याकडेच बघत होती. तिने हताशपणे मान हलविली. वडील मला क्षमा करणारच नव्हते, आशीर्वाद तर पुढचीच गोष्ट होती.

कशीबशी उठून मी खोलीकडे जाऊ लागले. आता मात्र माझ्या डोळ्यांना धारा लागल्या. माझी आत्या वडलांना सांगत होती, ''ती बरी होईपर्यंत तिला इथे राहू दे. इतकं सगळं झाल्यावर मला नाही वाटत ती परत पळून जाईल.''

''तिनं तसं काही केलं ना, तर ती मरेल याबद्दल शंकाच नाही.'' वडील मुद्दाम म्हणाले, असं काही एकदा जरी परत घडलं तरी माझी आणि आपल्या सर्वांचीच अब्रू जाईल आणि मी तर तिचा नक्कीच जीव घेईन.''

त्यानंतर घरात सर्वत्र पसरलेली शांतताच मला सांगत होती की, घरातील ज्या हजर असलेल्या नातेवाइकांनी ही धमकी ऐकली असेल त्यांना वडील बोलल्याप्रमाणे वागतील याची खात्री होती.

पलंगावर पडल्यापडल्या माझ्या मनात पळून जाण्यात मी जो काही धोका पत्करला होता त्याबद्दल विचार आले, खरे पाहता लग्नाच्या मागण्या मी नाकारणे यात धोका होताच. माझ्या आजीचा संशय दिवसेंदिवस वाढतच चालला होता. मी आजपर्यंत बरेच देखणे, श्रीमंत मुलगे नाकारले होते आणि त्याबद्दल तिने मला खोदूनखोदून विचारले होते. इतर मुली तर अशा मुलांसाठी जीव टाकत होत्या! माझे उत्तरही कायम एकच होते. जोपर्यंत मला एखादा मुलगा आवडून मी त्याच्या प्रेमात पडत नव्हते तोपर्यंत मला आलेली स्थळे नाकारणारच होते. अर्थात या शब्दांचा अर्थ तिच्या डोक्यात शिरणे अशक्यच होते. मला चांगलेच माहीत होते की माझे हे

नाटक फार काळ चालणार नव्हते आणि एक ना एक दिवस नक्कीच मला ते इमामाकडे खेचत घेऊन जाणार होते.

अशी काही उदाहरणे मला माहीत होती. माझ्या ओळखीची एक मुलगी माझ्यापेक्षा वयाने मोठी होती. तिचे लग्न ठरले, नवराही तिला पसंत होता. परंतु, लग्नानंतरच्या शरीरसंबंधाविषयी तिच्या मनात भीती होती. त्यामुळे लग्नाच्या दिवशी ती तिच्या नातेवाइकाकडे पळून गेली. बाकीच्या नातेवाइकांनी तिला शोधून काढली आणि फरफटत नवऱ्याकडे आणली. तिचे हात पाय फाकवून तिला पलंगावर जखडून टाकली. तिचा नवरा विजयी होऊन खोलीबाहेर येईपर्यंत ती तशीच होती. तिच्या किंचाळ्या मात्र घरातच काय साऱ्या गल्लीत ऐकू जात होत्या. मग पलंगावर अंथरलेल्या पांढऱ्या चादरीचे निरीक्षण करण्यात आले आणि सर्व नातेवाइकांना समजले की नवरा खरा मर्द आहे.

कट्टर मुस्लीम संस्कृतीत राहूनसुद्धा मी अनेक धोके पत्करले होते. जर्मनीत असताना माझ्यावर जो प्रसंग आला तो माझ्या इच्छेविरुद्ध होता. माझ्यावर लादलेला बलात्कार होता. दुष्ट हेतूने माझे कौमार्य भंग केले होते. मुस्लीम स्त्रीच्या आयुष्यात त्याला इतके महत्त्व असते की, नातेवाइकांकडूनच तिचा बळी घेतला जातो हे सत्य मला त्या प्रसंगानंतर समजले होते, तो भाग वेगळा! पण त्यानंतर डेव्हिडबरोबरच्या संबंधात मी पत्करलेला धोका म्हणजे सरळसरळ नातेवाइकांच्या डोळ्यांत धूळ फेकणे होते. त्यातल्या एखाद्याला जरी नुसती कुणकुण लागली असती तरी सर्वांनी मिळून मला मारूनच टाकले असते आणि डेव्हिडकडून टॅक्सीने परत येताना रस्त्यात त्यांची गाडी टॅक्सीच्या जवळ उभी होती तेव्हा त्यांनी मला बघितले असते तर? त्या नुसत्या आठवणीनेच माझे अंग शहारले.

तरी बरे माझ्या वडलांना सीमेपर्यंत पळून जाण्यातले गांभीर्य कळले नव्हते. माझे सर्व दागिने आणि पैसे मी पणाला लावले होते हे त्यांना कळले तर? मला पिस्तुल किंवा सुरीने त्यांनी लगेचच ठार केले असते.

कारण इथे चूक कोणाची का असेना, जबाबदार तर स्त्रीला धरले जात होते.

दोहुकला आल्या आल्या घडलेली घटना मला आठवली. एकाएकी माझा दात दुखू लागला आणि डॉक्टरची गरज भासली. वडलांनी दंतवैद्य असलेल्या एका नातेवाइकाकडे मला पाठवले होते. बगदादला असलेल्या माझ्या आत्याच्या नवऱ्यासारखीच त्या प्राण्याला स्त्रियांच्या शरीराशी लैंगिक चाळे करण्याची खोड होती. मी त्याच्या दवाखान्यात दात तपासायला अर्धवट झोपलेल्या स्थितीत खुर्चीत बसले होते. तेव्हा अचानक माझ्या मांडीवर त्याने स्वतःचे शरीर झोकून दिले. मग मला मागून अर्धवट बसते करताना दुसरा हात माझ्या छातीवर दाबून धरला. त्याच्या मनात काय होते याची मला चांगलीच कल्पना आली, पण त्याला काही विरोध करण्यापेक्षा मी

वडलांना सांगितले की पुढच्या वेळेला मी दुसऱ्या डॉक्टरकडे जाईन, कारण त्याचे औषधोपचार मला पसंत नव्हते. परंतु वडलांनी मला विरोधच केला होता. ते म्हणाले होते, "हे बघ, आपण नेहमी नातेवाइकांनाच मदत केली पाहिजे. कुटुंबाखेरीज दुसऱ्याला पैसे देणे बरे नव्हे." नशिबाने माझी दातदुखी गेली आणि परत मला त्याच्याकडे जावे लागले नाही.

आत्याच्या घरी जबर मार खाऊन, जखमी होऊन मी पडले होते. मला एकदम माझ्या आतेबहिणीची एताबची आठवण झाली. कुटुंबाच्या इज्जतीसाठी तिचा बळी घेतला गेला होता. गरीब बिचाऱ्या एताबचे लग्न चौदाव्या वर्षी लावले गेले होते. पंधराव्या वर्षी ती आई झाली. एताबची कहाणी मी ऑस्ट्रेलियात बारा-तेरा वर्षांची असताना माझ्या आईने मला सांगितली होती. दोहुकला आल्यावर माझ्या आत्याने मला एताबविषयी सविस्तर सांगितले होते.

माझ्या वडलांसारखाच एताबचा नवरा स्वातंत्र्य सैनिक होता आणि स्वतंत्र कुर्दिस्तानसाठी लढत होता. त्यामुळे बराच काळ त्याला घरापासून लांब राहावे लागत होते. एताब घरी एकटीच असे. हळूहळू गावात तिच्याविषयी; नवरा लांब असल्यामुळे एताबची परपुरुषाबरोबर लफडी चालू असल्याच्या अफवा पिकू लागल्या. विनाकारण जीवानिशी जावे लागण्याच्या संकटामुळे ती हादरली. स्वतःच्या तीन मुलींना घेऊन इराकला पळून गेली. तिचा नवरा जो तिचा सख्खा चुलतभाऊ होता आणि माझ्या वडलांच्या नात्यातला होता; त्याने तिचा माग काढला आणि तिने घरी परत यावे म्हणून तिची समजूत काढली.

घरी आल्यावर पहिल्याच पहाटे तिच्या सासऱ्याने आणि वडलांनी तिला जागे केले. शेतातील भाजीपाला आणि फळे काढण्यासाठी त्यांना तिची मदत हवी होती. एताबने ओळखले की तिच्या आयुष्याचा तो शेवटचा दिवस ठरणार होता. कारण तिच्या आईची आणि आजीची अशाच प्रकारे कत्तल केली गेली होती. कितीही निष्पाप आणि गुणी मुलगी असली तरी ती तिच्या आईची मुलगी होती ना! तिने आपल्या लेकरांचा मुका घेतला. स्वतःच्या हातातले सोन्याचे कडे मोठ्या मुलीच्या हातात सरकवले.

टोयोटा ट्रकच्या मागे काही पुरुष बसले होते. भाजीचा मळा ओलांडून गाडी वाळवंटाच्या मार्गाने निघाली. एताबने मरण लवकर यावे म्हणून अल्लाचे स्मरण केले. पण तसे व्हायचे नव्हते.

केसांना धरून तिच्या वडलांनी तिला खाली खेचले. ती भीतीने ओणवी झाली. त्याबरोबर तिच्या सर्वांगावर पेट्रोल ओतण्यात आले. वडलांनी काडी पेटवून तिच्या अंगावर भिरकावली. सर्वांग एकदम भाजून निघाल्याने ती किंचाळू लागली. त्याबरोबर वडलांनी पिस्तुल बाहेर काढले आणि तिच्यावर गोळ्या झाडल्या. भाजलेला आणि

गोळ्यांनी छिन्नविच्छिन्न झालेला देह दुपारी सापडला. बळी गेलेल्याला कोणी ओळखत असेल तर पोलिसी कायद्याप्रमाणे साक्षीदाराने वर्तमानपत्रात नोटीस देणे बंधनकारक होते. परंतु कोणी साक्षीदार पुढे आलाच नाही.

मला तरी हे सगळे समजले म्हणजे माझी एक आत्या मला घेऊन त्या घरी गेली होती. तिथे मी बघितले की एताबची सगळ्यात लहान मुलगी पुरुषांच्या पॅन्टस् धूत होती आणि मोठी स्वयंपाकघराची फरशी घासून साफ करत होती. जणू आईच्या हातून घडलेल्या पापांची शिक्षा मुलींना देण्यात येत होती.

मला त्या लहान मुलींची फारच दया आली. माझ्या आत्याला घेऊन मी दोन-तीन वेळा त्या घरी गेले. दर वेळी गोळ्या, केसांच्या पिना, पेन्सिली, पुस्तके असे काही ना काही घेऊन गेले. दर वेळी घाणेरड्या कपड्यांतील त्या लहान मुली न झेपणारे काम करताना बघून माझे हृदय हेलावले. त्या छोट्या मुली मरमर काम करत होत्या आणि बाकी सगळे स्वच्छ कपडे घालून स्वच्छ घरात आरामात राहात होते.

एकदा मी त्या मुलींच्या आजीला विचारले, "इतक्या लहान मुलींना तुम्ही इतकं काम का सांगता?" आजीने रागाने माझ्याकडे बघितले आणि म्हणाली, "हां! तसंच शिकवलंय त्यांना!"

मी स्वत:वर ताबा मिळविण्यापूर्वीच माझ्या तोंडातून शब्द गेले, "मग त्यांच्या गरीब आईसारखे त्यांना आताच का नाही मारून टाकत? कारण पुढे तुम्ही तेच करणार आहात."

मुलींच्या आजीने माझ्या आत्याला माझे बोलणे ऐकवले. आत्याने आजीला सांगितले आणि आजीने वडलांना. ते ऐकल्यावर वडलांनी माझ्या गालावर एक चपराक ठेवून दिली. "दुसऱ्या लोकांच्या भानगडीत कधी पडू नकोस," त्यांनी धमकावले.

केबलने मार खाल्ल्याच्या रात्री पलंगावर तळमळत पडले असताना मी अश्रूंना वाट मोकळी करून दिली. फक्त माझ्यासाठी नाही तर एताबसाठी आणि अशा अनेक स्त्रियांसाठी ज्यांना या भयानक सामाजिक स्थितीमुळे पूर्ण निर्दोष असताना यमयातना भोगायला लागल्या होत्या. त्या सर्वांसाठी मी रडत होते. या परंपराच वेगळ्या आणि रानटी होत्या. आधुनिक जगाशी या समाजाला काही देणे घेणे नव्हते. अशा परिस्थितीत एखाद्या स्त्रीने अन्यायाविरुद्ध आवाज उठवला किंवा सर्व बंधने तोडून स्वतंत्र होण्याचा प्रयत्न केला तर तिला भयंकर शिक्षा केली जात होती किंवा ठार मारले जात होते. हे सर्व बदलणार तरी कसे आणि कधी होते?

असे ठरले होते की माझ्या जखमा बऱ्या होईपर्यंत दोन-तीन दिवस मी आत्याकडे राहायचे आणि बरे झाल्यावर वडील मला घेऊन जाणार होते. पण ते

दुसऱ्या दिवशी संध्याकाळीच हजर झाले आणि मला कपडे आवरायची आज्ञा झाली. तेच कपडे यावेळेपर्यंत इस्तंबूलला जाताना बसच्या प्रवासात, स्वातंत्र्याच्या रस्त्यावर माझ्या अंगावर असते. माझी अरिमन आत्या खलिदा आत्याकडे आली होती. वडील दोन दिवसांऐवजी दुसऱ्याच दिवशी मला न्यायला आलेले बघून तिला आश्चर्य वाटले. काळोख पडल्यावर वडील आलेले बघून काहीतरी वाईट घडण्याच्या भीतीने मी अर्धमेली झाले. कारण एताबच्या वेळी असेच घडले होते.

माझ्या आतेभावंडांना मी सांगायचे ठरविले, "मला काही झाले तर माझे हे शब्द लक्षात ठेवा. मला फक्त माझ्या घरी जायचं होतं, ऑस्ट्रेलियात." पण मी स्वत:ला आवरले. वडलांच्या कठोर चेहऱ्याकडे बघून माझी तर खात्रीच झाली की त्यांच्याबरोबर मी जिवंत नव्हे एक मृत स्त्री म्हणून चालले होते.

माझ्या आत्या आणि बरीच आतेभावंडे दारापर्यंत मला शेवटचे बघायला आली. जणू काही माझा शेवटचा निरोप घेण्यासाठी. माझे वडील अचानक सिगरेट ओढू लागले होते. त्यांनी एक मोठा झुरका मारला आणि दारापाशी जमलेल्यांकडे नजर वळवली. पण ते काहीच बोलले नाहीत. माझे सर्व लक्ष फक्त ते कोणत्या रस्त्याने जात होते इकडे लागले होते. मला सर्व रस्ते पाठ होते. त्यामुळे जर का त्यांनी वेगळ्या रस्त्यावर गाडी वळवली तर तो माझ्या विनाशाचा रस्ता ठरला असता. ते चकार शब्द बोलत नव्हते पण त्यांच्या मनात खदखदणारा राग मला समजत होता. त्यांना नक्की काय झाले होते? गाडीच्या अपघातात जर्मनीत त्यांचा भाऊ अचानक गेला होता, त्या घटनेचा तर परिणाम त्यांच्यावर झाला नव्हता? की स्वत:च्या आईबरोबर राहिल्याने ते असे झाले होते? कदाचित त्यांच्या भूतकाळातील परंपरांना ते शरण गेले होते. त्या संस्कृतीचा मला गंधही नव्हता कारण मी केवळ दोन वर्षांची असताना मला त्यांनी या जगापासून दूर नेले होते.

घरी परत आलो तर आजी तिच्या खोलीत होती. मी तडक माझ्या तुरुंगाच्या कोठडीकडे गेले. गेल्या दोन दिवसांत मी जवळजवळ काही खाल्लेच नव्हते. त्यामुळे वडील आणि आजीबरोबर नाष्टा करण्यासाठी सकाळी मी बाहेर आले. आजी नेहमीप्रमाणे काळ्या कपड्यांत, जमिनीवर उशी ठेवून खुडम्यासारखी बसली होती. माझे खाणे संपेपर्यंत कोणीही तोंडातून अवाक्षरही काढले नाही. खाणे संपता संपता माझे वडील अत्यंत कठोरपणे म्हणाले, "या क्षणापासून माझ्या परवानगीशिवाय तुझं पाऊल घराबाहेर पडणार नाही. जेवणा-खाण्याच्या सर्व बशा तुला धुवाव्या लागतील. पाहुण्यारावळ्यांना तुझी आजी जेवण वाढणार नाही. ते तुला करावं लागेल. तिला तू झाडपूस करू देणार नाहीस, शिवाय तिची प्रत्येक आज्ञा तुला पाळावी लागेल. घरची सर्व व्यवस्था तू चोख ठेवशील."

हे सर्व बोलणे चालू असेपर्यंत आजी माझ्याकडे बघत होती. जणू काही ती

बाबांच्या बोलण्याला पुष्टी देत होती.

त्यांच्याबरोबर वाद घालण्यात काही अर्थच नव्हता. मी आजीकडे दुर्लक्ष करून वडलांकडे मान वळवली. मला माहीत होते की हे सर्व दोघांच्या संगनमतानेच ठरले असणार. आजी नऊ वर्षांची असताना माझ्या आजोबांबरोबर तिचे लग्न ठरले होते. तेराव्या वर्षी लग्न होऊन घरात पाऊल टाकल्याबरोबर केवळ अत्यंत कष्टाचे आणि मुले जन्माला घालायचे काम तिने केले होते. आता घरचे कामकाज सोपवायला मी आयतीच सापडले.

''ठीक आहे. तुमच्या इच्छेप्रमाणे मी सर्व काम करेन.'' मी अरेबिकमध्ये बोलले. अरेबिक बोलायला मी खूपच लवकर शिकले. त्यामुळे घरात मी इंग्लिश न बोलता बऱ्याचदा अरेबिक बोलत असे. इथली स्थानिक बोली बैदिनीसुद्धा मी क्वचितच वापरे. माझी आजी मोसुल शहरात वाढली होती. तिथे अरब लोकांचे प्रमाण जास्त होते. माझे अरेबिक तिला चांगले समजले. मला अपमानास्पद वाटणाऱ्या सर्व अटी मी मान्य केलेल्या ऐकून तिच्या डोळ्यांत चमकून गेलेली समाधानाची चमक मी बघितली.

मी लगेचच कामाला लागले. नाश्त्याच्या सर्व बशा उचलून मी स्वयंपाकघरात गेले. बाकीचे उरलेले सामान आत घेऊन जाण्यासाठी बाहेर आले, तर बाबांनी ताबडतोब पुढची आज्ञा दिली, आणखी एक गोष्ट, तू आता नमाज पढायला सुरुवात कर. मी आणि तुझी आजी पढतो तसा. रोज.''

'मला नमाज येत नाही. मी तशा घरात मोठी झाले नाही.' मला पुढे म्हणायचं होतं, 'आठवतंय का कोण दिवसभर सिगरेटी ओढायचं आणि दारू ढोसायचं?' अर्थात हे सर्व मी माझ्या मनातच ठेवलं.

मला त्यांनी नमाज शिकवणे म्हणजे त्यांनी माझ्यावर ताबा मिळविण्यासारखे होते. ते मला मान्य नव्हते. त्यामुळे ते दोघे घरात नसताना मी माझ्या जिवाची अक्षरशः बाजी लावली आणि धीर करून घराबाहेर पडले. धावतच रस्ता ओलांडून समोरच्या घरी गेले. त्या बहिणींना मी नमाज कसा पढायचा असतो ते शिकवायला सांगितले. माझ्या मनात असाही विचार आला की ज्या अल्लावर मी कधी विश्वास ठेवला नाही, कदाचित त्याचीच करुणा भाकल्याने माझे मन शांत झाले असते. त्या बहिणींनी मला कुठल्या दिशेकडे तोंड करून उभे राहायचे, खाली वाकून कसे बसायचे आणि डोके टेकवायचे हे तर सांगितलेच, शिवाय बोलता बोलता नमाज पठणाचे ते शब्द लिहून दिले.

त्या दिवशी वडील घरी आल्यावर मी त्यांना सांगून टाकले की, जर्मनीत असताना मला एका बहिणीने नमाज कसा पढायचा असतो ते शिकवले होते, जे मला आठवत होते आणि मला आता रोज नमाज करणे सोपे जाईल. त्यांच्या

चेहऱ्यावर स्मितरेषा उमटून गेलेली मी बघितली. संध्याकाळ झालीच होती, त्यामुळे त्यांनी मला लगेच खोलीत जाऊन 'मुघरीब' करावयास सांगितले. नमाजाला बसण्यासाठी चटईचा लहानसा चौकोन दिला. मी खोलीत गेले आणि माझ्या खोलीतून मक्का कोणत्या दिशेला असेल याचा नकाशा माझ्या मैत्रिणींनी काढून दिला होता त्याप्रमाणे मक्केकडे तोंड वळवले. संध्याकाळचा नमाज दिवसभरातील नमाजाच्या मानाने लहान असतो. मी खोलीच्या दाराला थोडी फट ठेवली, म्हणजे वडलांच्या कानांवर माझे शब्द पडले असते.

खरेच चमत्कार व्हावा त्याप्रमाणे मला नमाज हळूहळू चढू लागला! सकाळचा नमाज झाला की सबंध दिवसात वेळ काढून मी माझ्या खोलीत जाऊ लागले आणि मैत्रिणींनी मला भाषांतरित कुराणाची एक प्रत दिली होती, त्यात उच्चारही दिले होते. मी ते वाचू लागले. प्रेषिताच्या गोष्टी मला आवडू लागल्या. जसजसे दिवस जाऊ लागले, तसतशी माझ्या दैनंदिन कामकाजाची घडी बसत चालली. हळूहळू मला अल्ला सर्वज्ञानी आहे हे समजू लागले. घरकाम आणि नमाज यामुळे माझे मन शांत होऊ लागले. अर्थात, पूर्ण शांत होणे शक्य नव्हते कारण मला खात्री होती की, वडलांचे माझ्यावर बारीक लक्ष होते. या माझ्या परिस्थितीमुळे आणि देशातल्या बहुतेक स्त्रियांची परिस्थिती अशीच असल्यामुळे माझ्या डोक्यात सारखे तेच विचार येऊ लागले.

माझी बगदादची आत्या आम्हाला भेटायला आली तेव्हा मी तिला कुराणातील काही भागांचा अर्थ विचारला. त्याविषयी चर्चा करताना मला मानसिक समाधान मिळत असल्याचे माझ्या लक्षात आले. अल्लाच्या नजरेत पुरुष आणि स्त्री समान असल्याचा कुराणातील उल्लेख मी तिच्या नजरेस आणून दिला. तरीसुद्धा बायकांनी अंगभर कपडे घालणे हे किती महत्त्वाचे आहे हे मला कुराण वाचूनच कळेल अशी आशा तिने व्यक्त केली!

आम्हा दोघींची अशी पवित्र ग्रंथावर चर्चा चालू असायची आणि तिचा तो बाईलवेडा नवरा मला स्पर्श करण्याची एकही संधी सोडत नव्हता. एकदा तर मी बाथरूममध्ये स्टुलावर बसून अंघोळ करत असताना, तो घाणेरडा माणूस बाथरूम शेजारच्या कोठीच्या खोलीत गेला आणि तांदुळाच्या पोत्यावर चढून मधल्या भिंतीवरून माझ्याकडे बघू लागला, ती भिंत छतापर्यंत बांधलेली नव्हती. मी ताबडतोब आत्याला हाक मारली. 'हातातले काम सोडून आधी माझी पाठ चोळून द्यायला ये.' असा आवाज दिला. आत्या येण्यापूर्वीच मला कोठीच्या खोलीतून धडपडल्याचा आवाज आला. त्यानंतर मी कार्डबोर्डचा एक मोठा तुकडा मिळविला, बाथरूम आणि कोठीच्यामध्ये तो घट्ट बसवून टाकला. परत तसे घडून चालणार नव्हते. घडलेली गोष्ट मी कोणालाच सांगू शकणार नव्हते, कारण त्यामुळे मलाच

त्रास होणार होता. शिवाय वडलांनी सर्व राग माझ्यावरच काढला असता.

कुर्दी पुरुषांसाठी बायका या केवळ त्यांची लैंगिक भूक भागविण्यापुरत्या वस्तू होत्या. त्यांनी गुलामासारखे घरात काम करावे आणि मुलांना जन्म द्यावा. इस्लाम धर्माच्या हादीथ या पुस्तकात स्त्रियांनी पुरुषांची लैंगिक भूक पुरुषांच्या इच्छेनुसार भागविणे बंधनकारक असल्याचे लिहिले होते.

हळूहळू मी घरकामात गुंतून गेले. पाश्चिमात्य संस्कृतीत वाढलेल्या, स्वतंत्र व्यक्तिमत्त्व असलेल्या स्त्रीऐवजी मध्यपूर्वेतील एक गुलाम स्त्री म्हणून जगू लागले. हा बदल इतका सूक्ष्मपणे घडत गेला की ते माझे मलाच समजले नव्हते. घरकाम, नमाज, घरकाम, नमाज बस्स एवढेच! या भागात खेड्यातील, शहरातील, डोंगर भागातील प्रत्येक स्त्री अशा प्रकारच्या चालीरितींना बळी पडलेली होती. हळूहळू मीसुद्धा या चिखलात रुतत चालले होते. एक दिवस माझाही बळी जाणार होता. परंतु, माझ्या शरीरानेच असहकार पुकारला, एकाएकी माझ्या डोक्यांवरील केसांचे पुंजकेच्या पुंजके गळू लागले.

■

पंधरा

“खऊलिसर अगं, तुझे केस!” माझ्या लांब लांब केसांच्या वेण्या घालत असताना एक दिवस अरिमन जोरात ओरडली. माझ्या आतेभावंडांनी मला ‘खऊलिसर’ हे नाव प्रदान केले होते. त्याचा शब्दश: अर्थ होता तिच्यासमोर नेहमीच काही ना काही समस्या उभी राहते आणि जणू आगीतून उठून फुफाट्यात जाऊन पडल्यासारखे होते अशी व्यक्ती.

“अगं, तुझ्या डोक्याच्या मागच्या बाजूला टक्कल पडायला लागलंय.”

अंघोळ करताना माझ्या केसांचे गळणे समजायचे. परंतु त्याबद्दल मी काही विचारच केला नव्हता. आता मी डोक्यामागे चाचपडून बघितले. तर खरेच माझ्या हाताला डोक्याच्या मऊ त्वचेचा स्पर्श झाला.

“अरे बापरे! मला कॅन्सर तर झाला नाही ना?” मी भीतीने ओरडले. वडलांची एक बहीण थोडीफार डॉक्टरी शिकली होती. मी तिच्याकडे जावे असे अरिमनने सुचविले. त्या आत्याला रक्ताची फार भीती वाटायची म्हणून ती डॉक्टर होऊ शकली नव्हती. तिला घरी बोलावण्यात आले. तिने माझे डोके तपासले. पण केस गळण्याचे कारण तिला समजले नाही. तिने मला घेऊन डॉक्टरकडे जावे असे वडलांना सुचविले. पण वडील खळखळ करू लागले. मला तर रागच आला. पण शेवटी एकदाचे ते तयार झाले. अरिमन, आत्या आणि मला घेऊन ते डॉक्टरकडे गेले. डॉक्टर झाला तरी तो परपुरुष. मग तो मला कसा तपासणार? पण बायकांच्या आजाराचा प्रश्न नव्हता, फक्त केस तपासायचे होते. त्यामुळे त्याने मला स्पर्श करण्यास वडलांनी फारसा विरोध केला नाही. दवाखान्यात गर्दी होती. सर्व बायकाच होत्या. स्वत:च्या आजारी मुलांना घेऊन त्या आल्या होत्या हे स्पष्टच होते. कारण सर्व मुले खोकत होती किंवा त्यांना दम लागत होता.

डॉक्टरांनी ताबडतोब ओळखले की मी कुर्दिस्तानातील नव्हते. मी जेव्हा

सांगितले की मी ऑस्ट्रेलियातून आले आहे, तेव्हा ते हसून म्हणाले, ''अरे म्हणजे कांगारुंचा देश! तुम्ही कांगारुंना रस्त्यावर सुद्धा हिंडताना बघू शकता असं ऐकलं आहे ते खरंच का?''

''हो, काही ठिकाणी.'' मी उत्तर दिले. मला एकदम शहराबाहेरच्या रस्त्यांवर चुकून एखादे कांगारू आलेले आठवले. त्या डॉक्टरांचे काही नातेवाईक ऑस्ट्रेलियात होते. त्यांच्याबरोबर संवाद साधणे मला फार सोपे वाटले.

शेवटी माझ्या डोक्यामागचे चट्टे त्यांनी हातांनी तपासून पाहिले. ''अरे, हे तर नैराश्याचं लक्षण आहे.'' ते पुढे म्हणाले, ''अलीकडे तुला फार झोप येते का?''

''जेव्हा ती घरकाम करत नाही, तेव्हा ती झोपूनच असते.'' माझ्याऐवजी आत्यानेच उत्तर दिले.

''आणि तुला सारखं दमल्यासारखं वाटतं का?'' डॉक्टरांनी विचारले.

''हो. कायमच.'' मी उत्तर दिले.

''ठीक आहे. यावर थेट असे काही उपचार नाहीत. पण तुझं समाधान होणार असेल तर आपण तुझं रक्त तपासून घेऊ. दुसरा मार्ग म्हणजे अल्लाचा नमाज पढणं.''

''आम्ही नमाज पढूच.'' माझ्या आत्याने ताबडतोब निर्णय घेतला. ''अल्लानंच तिला हे दु:ख दिलंय. वेळ आली की तोच ते दूर करेल.''

काहीतरी ठोस उपाय सुचवून बरे होण्याची आशा दाखविण्याऐवजी डॉक्टरने माझ्या उदासपणात भर टाकण्याचेच काम केले. माझे वडील आमची वाट बघत बाहेर उभे होते त्यांना केस जाण्याचे कारण समजल्यावर ते म्हणाले, ''नैराश्य येण्याचं काय कारण आहे? तिला जेवायखायला चांगलं मिळतंय. तिला तिची स्वतंत्र खोली आहे. इतर अनेकजणींपेक्षा तिची परिस्थिती कितीतरी चांगली आहे.''

घरी जाताना मी मागे बसले आणि उगीचच खिडकीबाहेर बघू लागले. तसे डोळ्यांसमोर तर काहीच दिसत नव्हते.

आता मला केसांची काळजी वाटू लागली आणि ते अधिकच गळू लागले. मी घरीसुद्धा हिजाबने डोके झाकून घेऊ लागले. माझ्या मनात विचार आला, अल्ला मला अद्दल घडवत असावा.

आता समोरच्या घरी जाणेसुद्धा धोक्याचेच झाले होते. म्हणजे डेव्हिडला फोन करणे अशक्यच झाले. निदान त्याचा आवाज ऐकून तरी मला बरे वाटले असते. एक बरे होते, समोरच्या मुली माझ्या घरी येऊ शकत होत्या. माझे वडील घरात नसतील आणि आजी बाजारात गेली असेल किंवा झोपली असेल तर त्या मला भेटायला येत. त्यांना आजी अजिबात आवडत नसे. त्या घरी असतील तेवढा वेळ मला जिवंत असल्यासारखे वाटे. आम्ही एकमेकींचे फोटो बघत असू किंवा

एकमेकींच्या नखांना छान आकार देण्यात आमचा बराच वेळ जात असे. अर्थात नेलपॉलीश लावणे निषिद्ध होते. पण अंतर्यामी मी कायमच उदास असे, ती उदासी कदाचित दृश्य स्वरूपात उफाळून बाहेर पडली.

एक दिवस सकाळी उठून मी माझ्या केसांची स्थिती बघण्यासाठी आरशासमोर उभी होते. तर अचानक विजेचा धक्का बसावा तसे मला झाले. माझ्या चेहऱ्यावर सगळीकडे लाल डाग पडले होतेच पण शरीरावरही उमटले होते. चेहऱ्यावर येणाऱ्या मुरुमांपेक्षा आकाराने ते दुप्पट मोठे होते. मात्र त्या जागी खाज येत नव्हती जणू काही झालेच नाही अशा प्रकारे मी माझे दैनंदिन कामकाज आटोपले आणि आत्या येईपर्यंत धीर धरला.

आत्या वयाने मोठी आणि लग्न झालेली होती. त्यामुळे एकट्या तिच्याबरोबर मी डॉक्टरकडे जाऊ शकत होते. मला चेहऱ्यावरची डागांची इतकी लाज वाटू लागली की, मी डोळे सोडून बाकी सर्व चेहरा स्कार्फने झाकून टाकला. वाटेत ज्यांनी कोणी मला बघितले असेल त्यांचे मत मी चांगलीच धार्मिक आहे असे झाले असणार.

माझी परिस्थिती बघून डॉक्टरही कोड्यात पडले. यावेळेस मात्र त्यांनी तपासणीसाठी रक्त काढून घेतले. नैराश्याबरोबर कदाचित लोह आणि जीवनसत्त्वाचा अभाव असल्याचे त्यांनी बोलून दाखविले. तरी त्यांनी अल्लाची कृपा मागण्यावरच भर दिला.

दुसऱ्या दिवशी सकाळी माझ्या चेहऱ्याची उजवी बाजू एखाद्या फुग्याप्रमाणे सुजली तेव्हा तर मला संशय आला की त्या डॉक्टरला खरेच काही समजते की नाही?

रक्त तपासणीवरून डॉक्टरांनी सांगितले की, मला विशेष काही झाले नव्हते, पण पुरेसा सूर्यप्रकाश मिळत नव्हता, ही गोष्ट मात्र खरी होती.

"मी थोडा वेळ उन्हात बसेन म्हणजे...."

माझ्याकडे बघत त्यांनी सांगितले, "फक्त अल्लाची कृपा!" आता मात्र माझी सहनशक्ती संपत होती.

बगदादमधील माझी आत्या, हदरआत्या, आणि माझे वडील यांची बातचीत समोरच्या घरातील फोनवर होत असे. आत्याचा फोन आला की समोरची एखादी मुलगी धावत येऊन फोन आल्याचे सांगत असे. वडलांनी शेवटी माझ्या तब्येतीचे वर्णन आत्याजवळ केले. तेव्हा ती डॉक्टरांच्या निदानाशी सहमत झाली की मला नैराश्याने ग्रासले आहे. कदाचित मला थोडा आराम मिळेल या हेतूने ती परत एकदा लांबचा प्रवास करून आमच्याकडे आली. नशिबाने तिने तिच्या त्या गलथान नवऱ्याला बरोबर आणले नव्हते. अर्थात ती माझ्यासाठी फारसे काही करू शकत

नव्हतीच. मला घराबाहेर पडण्याची गरज आहे हे तिने वडलांना पटविले असते तरच काही फरक पडला असता, अन्यथा माझे दुखणे वाढणार याची तिला खात्री होती. मी कितीही स्वतंत्र विचारसरणीची आणि वेगळ्या वृत्तीची होते तरी नमाज पढताना मला बरे वाटावे म्हणून मी अल्लाला शरण जात होते. वडलांचा राग शांत व्हावा म्हणून मी नमाज पठणाला सुरुवात केली होती खरी. परंतु आता मात्र मला रोजच्या नमाज पठणाची चांगलीच सवय झाली होती. गुडघे टेकून चटईवर बसताना मला खूप बरे वाटत होते. पण अजून तरी माझी हाक अल्लाच्या कानावर गेली नव्हती.

एके दिवशी मी स्वयंपाकघरातून जेवणाच्या खोलीत अन्नाची भांडी आणत असताना मला वडलांनी सांगितले, ''तुझ्या समस्येविषयी तुझ्या आत्याचं आणि माझं बोलणं झालं आहे. इथे जवळच एक तलाव आहे तिथे आम्ही तुला घेऊन जाणार आहोत. त्यानं तुझी तब्येत सुधारेल.''

मी अशा तलावांच्याविषयी ऐकले होते. फ्रान्समध्ये 'लाउडस' नावाच्या गावी बरे वाटावे म्हणून रुग्णांची गर्दी असते. इथल्या तलावाची सुद्धा आजाऱ्यांना बरे करणारा तलाव म्हणून त्याची प्रसिद्धी होती. माझं मन काही असल्या गोष्टींवर विश्वास ठेवायला तयार नव्हते. खरं तर कडाक्याची थंडी सुरू झाली होती. वर जरी सूर्य चमकत असला तरी पाणी मरणप्राय थंड असणार होते.

''बरी नाही झालीस तरी नुकसान तर काही होणार नाही,'' आत्या मला म्हणाली.

आम्ही सुमारे वीस मिनिटांच्या अंतरावर असलेल्या तलावाकाठी पोहोचलो. आजूबाजूच्या डोंगरातून पाझरणाऱ्या झऱ्यांच्या शुद्ध पाण्याने तलाव भरला होता. सोसाट्याचा वारा वाहत होता. मी मोठ्या नाराजीने वडलांच्या गाडीतून उतरले. मी चांगला जाडसा ट्रॅक सूट घातला होता आणि त्यावरून अंगभर दिजाशा. माझी आत्या आणि वडील मला तलावात उतरण्याचा आग्रह करू लागले. मी सर्व कपड्यांनिशी तलावात उडी मारली; कारण कपडे काढले असते आणि तेवढ्यात कोणी माझ्याकडे चोरून पाहिले असते तर? बर्फासारखे पाणी माझ्या छातीपर्यंत येत होते, माझा श्वास बंद पडण्याची वेळ आली होती.

''तुझा चेहरा स्वच्छ धुऊन काढ. केस धू.'' काठावर उभे राहून ते दोघे मला सांगत होते.

मी त्यांनी सांगितल्याप्रमाणे सर्व केले आणि पाण्याबाहेर आले. माझे सर्वांग माझ्या ताब्यात न राहता कापत होते. वडलांनी एक ओले ब्लँकेट माझ्या ओल्या कपड्यांवर फेकले. माझ्या आत्याने गाडीतून कोरडे कपडे आणले आणि एका मोठ्या चादरीचा आडोसा तयार केला. शेवटी एकदाची मी कोरड्या कपड्यांत

शिरले. घरी येईपर्यंत माझे अंग कापत होते. गार पडलेल्या गात्रांत ऊब येण्यासाठी मी गरम पाण्याने अंघोळ केली आणि तेलावर चालणाऱ्या हिटरजवळ बसून राहिले.

सकाळी याच्या सर्व उलट प्रकार! पहाटेपूर्वी मी जागी झाले. माझे सर्वांग जणू काही भाजत होते. मी दिवा लावून आरशात बघितले. मला वाटले आरशातून माझ्याकडे कोणीतरी भयंकर प्राणी बघत होता! चेहऱ्याची दुसरी बाजू सुद्धा सुजली होती. चेहरा टम्म फुगल्यामुळे माझे कान, नाक, डोळे सगळेच विचित्र दिसत होते. चेहऱ्यावरचे डाग आणखी लालेलाल झाले होते. शिवाय केसांच्या बटांतून टकलाचा भाग स्पष्ट दिसत होता. अशा स्थितीत माझी खोली सोडून नाश्त्यासाठी मी बाहेर कशी जाणार होते? मी आजारी आहे आणि दिवसभर खोलीतच पडून राहणार आहे असे मी वडलांना ओरडून सांगितले. या संकटातून बरे होण्यासाठी मी एकसारखा अल्लाचा धावा करू लागले.

दुसऱ्या दिवशी सकाळी चमत्कार व्हावा तसे लाल डाग आणि चेहऱ्यावरची सूज गायब झाली होती! अर्थात डोक्यावरील टक्कल तसेच होते. पण बाकीचे सर्व ठीक होते. हा मला चमत्कारच वाटला. प्रार्थनेची शक्ती, तलावातील पाणी की एकाएकी माझ्यावर थंडीतल्या उन्हाचा पडलेला झोत? कोणाला माहीत, पण माझा चेहरा पूर्ववत झाल्यामुळे मला खूपच बरे वाटू लागले, माझ्या उत्साह वाढला हे मात्र निश्चित!

आता फेब्रुवारी महिना चालू होता. डेव्हिडला मी शेवटी भेटले होते, त्यालासुद्धा आता बरेच आठवडे उलटले होते. एकतर फोन करायला मी बाहेर पडू शकत नव्हते आणि दुसरी गोष्ट त्याच्याकडे तर माझ्याशी साधे बोलायला सुद्धा काहीच मार्ग नव्हता. मी टॅक्सीने परत त्याच्याकडे जाण्याचा धोका आता पत्करणार नव्हते. गेल्या काही दिवसांत चार उपवर मुलांच्या आया माझ्या वडलांना भेटून गेल्या होत्या. अर्थात याबाबतीत मला काही विचारणे हे वडलांचे खरोखर सौजन्यच होते. अर्थात माझा नकार ठाम होता. दरवेळी त्यांच्या चेहऱ्यावरची नाराजी बघून अजून किती दिवस असे चालू राहील याविषयी मला काळजी लागली. काय माहीत एखादे वेळेस त्यांनी माझे परस्परच लग्न ठरवून टाकले असते तर?

आता युद्ध मात्र अटळ होते. जॉर्ज डब्ल्यू बुशने त्याच्या नौदलाला या भागात हलविण्याचे नक्की केले होते. ब्रिटन, ऑस्ट्रेलियाबरोबर त्याचे संगनमत होते किंवा कसे याची युद्धनीतिज्ञ चाचपणी करू लागले होते. कुर्दिस्तानाला तर युद्ध हवेच होते. कारण यावेळी सद्दाम हुसेनचा नाश ठरल्याची लोकांची खात्री होती. आमचा स्थानिक टी.व्ही. सुद्धा सैन्याच्या हालचालींचा मागोवा घेऊ लागला होता. माझे वडील तर युद्धाबाबतची एकही बातमी चुकवत नव्हते.

इराक आणि कुर्दिस्तानात युद्धाचे वातावरण पसरत असताना डेव्हिड कोठे

होता? मी तर त्याच्याशी बोलायला उतावीळ झाले होते. अर्थात ते शक्य नव्हते, पण तेवढ्यात माझी एक आत्या वफा, वडलांना भेटायला आली. जणू माझे दु:ख ती जाणून होती म्हणून तिने वडलांकडे, जिथे ती स्वत: काम करत होती तिथेच माझ्यासाठी काम करण्याची परवानगी मागितली. त्याजागी इंग्लिश बोलणाऱ्याची गरज होती. शिवाय सर्व कागदपत्रे इंग्लिशमध्ये भाषांतरित करून कॉम्प्युटरमध्ये भरून ठेवायची होती. मी ते काम करायला एका पायावर तयार होते, पण अट अशी होती की मला कामाचा मोबदला मिळणार नव्हता. मी हळूच होकारार्थी मान हलवली. फार उतावळेपणा दाखवून चालले नसते. दिवसाचा बराचसा काळ घराबाहेर असणे यासारखे सुख नव्हते.

वफाला वडलांबरोबर आणखी काही चर्चा करायची होती. त्यानंतर वफा माझ्या खोलीत आली. मला नोकरी मिळाली होती. त्यापूर्वी दोघांची जवळजवळ एक तास बातचीत चालू होती. आता घरातील अट अशी होती की माझे कामावर घालण्याचे कपडे आत्या निवडणार होती. मी काय ते समजले. माझ्या कपाटातून माझी उदासीनता वाढेल आणि मला घालायला आवडणार नाहीत अशाच रंगाचे कपडे निवडले गेले. दुसऱ्या दिवशी आत्या मला कामावर न्यायला आली तेव्हा राखाडी रंगाच्या कोटाच्या आड मी एक अत्यंत ढगळ असा लांब झगा घातला होता. अर्थात मला तक्रार करायला जागाच नव्हती. कामावर जायला परवानगी मिळाली हेच खूप होते.

मी ज्या कंपनीत काम करायचे होती ती कंपनी पाईप्स आणि शेतीची अवजारे बनवत असे. दोहुकच्या मध्यवर्ती भागात एका पांढऱ्या रंगाच्या इमारतीत ऑफिस आणि फॅक्टरी होती. अहमद झुमार हा या कंपनीचा मालक, पन्नाशीचा, चांगला जाडजूड इसम होता. त्याने माझे चांगले स्वागत केले आणि कामही समजावून दिले. बोलता बोलता तो म्हणाला, की भविष्यातील काही प्रकल्पांबद्दल त्याचे युनोच्या लोकांबरोबर बोलणे झाले होते. मला एकदम आनंदाचे भरते आले. कदाचित डेव्हिड कामासंदर्भात येथे येण्याची शक्यता होती! पण छे! ते केवळ माझे स्वप्न होते. मी स्वत:ला सावरले. एका काळोख्या खोलीत अहमद झुमार मला घेऊन गेला. तिथे मला काम करायचे होते.

त्या खोलीत असलेल्या एका तरुणाने ''मी दियार'' अशी स्वत:ची ओळख करून दिली. तो अठ्ठावीस वर्षांचा होता. मी खोलीत गेले तेव्हा तो पुढे झुकून एका कॉम्प्युटरवर काम करत होता. तो कंपनीचा कॉम्प्युटर तज्ज्ञ होता. त्याची अडचण इतकीच होती की त्याला इंग्लिशचे ज्ञान नव्हते. त्यामुळे तो भाषांतर करून कॉम्प्युटरवर टाईप करू शकत नव्हता. नेमक्या याच कामासाठी मला बोलावण्यात आले होते.

त्याचे काळेभोर केस आणि तो हसला की एखाद्या नटाप्रमाणे विलग होणारे त्याचे ओठ यामुळे मला तो पाहताक्षणीच आवडला. त्याने मला माझे काम समजावून सांगितले.

अशा व्यक्तीबरोबर काम करणे हा माझ्यासाठी चांगला विरंगुळा ठरला असता. ऑफिसामध्ये येताना वाटेत आत्याने त्याचे कौतुक केले होतेच, तेव्हाच माझ्या मनात शंकेची पाल चुकचुकली होती. ज्या एका शब्दाने माझा थरकाप व्हायचा तो शब्द माझ्या मनात आला. 'लग्न'. अर्थात मी त्याला कुठल्याही प्रकारे प्रोत्साहन देणार नव्हते. त्याच्याबरोबर खोलीत मी एकटीच राहिले तेव्हा अर्थात दार पूर्ण उघडे होते, हा भाग वेगळा. माझ्यासाठी या मुलाचे स्थळ आत्याच्या मनात का भरले आहे याची कल्पना मला आली. एक तर इथल्या लोकांना जावई दिसायला चांगला हवा असे. शिवाय दियारचे कुटुंब खूप श्रीमंत होते.

जेव्हा दियारने सांगितले की त्याचे लग्न घरचे लोक त्याच्या आतेबहिणीबरोबर ठरवत आहेत तेव्हा मला हायसे वाटले. त्याच्या लग्नाला तसा उशीरच झाला होता. गेली तीन वर्षे त्याच्या लग्नाची घाई त्याच्या घरचे लोक करत होते. त्याच्यासाठी निवडलेली वधू रूपाने चांगली होतीच, पण तरी त्याला ती बायकोपेक्षा बहिणीसारखी वाटे. म्हणजे असे काही बायका आणि पुरुष दोघांच्या बाबतीत घडत होते तर!

अहमदने एक दिवस मला येऊन सांगितले की माझे काम बहुतेक तीन आठवडे चालेल. त्यानंतर माझ्यासाठी काहीच काम शिल्लक राहणार नव्हते. चला, तीन आठवडे तर तीन आठवडे; त्या उदास घरापासून आणि आजीच्या त्या संशयी नजरेपासून तर माझी सुटका होणार होती.

"आपलं काम तर चांगल्या रितीने होणार आहेच," दियारने माझ्याकडे हसत बघितले आणि मग तो बॉसला म्हणाला, "आता तर काय आपल्याकडे इंग्लिशचा किडाच आहे!"

तर अशा तऱ्हेने माझे काम चालू झाले. तो त्याच्या कॉम्प्युटरवर काम करत असे तर माझे टायपिंग सुरू असे. माझ्याविषयी मी त्याला फारसे काही सांगितले नव्हते. जे सांगितले ते सुद्धा बरेचसे बदलून! माझे वडील पूर्वी स्वातंत्र्य सैनिक होते आणि बरीच वर्षे ऑस्ट्रेलियात काढल्यावर त्यांना परत स्वदेशी यावेसे वाटले होते. त्यांच्याबरोबर राहावे म्हणून मी पण येथे आले, इतपत माहिती मी त्याला दिली होती.

माझ्यावर सोपवलेल्या कामाला तीन आठवड्यांपेक्षा जास्त वेळ लागणार हे मला दिसत होते. कारण मी आत्याबरोबर येत होते आणि तिचे काम संपले की तिच्याबरोबर जात होते. झानाच्या कंपनीत काम करत होते त्यापेक्षा इथे काही वेगळे नव्हते; झानाकडून मला काहीच समजले नव्हते. कुराणावर हात ठेवून शपथ वगैरे

सगळे नाटकच होते. तिथल्याप्रमाणेच इथले माझे अस्तित्व आत्यावरच अवलंबून होते.

माझ्या पूर्वायुष्याबद्दल दियारशी बोलणे झालेल्याला बराच काळ लोटला. एके दिवशी तो मला म्हणाला, "आम्हा कुर्दी लोकांना जीवनाचा सर्वंकष असा अनुभव मिळत नसल्याने आमच्यात तुमच्या मानानं प्रगल्भतेचा अभाव दिसून येतो." मी तसा काही प्रकार नसल्याचा निर्वाळा दिला खरा; पण इथल्या एकूणच संस्कृतीचा मी किती तिरस्कार करते आणि बायकांना ज्याप्रकारे वागणूक दिली जाते त्याची मला भयंकर चीड आहे, हे काही मी त्याला सांगू शकले नाही.

दियारला विनोदबुद्धी होती पण कधी कधी तो बालिशपणे वागत असे. खिडकीतून बाहेर डोकावत तो एकाएकी ओरडत असे, "अगं बघ बघ, मायकेल जॅक्सन येतोय." आणि तो माझी चेष्टा करतोय हे समजण्यापूर्वीच! मी झटकन खिडकीकडे धावत असे.

दियार आणि मी एका जमातीमधील नव्हतो. मी मिसेरी जमातीमधील तर तो तुर्की सीमेजवळील बामेर्नी जमातीतला. आम्ही लोक दक्षिणेकडील आणि आमच्यावर अरबी प्रभाव जास्त. आमच्या मिसेरी जमातीत देखील ब्रिफकानी जमात ही मूळची कुर्दिस्तानच्या पुण्यभूमीतील, सत्पुरुषाची कबर असलेल्या प्रदेशातील, त्यामुळे इतर लोकांच्या दृष्टीने ते तीर्थक्षेत्रच. अशा आमच्या गप्पा रंगत. मग फारसे काम होत नसे. अर्थात खोलीबाहेर पावलांचा आवाज झाला की आम्ही कामात दंग असल्याचे नाटक करत असू.

मी टाईप करे त्या सर्व गोष्टी खेड्यांची लोकसंख्या, गृहसंख्या, पाण्याचे मीटर्स याविषयी असे. पण मला कॉम्प्युटरवर एक्सेल प्रोग्रॅम कसा वापरायचा याची माहिती नव्हती, त्यासाठी मला दियारची मदत घ्यावी लागत असे.

"तू नमाज पढतेस? एके दिवशी त्याने विचारले.

"हो. दिवसातून पाच वेळा."

"तू ऑस्ट्रेलियात वाढलेली मुलगी आणि दिवसातून पाच वेळा नमाज? मला वाटत होतं परदेशातील मुली फारशा धार्मिक नसतात. मग तुझ्या तोंडून अल्-फतिहामधील काही भाग मला ऐकू दे तरी."

माझ्या प्रामाणिकपणाची त्याला परीक्षा घ्यायची होती की आमच्या सर्वांचा सर्वेसर्वा जो एकमेव अल्ला आहे त्याची प्रार्थना एक परदेशात वाढलेली कुर्दी मुलगी कशी करते एवढीच उत्सुकता त्याला होती? मी प्रार्थनेचा काही भाग त्याला गाऊन दाखविला. त्याच्या चेहऱ्यावर या कानापासून त्या कानापर्यंत हसू पसरले.

"मग तू रमजानचे उपासही करत असशील?"

"अर्थात!" मी उत्तरले. पण रमजानच्या दिवसांत घरात काही खायलाच नसते

हे मात्र मी त्याला सांगितले नाही. या उपवासाच्या महिन्यात आम्ही मुस्लीम सूर्योदयापासून सूर्यास्तापर्यंत काही खात नाही!

"अरे व्वा! तू तर अगदी खरीखुरी कुर्दी आहेस." टाळ्या वाजवत तो जोरात हसला.

या प्रकारानंतर तर माझी खात्रीच झाली की, एक ना एक दिवस तो मला नको तो प्रश्न विचारणार.

झालंही तसंच!

"तुझं कोणाबरोबर लग्न ठरलं आहे का?" त्याने प्रश्न केला.

मला खात्री होती की आत्याने अहमदला, कंपनीच्या मालकाला सर्व सांगितले असणार आणि दियारला सुद्धा. तरी मी स्पष्ट उत्तर द्यायचे ठरविले. "माझं लग्न ठरलेलं नाही. मला स्वत:ला एखादा माणूस आवडून त्याच्यावर मी प्रेम करत नाही, तोपर्यंत मला लग्न करायचं नाही." मी त्याला उत्तर दिले. म्हणजे तो चक्क माझ्यावर लाईन मारत होता तर. पण माझाही निश्चय होता की त्याला तर दाद द्यायची नाहीच पण माझे भयावह गुपितही उघडे करायचे नाही.

एके दिवशी ऑफिसमध्ये जाताना आत्याने मला विचारले, "तुझं दियारविषयी काय मत आहे?"

त्यावर मी उत्तर दिले की तो एक चांगला आणि विनोदबुद्धी असलेला माणूस आहे.

"हे बघ लतिफा, तो एका अत्यंत धार्मिक कुटुंबातील आणि श्रीमंत आहे. त्याचे वडील शाळांतून कुराण शिकवितात. त्यामुळे दियारही धार्मिक वृत्तीचा आहे. त्याच्या अल्लावरील विश्वासामुळे मलाही तो आवडतो. तुझं बरोबर आहे लतिफा. तो खरंच एक चांगला माणूस आहे." म्हणजे एका प्रकारे आत्या दियारलाही उत्तेजन देत होती. माझ्या मनात आले.

एके दिवशी ऑफिसमध्ये नेहमीचा उत्साही दियार मला गप्प गप्प वाटला.

"आज काय झालंय दियार तुला? नेहमी तर मजेत असतोस?" मी विचारले.

थोडा वेळ बोलू की नको असे वाटून तो थांबला. मग म्हणाला, "जरा विचार करतोय."

"कसला विचार? सांग तरी."

"अंऽऽ! खरं म्हणजे मला नाकारलं जाण्याची भीती वाटतेय."

"तू कशाबद्दल बोलतोयस?"

"जाऊ दे, तू काळजी करू नकोस." असे म्हणून खोलीबाहेरच्या पॅसेजमध्ये तो फेऱ्या घालू लागला. मला कळेना की त्याला अशा फेऱ्या मारताना इतर कामगारांना बघून काय वाटेल. परत आत आल्यावर तो थेट माझ्या खुर्चीजवळ

येऊन उभा राहिला.

''मी माझ्या आईला तुझ्या घरी पाठविणार आहे.'' तो एकाएकी म्हणाला. माझा श्वास एकदम अडकलाच. कधीतरी असे होणार याचा अंदाज मला होताच, पण प्रत्यक्ष वेळ आल्यावर त्याला तोंड कसे द्यावे ते मला कळेना. माझी प्रतिक्रिया रागाने व्यक्त करू की हळुवारपणे? त्याला मी असे सांगू का की इतक्या थोड्या दिवसांच्या ओळखीने एखाद्या मुलीला मागणी घालणे बरे नव्हे. का शांतपणे आताच नकार दिलेला बरा? उगीच त्याच्या मनात आशा ठेवणे बरे नव्हे.

''दियार, आपल्या दोघांची ओळख केवळ काही दिवसांची आहे. तू मला आवडतोस खरं. पण मी लग्नाचा विचार करू शकत नाही. प्लीज, तुझ्या आईला घरी पाठवू नकोस. लग्नाच्या दृष्टीने मी अजून लहान आहे असं मला वाटतं.''

''मला तुझं वय माहीत आहे. तू जवळजवळ तेवीस वर्षांची आहेस. म्हणजे काही तू आता लहान नाहीस.''

''तुला माझं वय कोणी सांगितलं?''

''तुझ्या आत्यानं. तिनं तुझ्याविषयी आणखी बऱ्याच गोष्टी मला सांगितल्या आहेत. तेवीस म्हणजे काही लहान वय नाही. इथे तेराव्या वर्षी मुलींची लग्न होतात. तुझं वय आणखी वाढण्याआधीच माझं तुझ्यावर किती प्रेम आहे हे मला तुला दाखवून द्यायचंय.''

हे सर्व बोलणे चालू असताना खोलीचे दार उघडेच होते. आमचे आवाज बाहेर ऐकू जात होते की काय देव जाणे! ऑफिसची जमीन तर क्रॉंक्रिटच्या लाद्यांची होती. म्हणजे आवाज नक्कीच मोठा होऊन बाहेर जाणार. मी त्याला हळू आवाजात बोलायला सांगितले.

''त्या लोकांची लाज वाटायचं काय कारण? माझं तुझ्यावर प्रेम आहे.''

त्याला न दुखवता मला त्याला शांत करायचे होते. सुरुवातीला मला तो आवडला कारण त्याची आनंदी वृत्ती. आता नकार देऊन मला त्याला दुःखी करायचं नव्हतं. त्याला माझ्याविषयी प्रचंड आकर्षण वाटत होते हे नक्की पण प्रेम?

''माझं काम संपेपर्यंत आपण दोघं इथे असणार आहोत. उगीच भावनेच्या भरात येऊन आपली मैत्री तुटू नये असं मला वाटतं. मी इथून निघून गेल्यावरसुद्धा आपली मैत्री कायम राहावी असं मला वाटतं. पुढचं पुढे. तेव्हा सध्या तरी तू कामावर लक्ष केंद्रित कर. नाहीतर बॉस तुला नोकरीवरून काढून टाकेल.''

''तो मला घालवूच शकत नाही. मी कॉम्प्युटर एक्सपर्ट आहे.''

माझे बोलणे फुकटच गेले! त्याला लग्नाशिवाय दुसरे काही सुचतच नव्हते बहुतेक.

त्या रात्री ऑफिसमधल्या प्रसंगावर मी बराच विचार केला. उरलेले पंधरा दिवस

मी त्याच्याबरोबर कशी काम करणार होते? आता तो लग्नाच्या विषयापासून दूर राहील असं मला वाटत नव्हतं.

दुसऱ्या दिवशी काही घडलेच नाही अशा तऱ्हेचं त्याचं वागणं होतं. पण त्याचं सर्व लक्ष माझ्याकडं असल्याचं मला जाणवत होतं. मधूनच मला ऐकू जाईल अशा आवाजात तो, "कामावर लक्ष ठेव, कामावर लक्ष असू दे!" असे बोलत होता.

मध्येच तो खुर्चीवरून उठून बाहेरच्या पॅसेजमध्ये फेऱ्या मारत होता. मला त्याच्या आफ्टरशेव्हचा वासही वेगळा वाटला. मी कामाला सुरुवात केली त्यावेळेपेक्षा त्याचा एकूण थाटमाट वाढलेला मला समजत होता. माझा मानसिक ताण अधिकच वाढला. घरी तर मला कोठडीत बंद करूनच ठेवले होते आणि ऑफिसमधील त्या लहान खोलीत, खोली कसली कोठडीच ती – तर या भ्रमिष्ट तरुणाबरोबर दिवसभर राहणे म्हणजे दोन्ही ठिकाणी माझी गोचीच होती.

एक दिवस त्याने कागदाने शिगोशीग भरलेला एक पुठ्ठ्याचा बॉक्स आणून माझ्या टेबलावर ठेवला आणि एक विशिष्ट कागद त्यात आहे का ते मला बघायला सांगितले. मी एकेक करून कागद बघू लागले आणि अचानक मला त्या कागदांमध्ये अरेबियन नक्षीकाम केलेली निळ्या रंगाची मखमली डबी दिसली.

"हे काय आहे?" त्यात काय असू शकते याचा अंदाज असूनही माझ्या तोंडातून शब्द बाहेर पडले.

"ते तुझ्यासाठीच आहे. उघड."

"दियार, तुझ्याकडून मी भेट घेऊ शकत नाही."

"तुला घ्यावीच लागेल."

"ठीक आहे. पण इथे ऑफिसमध्ये मी उघडणार नाही. मला ती घरी घेऊन जावी लागेल."

त्याने होकार दिला. त्यादिवशी माझ्या आत्याला नेमके लवकर निघायचे होते. अर्थात तिच्याबरोबर मी पण लवकर घरी पोहोचले असते. म्हणजे वडील माझ्यानंतर घरी येणार होते आणि आजी बाहेर जाणार होती.

मी घरी न जाता तडक समोरच्या घरी गेले आणि माझ्या मैत्रिणींना ती डबी दाखवली. त्या सर्व माझ्याभोवती जमा झाल्यावर मी ती डबी हळूच उघडली. त्या चार बहिणींपैकी तिसऱ्या नंबरची बऱ्याचदा नातेवाइकांबरोबर शॉपिंगला जात असे. डबी उघडल्यावर तिचा श्वासच थांबला. "बापरे! तो चांगलाच श्रीमंत दिसतोय." तो उद्गारली.

आम्ही सर्वजणी डबीतल्या सोन्याच्या अंगठीकडे बघत होतो. सोन्याच्या नाजूक वळ्याभोवती माणके जडवलेली होती. वळ्याच्या मध्यभागी आकाराने मोठे असलेले निळे रत्न, रत्नाच्या भोवती सोन्याचे मणी आणि मण्यांच्या बाहेरून जडवलेले हिरे!

अप्रतिम कारागिरी.

"लतिफा, दोहुकमध्ये अशा प्रकारच्या आता दोनच अंगठ्या शिल्लक असतील, या डबीवर ज्या जवाहिऱ्याचं नाव आहे ना; त्याच्या दुकानात. त्यांना एंजल रिंग असं नाव आहे, आणि त्या दुबईत घडवलेल्या आहेत."

जेव्हा तिने मला त्या अंगठीची किंमत सांगितली तेव्हा तर माझा माझ्या कानांवर विश्वासच बसेना. वीस हजार अमेरिकी डॉलर्स!

"मला वाटतं त्याच्या कुटुंबानं त्याच्या लग्नासाठी ती जपून ठेवली असणार," वारविन म्हणजे ती मोठी बहीण म्हणाली. "काही कुटुंबांची तशी रीत असते. त्यानं त्याच्या आईवडलांकडून ती मागून घेतली असणार. हे बघ लतिफा, तुझ्याशी लग्न करण्याचा त्याचा पक्का निश्चय असणार. याचा अर्थ तू त्याच्याशी लग्न करणार आहेस का? कारण त्यानं दिलेली अंगठी तू घरी आणतेस."

"अजिबात नाही!" मी ओरडले. "उद्या सकाळी ही अंगठी ज्याची त्याला मिळेल. पण प्लीज, माझ्या घरच्या कोणाला हे सांगू नका. त्यांना समजलं तर ते माझं लग्न या मुलाशी जबरदस्तीने लावून देतील."

घरी आल्यावर मी ती अंगठी बोटाभोवती फिरवत बसले. छतातून येणाऱ्या दिव्याच्या प्रकाशात त्याचे हिरे चमचमत होते. इतकी सुंदर वस्तू मी उभ्या आयुष्यात हाताळली नव्हती. पण ज्या मुलीचे हृदय एवढे कोरडे ठणठणीत होते, तिच्यासाठी इतक्या सुंदर भेटीचा उपयोग काय होता?

'ही भेट मी स्वीकारू शकत नाही.'

दुसऱ्या दिवशी मी दियारला म्हटले आणि बॉक्स त्याला परत दिला.

त्याचा चेहरा एकदम उतरला. "पण मी तर माझ्या कुटुंबाला तुझ्याविषयी सांगितलं आहे. आता अंगठी परत केलीस तर त्यांचा आणि माझासुद्धा तो अपमान ठरेल."

माझ्या मनात अपराधाची भावना होती. पण त्याच्या पुढच्याच वाक्याने माझ्या अपराधीपणाच्या भावनेची जागा बचावाच्या पवित्र्याने घेतली.

तो म्हणाला, "तुला माहितेय किती मुली माझ्याबरोबर लग्न करण्यास एका पायावर तयार आहेत? माझं कुटुंब प्रतिष्ठित आहे. मी स्वत: एक चांगला, दुसऱ्याची काळजी घेणारा तरुण आहे. कोणत्याही तरुणीची नवऱ्याविषयी जी काही अपेक्षा असेल ते सर्व माझ्याकडे आहे. तरीसुद्धा मी तुला लग्नाची मागणी घातल्यावर तू नकार देतेस?"

"दियार, प्लीज जरा समजून घे. चमचमणारे हिरे किंवा पैशानं माझं प्रेम विकलं जाऊ शकत नाही. मला प्रेम जाणवणं महत्त्वाचं आहे."

"म्हणजे तुझं माझ्यावर प्रेम नाही तर?"

''मला तू आवडतोस. तू एक चांगला माणूस आहेस. पण ज्याची ओळख केवळ काही दिवसांची आहे अशा व्यक्तीबरोबर मी आयुष्यभराच्या संसाराची ग्वाही कशी देऊ? त्यासाठी काही वेळ तर जायला पाहिजे.''

त्यानंतर दिवसभर वातावरण तंगच राहिले. त्यामुळे आत्या जेव्हा मला घरी घेऊन जाण्यासाठी आली तेव्हा मला हायसे वाटले.

माझ्या बंद खोलीतून सुद्धा मला बंदुकीच्या फैरी झाडलेल्या ऐकू आल्या. मी धावत खोलीबाहेर आले आणि आजीला काही ऐकू आले का ते विचारले. तिने मला तडक परत खोलीत पाठविले आणि ती बाहेर बघायला गेली. तिने थोड्या वेळाने मला येऊन सांगितले की एका तरुणाने स्वत:वर गोळ्या झाडून आत्महत्या केली होती, कारण त्याचे ज्या मुलीवर प्रेम होते तिचे लग्न जबरदस्तीने दुसऱ्याबरोबर लावून देण्यात आले होते, आणि तोच दिवस तिच्या लग्नाचा होता. पण खरा प्रकार आणखीच दु:खदायक होता. नंतर मला समजले की त्या तरुणाने त्या तरुणीच्या घरी जाऊन आधी तिला ठार केले होते आणि नंतर स्वत:वर गोळ्या झाडून घेतल्या होत्या. हा सगळा प्रकार माझ्यासाठी फारच धक्कादायक होता. ज्या व्यक्तीवर प्रेम असते तिला एखादा मारून टाकू शकतो? पण हा तर अगदी डोळ्यांसमोर घडलेला प्रकार होता. एकंदरीत प्रेमातून घडलेल्या सूडकथा कुर्दिस्तानमध्ये सुद्धा घडत होत्या तर! आता मात्र दियार आणि माझ्यात घडत असलेल्या घटनांबद्दल मला भीती वाटू लागली. एकतर मी त्याची लग्नाची मागणी अव्हेरली होती आणि दुसऱ्या दिवशी मला त्याच्याबरोबर एकत्र काम करायचे होते.

दुसऱ्या दिवशी माझी मन:स्थिती काहीशी संशयग्रस्तच होती. परंतु दियारने नेहमीसारखे त्याच्या मोहक हास्याने माझे स्वागत केले. तो नाटक करतोय की त्याचे हसू खरे आहे याविषयी मला शंका आली. काही का असेना, एका तासानंतर त्याने माझ्या टेबलावर सुंदर फित बांधलेली एक छोटी डबी ठेवली. अरे देवा! परत तोच प्रकार.

''यावेळी मात्र तुला ही ठेवावीच लागेल. ती नाकारून प्लीज माझी स्थिती आणखी बिकट करू नकोस. अजूनही माझी आई तुझ्या घरी गेलेली मला चालेल. मी तुझ्यावरील प्रेमामुळे काय वाटेल ते करू शकतो, अगदी वाटेल ते.''

दिवसभर त्याचे तेच पालुपद चालू राहिले आणि माझा ताण वाढू लागला.

त्या छोट्या डबीत एखादी अंगठीच असणार हे माहीत असून सुद्धा त्याने प्रेमाने दिलेली वस्तू घरी घेऊन जावी असे माझ्या मनात आले. जेव्हा मी ती डबी उघडली तेव्हा त्यात एक अंगठीच होती. पहिल्या अंगठी इतकी महागडी नाही. पण तरीसुद्धा सोन्याच्या लंबवर्तुळाकार पदकावर अरेबिक अक्षरे कोरलेली आणि बाजूने हिरे जडवलेले. मी ती अक्षरे वाचू शकले. ''ईश्वर एकच आहे.''

"असं असेल तर अल्ला मला मार्ग दाखव." माझ्या मनात आले.

मी संध्याकाळी नमाज पढला, तेव्हा अल्लाकडे परत एकदा या दियार प्रकरणातून मार्ग दाखविण्याचे साकडे घातले. मग पलंगावर पडून माझ्या एकूण परिस्थितीचा सांगोपांग विचार करत राहिले. मी या बंदिखान्यातून पळून जाण्याचा प्रयत्न केला पण तो फसला. झाना आणि डेव्हिडने मला मदतीचे आश्वासन दिले पण त्यातूनही काहीच निष्पन्न झाले नाही. माझे वडील आणि आजी माझे लग्न होईपर्यंत या बंदिखान्यातच अडकवून ठेवणार होते. जेव्हा कधी लग्न होईल तेव्हा जी गोष्ट मी माझी स्वत:ची म्हणून वैयक्तिक, खाजगी समजत होते ती उघडी पडणार होती. एकदा पळून जाण्याबद्दल वडलांनी जी काही मला शिक्षा केली होती तिचा विचार करता, माझ्याकडून त्यांच्या अब्रूला धक्का लागला तर ते खचितच मला ठार केल्यावाचून राहणार नव्हते.

मला माझ्या ऑस्ट्रेलियातील मैत्रिणीची आठवण झाली. शिरीन मला एकदा दोहुकमध्ये भेटली होती. तिचे तिच्या आतेभावाशी जबरदस्तीने लग्न लावून देण्यात आले होते. तिने सुद्धा मला वचन दिले होते की, ती आणि तिचा नवरा ऑस्ट्रेलियाला परतले की ती मला तेथून मदत करणार होते. त्याचे तरी काय झाले?

कुर्दिस्तानातून बाहेर पडण्याचा दुसरा एक मार्ग म्हणजे ज्या मुलीचे नातेवाईक परदेशात असत तिने स्थानिक मुलाबरोबर लग्न करून नंतर तिच्या नातेवाइकाकडे जाणे, किंवा जरी मुलाचे नातेवाईक असतील तरी लग्नानंतर नवऱ्याचे मन वळवून तिकडे जाणे.

शेवटी काय तर बंदिखान्यात ठेवलेल्या मुलींना सुटकेचा लग्न हाच एकमेव पर्याय होता.

समजा मी दियारशी लग्न करण्यास तयार झाले तर? जर का त्याचे माझ्यावरील प्रेम खरे असेल तर तो कदाचित माझ्याबरोबर ऑस्ट्रेलियात जाण्यास तयार होण्याची शक्यता होती. शिवाय एकदा लग्न झाले की मी काय करते यावर वडील किंवा आजीचे काही नियंत्रण राहणार नव्हते. दियार तर माझ्यासाठी काहीही करण्यास तयार होता. भिजत पडलेला प्रश्न एकच होता, "माझे कौमार्य" किंवा "ते नसणं." तो गौप्यस्फोट लग्नाच्या रात्रीच होणार होता आणि माझा खून सुद्धा!

परंतु जर का दियारला मी सांगितले की, मी माझे कौमार्य गमावून बसले आहे, तर? त्याने ते सत्य स्वीकारले असते तर कुर्दिस्तानातून बाहेर पडण्यास काहीच अडचण नव्हती. पण त्याने सत्य स्वीकारण्यास नकार दिला असता तर? या प्रश्नावर मात्र मी बराच विचार केला तेव्हा मला आठवले की तो बराच धार्मिक होता. त्याच्या अल्लावरील असलेल्या विश्वासाचा मला फायदा घेता आला असता तर? असे करणे मला स्वत:ला आवडले नसते पण आता मात्र मी फारच घायकुतीला

आले होते. मला स्वत:साठी काहीतरी मार्ग काढणे आवश्यकच होते. नाहीपेक्षा जबरदस्तीने लावून दिलेले लग्न आणि नंतर...

त्या रात्री बऱ्याच वेळाने मला झोप लागली. झोपेत जेथे निळ्याशार आकाशाचा पैस माझ्या आवडत्या समुद्रकिनारी येऊन बिलगत असे, त्या माझ्या लाडक्या समुद्रकिनारी ऑस्ट्रेलियातील बोंडीबीचवर पोहोचण्यापूर्वी माझा निर्णय झाला होता. योग्य वेळ येताच दियारला माझे गुपित सांगायचे.

■

सोळा

योग्य वेळ कोणती हे ठरविणे मात्र आवश्यक होते. त्यामुळे जेव्हा मला दियार भेटला तेव्हा मी त्याचे आभार मानले. त्याने दिलेली अंगठी म्हणजे अल्लाच्या प्रेमाचे प्रतीक आणि शिवाय त्याच्या स्वतःच्या माझ्यावर असलेल्या प्रेमाची खूण म्हणून अंगठी माझ्याजवळ राहील असे सांगून मी मोकळी झाले. ती अंगठी मी घालेन का या त्याच्या प्रश्नावर मात्र मी सांगितले की, केवळ एखाद्या लग्नाला जायचे असल्यास मी अंगठी घालेन. रोजच्या रोज दागिने न घालता एखाद्या लग्नप्रसंगी इथल्या मुली दागिने घालत; शिवाय मी अशी आशा केली की लग्नाला जमलेल्या वऱ्हाडाच्या गर्दीत वडलांचे किंवा इतर नातेवाइकांचे माझ्या अंगठीकडे लक्ष गेले नसते.

''पण प्लीज दियार यापुढे मला भेटी देऊ नकोस.'' या माझ्या विनंतीवर तो म्हणाला, ''फक्त एकच वस्तू मी तुला देणार आहे. उद्या येताना तू थोडी मोठी बॅग, कपडे किंवा कागद अशा वस्तू भरून घेऊन ये.''

यावर मी त्याला गमतीने विचारले सुद्धा की मला घेऊन कुठे पळून वगैरे तर जाण्याचा त्याचा बेत होता की काय? पण मला तो खूप गंभीर वाटला, त्यामुळे मी गप्प बसले. दुसऱ्या दिवशी ठरल्याप्रमाणे मी मोठी बॅग घेऊन ऑफिसमध्ये गेले. बॅगेत खाली काही कागद आणि वर एक कफ्तान ठेवला. माझ्याकडे सतत नजर रोखून असणाऱ्या आजीला मी ऑफिसमध्ये ठेवायला मला एक जादा कफ्तान हवाय असे सांगितले. बिल्डिंगमध्ये सर्वांना केक देण्यासाठी दियार निघून गेला आणि मी माझ्या कामाला लागले. केकवर एक छोटेसे फळ असलेला सर्वांत चांगला असा केकचा तुकडा तो माझ्यासाठी घेऊन आला होता. ''तुला वेळ मिळाला की तू सावकाश केक खा.'' तो म्हणाला.

त्याने मला असे सुचविण्याचे कारण मी त्याला विचारले. तेव्हा तो म्हणाला,

''एकदा तुझं हे काम संपलं की तू इथे येणार नाहीस. या केकमुळे आपण निदान अर्धा तास एकत्र घालवू.'' खरंच तो माझ्या प्रेमात आकंठ बुडाला होता.

दुपारी त्याने मला मोठ्या बॅगविषयी विचारले. तेव्हा मी ती टेबलावर ठेवली. माझ्या बॅगेकडे नजर वळवून त्याने मान डोलावली, आणि बुटाचा खोका असतो त्यापेक्षा थोडा मोठा खोका बाहेर काढला. आतमध्ये एक गुलाबपुष्प होते आणि केसाळ टेडी बेअर! बेअरच्या पाठीवर शब्द होते, ''हग'' म्हणजे ''मिठी मार!''

''दियार या पृथ्वीतलावर तू इतकी छान वस्तू मिळवलीस तरी कोठून?'' माझं मन जिंकण्याचा किती छान गोंडस प्रयत्न केला होता दियारने! त्याने त्याच्या बगदादच्या आतेभावाकडून तो टेडी मागविला होता. दियारला कल्पना नसणार पण ते सुंदर गुलाबपुष्प बघून मला मात्र ऑस्ट्रेलियातील व्हॅलेंटाईन डे ची आठवण झाली. मी शाळेत असताना घराबाहेर कितीतरी निनावी गुलाबपुष्पे आणि भेटकार्डे ठेवलेली असायची. टेडी बेअर आणि गुलाबपुष्प ठेवण्यासाठी त्याने मला मोठी बॅग आणायला सांगितली होती तर! म्हणजे त्या बॅगेत टेडी आणि ते सुंदर फूल व्यवस्थित ठेवून मी ती बॅग घरी नेऊ शकले असते.

त्याची ही भेट लपवून घरी नेण्याचे कारण मी त्याला विचारले. त्यावर त्याचे उत्तर अगदी सविस्तर होते. वडलांना आणि आजीला त्याने दिलेल्या भेटवस्तू दिसल्या असत्या तर त्यांनी माझ्यावर दियारबरोबर लग्न करण्यासाठी दबाव आणला असता; परंतु मला तर निर्णय घेण्यासाठी काही वेळ हवा होता. त्यामुळे माझा मान राखण्यासाठी त्याचे माझ्यावरील प्रेम वडील आणि आजीपर्यंत न जाणेच चांगले होते, असा त्याने विचार केला होता.

या घटनेमुळे मला दियारविषयी विश्वास वाटू लागला की, एक ना एक दिवस मी दियारला पटवून देऊ शकेन की माझ्यावर गुदरलेला प्रसंग हा केवळ बलात्कार होता.

मी थोडी चाचपणी करायची ठरवून त्याला ऑस्ट्रेलियाविषयी काय माहिती आहे ते विचारले. त्याला कांगारू माहीत होते. ऑपेरा हाऊसविषयी माहिती होती. शेवटी मी त्याला ऑस्ट्रेलियाला कधी जायला आवडेल का असा प्रश्न केला आणि त्याचा उत्साह बघून माझी खात्री झाली की, त्याला तिकडे जाणे पसंत होते. कदाचित हाच मार्ग माझ्या सुटकेचा ठरला असता. प्रश्न होता तो माझ्या कौमार्यभंगाचा. त्या एका गोष्टीला दियार तयार झाला असता, तर आम्हा दोघांचे काम होणार होते. माझी सुटका आणि त्याचे ऑस्ट्रेलियाला जाणे.

बॅगेत ठेवण्यासाठी त्या गुलाबपुष्पाचा देठ मला थोडा वाकवावा लागला. त्यावर मी टेडी बेअर ठेवला आणि वर माझा कफ्तान – घरी गेल्यावर आजीला कसलाच संशय आला नाही. गुलाब आणि टेडी कपाटात लपवून ठेवताना मलाच दुःख झाले.

कपाटाच्या ज्या खणात माझा सी डी प्लेयर, माझी डायरी मी ठेवत असे तेथे दियारने दिलेल्या भेटी मी ठेवल्या, आणि किल्लीने तो खण बंद करून टाकला.

माझे साधारण आठवडाभराचे ऑफिसचे काम शिल्लक राहिले की, योग्य वेळ साधून दियारला मी माझे गुपित सांगायचे ठरविले. तो माझी खूप काळजी घेणार होता आणि दोन वेगळ्या जमातींमधील असलो तरी आमचे आयुष्य सुखाचे होणार होते, हे त्याचे नेहमीचे पालुपद तर रोजचेच होते. एकदा तर त्याने मला मुलगी झाली तर मी तिचे नाव काय ठेवेन असे सुद्धा विचारले. गमतीने तो स्वत:ला कॉम्प्युटरमधील आणि मला इंग्लिशचा किडा म्हणे.

"तू माझ्यापासून अशीच दूर राहिलीस ना, तर माझे केस पांढरे होतील लतिफा." एक दिवस तो म्हणाला, "आता तुझा नकार पुरे झाला. खरं म्हणजे इतक्या विनवण्या करण्याचा माझा स्वभाव नाही. कुठल्याच बाईजवळ मी याप्रकारे प्रेम व्यक्त केलेलं नाही. दिवसातून पाच वेळा नमाज पढणारी तू एक कुर्दी मुलगी आहेस. तू काही अरब, बौद्ध किंवा ज्यू नाहीस. तू मला योग्य अशीच आहेस. मी माझं सगळं आयुष्य तुझ्यासाठी वेचेन. खात्री बाळग. कुठल्याही पुरुषाला असा त्याग करणं अवघड असतं."

त्याचे हे सर्व बोलणे ऐकून मी समजले की योग्य वेळ आली आहे.

"दियार, इतर कुर्दी मुलींपेक्षा मी वेगळी आहे."

माझ्या या बोलण्यावर तो हसून म्हणाला, "समजलो. मला तू काय सांगणार आहेस ते माहीत आहे."

तो माझ्या खुर्चीपासून जेमतेम मीटरभर अंतरावर बसला होता.

"म्हणजे तुला माहीत आहे?" मला धक्काच बसला.

"त्यात काय? तू पाश्चिमात्य रितीरिवाजात मोठी झाली आहेस. तुझं बालपण वेगळं होतं. पण मला तर ते सगळं मान्यच आहे."

माझे डोळे भरून आले. बिचारा किती निष्पाप मनाचा हाता. "याहीपेक्षा आणखी काही आहे." मी म्हटले.

"मग मला सांगून टाक सगळं. काही असलं तरी मला चालेल."

"सांगण्यापूर्वी तुझ्यावर किती विश्वास ठेवायचा ते मला कळत नाही."

"ओ! लतिफा, तू माझ्यावर विश्वास ठेव, अगदी वाटेल त्या बाबतीत. आतापर्यंत तुला माहीत असायला हवं की अगदी वाटेल त्या बाबतीत तू माझ्याविषयी खात्री बाळगू शकतेस."

माझी मान शरमेने खाली झुकली. माझ्या चेहऱ्यावर आलेले केस त्याने अलगद बाजूला केले. खरे म्हणजे माझ्या डोक्यावर केस झडून गेल्यामुळे अजूनही काही ठिकाणी टक्कल होते. पण बाजूच्या केसांनी तो भाग झाकून टाकण्याचे तंत्र

मला चांगले जमत होते.

"आता तू मला सांग बघू." तो म्हणाला.

मला रडू येऊ लागलं. बाहेरचं कोणी आत येऊ नये म्हणून मी अल्लाचा धावा करू लागले.

"ती माझी चूक नव्हती, जे घडलं त्यात खरंच माझी चूक नव्हती."

"तुला नक्की काय म्हणायचं आहे?"

"तो माझा दूरचा भाऊ होता. त्यानं मला फसवलं." हुंदके देता देता माझ्या तोंडातून शब्द बाहेर पडले. मी दियारचा हात धरला. "अल्ला! दियार, मी खरंच तुझ्यासाठी योग्य नाही रे. कारण मी कुमारिका नाही."

एकाएकी त्याचे सर्वांग ताठरले. एखादा विषारी साप चावला, तर माणूस कसा उडी मारून बाजूला सरकेल, तसा दियार उडी मारून बाजूला झाला.

"कुलटे," तो जोरानं ओरडला, "घाणेरडी वेश्या, तुला माहीत आहे ना की अशा स्त्रीबरोबर बोलण्यासही धर्मशास्त्राची मनाई आहे, आणि तू तर मला स्पर्श केलास. किळसवाणी कुत्री आहेस तू! त्या घाणेरड्या पाश्चात्त्य प्रथा घेऊन कुर्दिस्तानात येण्याचं धैर्य तरी कसं केलंस आणि ते सुद्धा तुझ्या वडलांचं इज्जतदार नाव घेऊन? तुझ्याबरोबर बोललेल्या प्रत्येक शब्दागणिक मला माझं तोंड चुळा भरून साफ करावं लागेल. मला तुझी किळस येते. तुझ्यात आणि घाणीत फरक तो काय?" त्याने माझ्या चेहऱ्यावर वार केला आणि माझ्या तोंडावर तो थुंकला. त्याने ओकलेले गरळच माझ्या गालावरून खाली घसरत जात असल्यासारखे मला वाटले; त्यातच भीती आणि दु:खामुळे डोळ्यांतून येणारे अश्रू मिसळत होते.

तो त्याच्या टेबलाकडे गेला. त्याचा जबडा तो स्वत:चेच दात चावल्यासारखा हलत असल्याचे मला दिसले. त्यानंतर पसरलेली स्मशान शांतता सहन करणे अशक्य होते. तेवढ्यात जणू अल्लानेच पाठविल्यासारखी आत्या मला घरी घेऊन जाण्यासाठी आत आली. कॉम्प्युटरच्या स्क्रीनकडे बघणारा दियारचा पांढरा फटक चेहरा तिच्या लक्षात आला. तिने त्याच्या तब्येतीची चौकशी केली. कदाचित ताण फार असावा असे तिने त्याला सुचवले.

त्याने मान अशा तऱ्हेने हलविली की जणू आत्याला त्याने बाहेर जाण्याविषयी सुचवले होते. मी तिच्या मागोमाग बाहेर पडले.

त्या रात्री गादीवर पडल्यावर मला झोप लागेना. मी विचार करत होते की दियारसाठी कोणती गोष्ट महत्त्वाची ठरली? माझ्याविषयी निर्माण झालेला तिरस्कार की त्याची अल्लावरील श्रद्धा? जर तिरस्काराने त्याच्या मनाचा ताबा घेतला तर मग मी पूर्णपणे हरणार होते. कारण त्याने माझ्याविषयी वडलांना नक्कीच सांगितले असते. परंतु अल्लावरील श्रद्धेचा विजय झाला तर त्याने कुराणावर हात ठेवून

दिलेला शब्द पाळला असता. परत एकदा माझे आयुष्य तारेवरची कसरत झाले होते.

माझ्यासाठी सर्वांत दु:खाची आणि कठीण गोष्ट होती ती दियारबरोबर पुढचा एक आठवडा काम करावे लागणार होते.

पण दुसरा दिवस माझ्यासाठी धक्कादायक ठरला. मी ऑफिसमध्ये गेले तेव्हा दियार आलेला नव्हता. दाढी न करता केस पिंजरलेल्या अवस्थेत तासाभराने तो आला.

''तुला इथे थांबण्याची गरज नाही. मी सर्व काम संपवलं आहे.'' तो तुटकपणे म्हणाला.

कॉम्प्युटर प्रोसेसिंगचे काम संपले असले तरी कागदपत्रांचे बरेच काम बाकी होते. पण त्याने सर्व गठ्ठा उचलून घरी नेला होता आणि रात्रभर जागून काम संपवले होते, म्हणजे माझी लगेचच हकालपट्टी झाली असती. त्याच्याशी एकही शब्द न बोलता मी माझी बॅग उचलली आणि तिथून बाहेर पडले.

आत्याच्या ऑफिसमध्ये जाऊन माझे काम संपल्याचे मी तिला सांगितले. तिचे काम संपायला तासा दीड तासाचा अवधी होता. मी तिच्या ऑफिसचे निरीक्षण करू लागले. माझी ही आत्या त्या ऑफिसमध्ये बरीच वर्षे मेकॅनिकल इंजिनिअरिंगचे काम करत होती. तिथे ती एकटीच बाईमाणूस होती. तिथले सर्व लोक तिला अत्यंत आदराने वागवत, कारण तिचे कपडे पूर्णत: इस्लाम धर्माला अनुसरून असत. इतकी वर्षे काम करून सुद्धा तिचे ऑफिस भकास दिसत होते. एक टेबल, तपकिरी रंगाचा पडदा, एक साधी खुर्ची, भिंतीवर एक स्वस्त घड्याळ आणि एक जुनाट पिवळसर फ्रेम होती. कुराणाचा काही भाग त्या फ्रेममध्ये लिहिलेला होता. एखाद्या कुंडीत छोटेसे झाड किंवा फुलदाणीत एखादे फूल जरी असते तरी ऑफिसचे रुपडे पालटून गेले असते. परंतु तिला तिचा अल्लावरील विश्वास पुरेसा होता. त्यामुळे एखादी शोभेची वस्तू तिच्या दृष्टीने क:पदार्थ होती. मुख्य म्हणजे तशा वातावरणात ती समाधानी होती. इराकमधील बरीच घरे आणि ऑफिसे अशीच होती.

तिचे काम संपेपर्यंत मला थांबावे लागणार होते. तिने दिलेल्या कागदावर मी उगीचच रेघोट्या मारत बसले होते. पण माझे चित्त मात्र दुसरीकडेच होते. माझ्यावर अतोनात प्रेम करणारा, माझी काळजी घेण्याचे वचन देणारा पुरुषच माझा द्वेष करू लागला होता. आता तर माझे आयुष्यभराचे गुपित त्याला माहीत झाले होते, त्याचे काय? माझ्या हातून फार मोठा मूर्खपणा झाला होता. पण आता उशीर झाला होता. माझे सारे भविष्य त्याच्या हातात आणि त्याच्या अल्लावरील असणाऱ्या विश्वासावर अवलंबून होते. त्याने दिलेली अंगठी आणि टेडी माझ्याकडेच होते. संधी मिळाली तरी या वस्तू त्याला परत करण्यात काहीच अर्थ नव्हता, कारण माझ्यासारख्या

अपवित्र मुलीचा स्पर्श त्या वस्तूंना झाला होता. त्या वस्तू त्याच्या लेखी अपवित्रच असणार होत्या.

आता काम संपल्याने वडलांच्या घरात आणि आजीच्या नजरेखाली मी परत एकदा बंदिवान झाले.

त्यानंतर जवळजवळ महिन्याने माझी आत्या म्हणाली, "ओळख बघू, कोणाचं नुकतंच लग्न झालंय? तुझ्या मित्राचं, दियारचं, स्वत:च्या आते बहिणीबरोबर. किती आनंदाची बातमी आहे ना?" म्हणजे माझ्याशी फिसकटल्यावर तो परत बहिणीकडे वळला होता तर. माझे गुपित त्याने बायकोला सांगितलेच असेल असे नव्हते. पण त्याचे काही बिनसलेच तर माझ्या वडलांना मात्र तो ते सांगण्याची शक्यता नाकारता येत नव्हती.

अमेरिकेचे आरमार गल्फच्या दिशेने कूच करत होते, तरीसुद्धा सद्दाम मख्खच होता. मध्यपूर्वेतील देश युद्धाच्या तयारीत गुंतले. आता युद्ध सुरू होणे हा केवळ काही आठवड्यांचा प्रश्न असल्यासारखेच होते.

माझ्या वडिलांकडे काहीतरी वेगळी खास बातमी असावी. मला त्यांनी काही विचारण्यासाठी पुरुषांच्या खोलीत बोलावून घेतले. आता माझ्यासमोर काय वाढून ठेवले होते? मी विचार करू लागले. डेव्हिड किंवा दियार यांचे नाव मला ऐकायला लागणार अशी भीती मला वाटू लागली. पण त्यांच्या तोंडून जमिलाचे नाव बाहेर पडले. मोसुल गावी वडलांच्या कुटुंबाच्या जुन्या वाड्यात ती तिच्या लहान भावाबरोबर राहत होती. ती सुमारे चाळिशीची बाई होती. वडलांनी मला सांगितले की त्यांच्या घटस्फोटाचे काम झाले आहे आणि आता जमिलाबरोबर लग्न करण्यास त्यांना माझ्या सदिच्छांची गरज भासत आहे. त्यांनी दुसरे लग्न करणे यात काहीच नवल नव्हते. मला आश्चर्य वाटले ते त्यांना लग्नासाठी माझ्या सदिच्छांची गरज भासावी याचे. त्यांच्या दुसऱ्या लग्नासाठी माझा विरोध असण्याचा काहीच प्रश्न नव्हता. मी त्यांच्या दुसऱ्या लग्नाचे स्वागत केले. नंतर मला समजले की जमिलाला तिच्या केसांचा मूळ रंग कलप लावून पूर्णपणे बदलून घ्यावा लागला होता. कारण तिच्या केसांचा मूळ रंग माझ्या आईच्या केसांसारखा होता, तो माझ्या वडलांना आणि त्यांच्या कुटुंबाला माझ्या आईची आठवण करून देत होता.

त्यांच्या लग्न करण्यामागचा हेतू त्यांनी मला सांगितला. "एक ना एक दिवस लग्न होऊन तू जाणार. मग माझ्या म्हातारपणी माझ्याकडे बघणारं कोणीतरी हवंच!" हे कुर्दी पुरुष सदोदित फक्त एकच विचार करतात. बायकांना स्वत:चं गुलाम कसं बनवायचं याचा! माझ्या बाबतीतही त्यांचा असाच काही बेत असणार होता. एकमात्र खरे की मला मरणप्राय मार दिल्यानंतर त्यांच्या माझ्यात प्रथमच

असा काही संवाद घडत होता. जमिला माझ्या वडलांपेक्षा आठ वर्षांनी लहान होती. माझ्या वडलांनी जेव्हा माझ्या वय लहान असलेल्या आईबरोबर लग्न केले तेव्हा जमिला वडलांची दूरची नातलग असल्याने लग्नाला हजर होती.

माझ्या संमतीनंतर आठवड्याच्या आतच हे लग्न झाले. माझ्या आजीने लग्नाला मोजके नातेवाईक हजर राहतील असे सांगून टाकले. कारण धाकट्या मुलाच्या मृत्युमुळे ती अजूनही दुःखात होती. आता त्या घटनेला चार वर्षे होऊन गेली होती! लग्न समारंभ जरी लहान प्रमाणात असला तरी चांगलाच शानदार ठरला. त्यादिवशी जमिला तिच्या एका आत्याकडे राहिली होती. त्या घरीच मुस्लीम पद्धतीने लग्नसंस्कार केले गेले. लग्नाला आजी आणि इतर तिघेजण साक्षीदार होते. दुसऱ्या दिवशी सर्व नातेवाइकांनी लग्नसमारंभाचा आनंद लुटला. इतर बऱ्याच लग्नांपेक्षा वडलांचे हे लग्न बेताचेच म्हणावे लागले असते. मुस्लीम समाजात नवरीच्या अंगावर सोने घालण्याचे प्रमाण तिच्या सौंदर्यावर ठरविले जाते. साधारण दहा किलोपर्यंत सोने घालण्यात येते. लग्नाच्या दिवशी तिने ते सर्व अंगावर बाळगावे अशी अपेक्षा केली जाते. दंडापर्यंत बांगड्या, कानात घालायचे जड दागिने, पायातल्या साखळ्या, गळ्यातले हार आणि केसात घालायचे दागिने. इतके दागिने घालून नवरी चालू शकते हेच आश्चर्य!

पण लग्नानंतर तीन-चार दिवसांतच नवऱ्याच्या घराण्यातून मिळालेले दागिने उतरवून तिला ते परत करावे लागतात आणि ते दागिने विकून नवऱ्याचे कर्ज फेडले जाते. अति श्रीमंताच्या घरातली मुलगी मात्र ते सोने जवळ ठेवू शकते.

अखेर माझ्या वडलांनी जमिलाच्या आत्याच्या घरून सजवलेल्या गाडीतून दुसरी बायको घरी आणली. सजवलेली गाडी आणि हॉर्न यामुळे वडील नवरीला घेऊन आल्याचे सर्वांना समजले. शेजारीपाजारी रस्त्यावर येऊन टाळ्या वाजवत नव्या जोडप्याचे स्वागत करू लागले. जमिला तिच्या शुभ्र गाऊनमध्ये होती आणि तिच्याबरोबर आत्या व आजी होत्या. घरातल्या बायकांनी तिचा लांबलचक गाऊन उचलून धरला आणि तिचा हात धरून तिला घरात आणले. हा केवळ लग्नसमारंभ नव्हताच; तर तिच्या कौमार्याची परीक्षा घेण्यापूर्वीचा एक खेळ होता. ती लग्नासाठी शिवलेल्या सुंदर गाऊनमध्ये होती. चेहऱ्यावर प्रसाधनांचा हलकासा हात फिरवला होता, अर्थात अशाप्रकाराने यापुढे ती कधीच सजू शकणार नव्हती, तरीसुद्धा सर्वत्र मिरविण्याची संधी तिला नव्हतीच. सर्व बायकांबरोबर तिला बायकांच्या खोलीत जावे लागले. पुरुष मात्र घरात, बागेत सर्वत्र हिंडत होते – मी चंदेरी आणि काळ्या रंगाच्या मिश्रणाचा सुंदर ड्रेस घातला होता. कमरेला चंदेरी पट्टा होता. जमिलाकडे मी निरखून पाहिले. तिच्या चेहऱ्यावर विषादाची भावना होती. मी समजले ती पूर्णपणे आनंदी नव्हती. तिच्या लहान भावाबरोबर कितीतरी वर्षे ती आनंदात राहिली

होती. हा दिवस कधी ना कधी तिच्या आयुष्यात येणार याची तिला कल्पना असणार होती, अन्यथा तिला जन्मभर कुमारिकाच राहावे लागले असते. स्त्रियांच्या त्या बंदिस्त खोलीत ती शांतपणे बसून होती. बाकीच्या मात्र तिच्याकडे बघून आपसात बोलत होत्या. जणू ती म्हणजे प्रदर्शनात ठेवलेला एक दगडी पुतळा होता – मी तिच्याबरोबर बोलण्याची संधी साधली आणि माझी भावंडे, मी ऑस्ट्रेलियात कशाप्रकारे मोठे झालो ते तिला सांगितले. कदाचित काही वर्षांनी तीसुद्धा नवऱ्याला ऑस्ट्रेलियात जाण्याबाबत सांगू शकेल असेही मी तिला सुचविले. कदाचित तो माझ्या सुटकेचा मार्ग असू शकेल अशी मला आशा होती.

पुरुषांची जेवणे सर्वांत प्रथम झाली. अनेक प्रकारचे सामिष पदार्थ, सुकामेवा घालून केलेला उत्तम भात, मटणाचे तुकडे आणि कांदा घालून केलेले खास सूप 'तरशिक', मद्य बनवितात त्या झाडांच्या पानात मसाले घालून केलेली भरली भाजी ''डलमाह'' इत्यादी उत्तम पदार्थ मेजवानीसाठी बनविले होते. जेवणानंतर नाना तऱ्हेच्या मिठाया! सर्वजण चहा आणि द्राक्षाच्या रसाचा आस्वाद घेत होते. आमचे सदैव उदासवाणे असलेले घर आणि माझी कैद यातून असा लग्न प्रसंग म्हणजे माझ्यासाठी आनंदाची पर्वणी होती. फक्त एका गोष्टीची खंत होती की, नवी नवरी बिचारी फारच गरीब स्वभावाची होती आणि त्याबरोबरच माझ्यासाठी हा काळ औटघटकेचा होता.

माझ्या आजीने त्या दिवशी काही बायकांना स्वयंपाक करण्यासाठी पैसे देऊन बोलावले होते. त्यातल्या एकीने मला तिच्या आयुष्याची झालेली परवड सांगितली. तिच्या नवऱ्याला सद्दाम हुसेनच्या गुप्तचर पोलिसांनी ठार केले होते. त्याचा गुन्हा काय होता ते तिने सांगितले नाही, परंतु आता ती एकटीच असल्याने तिची मुले तिच्यापासून हिरावून घेऊन नवऱ्याच्या नातेवाइकांकडे सोपविली होती. तिचे आईवडील हयात नव्हते. दुसऱ्या बाईचीही अशीच करूण कहाणी होती. तिचा नवरा सतत आजारी असे आणि त्याला कुठलेच काम झेपत नसे. त्यामुळे तिला कामे करून नवऱ्याला आणि सहा मुलांना पोसावे लागत होते.

पुरुषांची पोटे तट्ट भरल्यावर उरलेसुरले जेवण बायकांच्या खोलीत पाठविण्यात आले. सर्व पदार्थ जमिलासमोर ठेवण्यात आले आणि पहिला घास घेण्यास तिला सांगण्यात आले. त्यानंतर सर्व बायका जेवायला बसल्या. मी बघितले जमिलाच्या घशाखाली घास उतरत नव्हता. शेवटी बायकांमध्ये मिठाईच्या पेट्या फिरविण्यात आल्या.

एव्हाना मुलेबाळे कंटाळून रडू लागली होती. आता माझ्यासकट सगळ्यांची निघण्याची वेळ झाली. माझी राहण्याची सोय खलिदा आत्याकडे केली होती. कारण त्या रात्री माझी आजी, नवरीची आत्या, वडलांचे म्हातारे काका आणि त्यांची

बायको; नवरीच्या कौमार्य भंगाचे साक्षीदार म्हणून घरात थांबणार होते.

मला जमिलाची फारच दया आली. खरे म्हणजे एकमेकांवर खूप प्रेम करणाऱ्या जोडप्याची ही किती वैयक्तिक बाब असायला हवी. पण कुर्दिस्तानात सर्वत्र हाच प्रकार चालतो. दुसऱ्या दिवशी सर्व पुरुष नातेवाइकांनी वडलांना गराडा घातला. वैवाहिक आयुष्य सुरू झाल्याबद्दल त्यांचे अभिनंदन केले. पण नवरीला मात्र खोलीच्या बाहेर पडण्यास मज्जाव होता. लग्नाच्या रात्रीनंतर नवरीला बघणे सौजन्याचे मानत नाहीत. सगळे नातेवाईक नवरानवरीच्या खोलीबाहेर जमून नवरा यशस्वी होऊन कधी बाहेर येतो याची वाट बघणे मात्र जणू सौजन्याचे होते!

त्या दिवशी जमिला तपकिरी रंगाचा कुर्दी पद्धतीचा गाऊन घालून बायकांच्या खोलीत बसली होती. मी तिला फक्त बाथरुमकडे जाताना बघितली. त्या रात्री पहिल्यांदाच ते दोघे वडलांच्या खोलीत गेले होते. त्या खोलीसाठी वडलांनी नवे फर्निचर खरेदी केले होते. दुसऱ्या दिवसापासून जमिला घरकामात बुडून गेली. मधुचंद्रासारखे आनंदाचे दिवस तेथील जीवनपद्धतीत बसणारे नव्हते. जमिलाला या घरातले कायदेकानून समजायला अजिबात वेळ लागला नाही. भावाबरोबर खूप वर्षे राहिल्यामुळे तिला धुणेभांडी, केरवारे, स्वयंपाक सगळ्याचीच सवय होती.

लग्नानंतरच्या पहिल्या आठवड्यात फक्त एकदाच माझ्या एका आत्याने तिला थोडी विश्रांती घेण्यास सांगितले. परंतु ते शब्द कानांवर पडताच माझी आजी संतापली. त्या पासष्ट वर्षांच्या म्हातारीचा घरातील दुसऱ्या बाईवर असा वचक होता. पहिली अर्थात मी होते. अर्थातच जमिलाला जेव्हा मोसुलला जाऊन तिच्या भावाला भेटावेसे वाटे तेव्हा तिला आजीच्या फार मिन्नतवाऱ्या कराव्या लागत. तिने एका आठवड्याची परवानगी मागितली तर तिला तीन दिवसांत परत येण्याचे फर्मान सुटे. अर्थात अशी परवानगी परत मिळेल याची खात्री नसेच. आजी परवानगी देत नसे आणि जमिला रडत बसत असे. अशा वेळी मी जमिलाला माझ्याजवळ बसवून टी.व्ही.वरच्या बातम्या बघायला सांगत असे. पण त्यावेळी तिचे ठरलेले उत्तर असे. "नको. तुझी आजी एकटीच आहे."

तिला जेव्हा घरकामातून फुरसत मिळे, तेव्हा ती आजीबरोबर बायकांच्या खोलीत बसे. आजी हिटरजवळ बसून शेक घेत असे आणि जमिलाला मात्र दूर कोपऱ्यात थंडीने कुडकुडावे लागत असे. एकदा आजी सी एन् एन् चॅनेलवर युद्धविषयक बातम्या बघत होती. बातम्या देणाऱ्या अमेरिकन रिपोर्टरकडे बघून ती म्हणाली, "काय गं टवळे, चेहरा तर चांगलाच रंगवला आहेस की!"

आपल्या सासूचा संताप बघून जमिला तिला जास्त खूश करण्याचा प्रयत्न करू लागे. जमिलाने माझ्या वडलांना बहुतेक काहीतरी सांगितले असावे. कारण एके दिवशी "तुला तिला आदरानंच वागवावं लागेल, कारण ती म्हातारी झाली आहे,"

असे तिला वडील बजावून सांगताना मी ऐकले होते. पण ही म्हातारी मात्र दर आठवड्याला चालत जाऊन सर्व वाणसामान आणत होती आणि शिवणकलेत तरबेज असल्याने तिच्या जुन्या मशीनवर बसून कशिदाकारी करत असे. जमिलाला मात्र सारख्या हाका मारून काही ना काही काम ती सांगत असे. तिने तिचे मशीनही खिडकीसमोर ठेवले होते म्हणजे घरात येणारा प्रत्येकजण तिला दिसत असे. तिच्या तोंडावर कधीतरी हसू दिसेल का, असा विचार माझ्या मनात येत असे. जमिलाला होणारा त्रास बघून मला वाटे की तिचे लग्न फक्त वडलांशी नव्हे; तर आजीबरोबर सुद्धा लागले आहे.

अर्थात माझी परिस्थिती फारशी चांगली नव्हतीच म्हणा! लग्नानंतर जमिलाचे कुमारिकापण संपल्याचे सर्वांना समजले होते. पण माझे गुपित मात्र अजून अधांतरी टांगलेले होते. अजूनही मला वाटे की मला दिलेले वचन मोडून दियार माझ्या वडलांना सर्व सांगणार तर नाही? दररोज सकाळी मी उठे ती याच भीतीने आणि रात्री झोपे ते अल्लाचे आभार मानूनच! त्या दिवसभर माझ्या जिवाला धोका पोहोचू नये एवढीच माझी इच्छा असे.

कधी कधी मला विचार पडे की मानसिकदृष्ट्या तरी मी कितपत बळकट होते? माझ्या शरीराने तर माझ्या स्थितीबद्दल असहकार पुकारला होताच, अजूनही डोक्यावर टक्कल होतेच. तरीसुद्धा मला वाटे की माझ्यासारख्याच स्वत:च्याच घरात कैद झालेल्या मुलीपेक्षा मी धीर धरून होते किंवा मग स्वत:ला फसवत तरी होते.

मी स्वत:शीच बोले, 'नाही लतिफा तू स्वत:ला फसवत नाहीस. तू अशीच लढा देत राहा. जर का या सामाजिक व्यवस्थेला बळी गेलीस तर हा समाज तुला जिवंतपणीच मरण अनुभवायला लावेल. अगं अल्लावर प्रेम नक्कीच करावं, पण त्यासाठी दिवसातून पाच वेळा नमाज पढायला भाग पाडणाऱ्या जीवनपद्धतीवर श्रद्धा ठेवणं चुकीचं आहे. ज्या गोष्टींवर तुझा विश्वास आहे त्यासाठी लढताना जीव गमवावा लागला तरी चालेल.'

वडलांच्या लग्नानंतर अशा प्रकारचा संवाद मी स्वत:बरोबर बऱ्याचदा करू लागले. मी खचून गेले होते खरीच; परंतु उरलेले आयुष्य याच स्थितीत जगणे मला पसंत नव्हते. जमिलाबरोबर काम करताना मी इयर प्लग अडकवून ट्रेझी चॅपमनचे संगीत ऐकत असे. कधी कधी गुणगुणत राहत असे. माझ्याकडच्या प्लेअरवर स्वयंपाकघरात संगीत ऐकत असे. अर्थात वडील आणि आजी घरात नसताना! पण पाश्चिमात्य संगीताचा गंध नसलेली जमिला मात्र भीतीने गांगरून जात असे. शिवाय त्या संगीताचा आनंद घेताना पकडले जाण्याची भीती कायम तिच्या मनात असे आणि इकडे ते रोमांचकारी संगीत ऐकताना मी मात्र डेव्हिडची आठवण होऊन बेचैन होत असे. खरंच तो मला कधी भेटणार होता? माझ्या सुटकेसाठी त्याच्याकडे काही

उपाय नव्हता हे तर उघडच होते. नाहीतर एखाद्या पोऱ्याबरोबर त्याने समोरच्या घरी नक्कीच निरोप पाठविला असता.

आजीकडून जमिलाचा रोज होणारा छळ बघितल्यावर मला वाटे की, माझ्या आईच्या वाट्याला पण हेच भोग आले होते की काय? माझी आई तर अगदी लहानवयातच वडील आणि त्यांच्या आईबरोबर राहण्यासाठी या घरात आली होती. सिडनीमध्ये असताना फक्त एकदाच ती म्हणाली होती, "तुझ्या वडलांच्या बहिणी, तुझ्या आत्या पक्क्या दुतोंड्या आहेत आणि तुझ्या आजीनं तर मला नरकयातनांतून जायला लावलं आहे."

मला आईच्या कष्टांची कल्पना आली, पण माझ्याशी ती ज्या प्रकारे वागली होती त्याबद्दल क्षमेची भावना माझ्या मनात येणे अशक्य होते. तिने माझी फसवणूक केली होती, हे मी कधीच विसरू शकणार नव्हते.

■

सतरा

२० मार्च २००३ यादिवशी इराकवर संयुक्त फौजांनी एकत्रित बॉम्ब वर्षाव सुरू केला. बगदाद शहरावर आरमाराकडून टॉमा हॉक क्षेपणास्त्राचा मारा आणि आकाशातून बॉम्बहल्ले सुरू झाले तर अमेरिका, ब्रिटन आणि ऑस्ट्रेलियाच्या संयुक्त पायदळाने बगदाद शहराला बाहेरून घेरून टाकले होते. नेमके लक्ष्य हेरून हल्ले सुरू केले होते. खरोखरच युद्धाला तोंड फुटले होते. आता सद्दाम हुसेनला माघार घेणे शक्य नव्हते.

कुर्दी लोक तर युद्ध सुरू होण्याची बरीच वर्षे वाट बघत होते. दोन हजार दोनच्या मध्यालाच युद्धाचे वारे वाहू लागले होते. तेव्हापासूनच कुर्दी लोकांनी इराकच्या सीमेलगत युद्धाची तयारी सुरू केली होती.

कुर्दी लोकांचा आत्मविश्वास बळावला होता, कारण अमेरिकेचे युद्धसाहित्य, शस्त्रास्त्रे तुर्कस्तानच्या सीमेच्या बाजूने दोहुकजवळच्या महामार्गाकडून इराकमध्ये येत होती. एवढेच नाही; तर बातमी अशी पसरली होती की बगदादवर हल्ला करण्याच्या दृष्टीने कुर्दिस्तानातच महत्त्वाची लष्करी ठाणी उभी करण्याचा अमेरिकेचा इरादा होता. इराक देश विनाशाकडे जात असल्याचा पुरावा मला वेगळ्याच प्रसंगामुळे मिळाला. माझ्या दृष्टीने ही गोष्ट माझे हृदय भेदून टाकणारी होती. आत्याबरोबर दोहुक शहरात शॉपिंगला गेले असता मी रस्त्याच्या कडेला उभी होते. मोठमोठ्या गाड्यांचा काफिला समोरून येत असलेला मला दिसला. प्रत्येक गाडीवर निळा आणि पांढरा झेंडा फडकत होता. शिवाय गाड्यांच्या एका बाजूला निळ्या रंगातली अक्षरे होती. काय प्रकार आहे हे मी ताबडतोब ओळखले. माझे हृदय जोराने धडधडू लागले. युनायटेड नेशन्स! अर्थात संयुक्त राष्ट्रसंघाचा सर्व कर्मचारी वर्ग आणि डेव्हिडसुद्धा इराक देशातून बाहेर पडत होता.

एकूण दहा गाड्या गेल्या. मला आतले काहीच दिसले नाही. त्यापैकी एकात

डेव्हिड होता. माझी खात्री होती की त्याने मला नक्कीच बघितले होते. खिडकीची काच खाली करून माझ्याकडे हात हलविणे त्याला शक्य होते का? कदाचित नसावे. परत माझ्या मनात आले की एखाद्या लहान मुलाबरोबर तो नक्कीच निरोप पाठवू शकला असता. ज्याला संबंध ठेवायचाय त्याला नक्कीच काहीतरी मार्ग सापडला असता. मला मदत करण्यासाठी त्याने काहीच केले नव्हते हे सिद्धच झाले होते. नुसता तसाच उठून तो निघून चालला होता. मी ज्याच्यावर मनापासून प्रेम केले तोच आता दूर चालला होता. पण मी सुद्धा हेरगिरी करून त्याचा विश्वासघात केला नव्हता काय? कदाचित दोन्ही बाजू समसमान होत्या.

गाड्यांचा काफिला माझ्या नजरेआड झाला आणि मी समजले की बाहेरच्या जगाशी असलेला माझा एकमेव दुवा आता तुटला होता. स्कार्फच्या टोकाने मी डोळे टिपले. माझ्या डोळ्यांत जमलेले अश्रू आत्याला दिसावेत अशी माझी अजिबात इच्छा नव्हती. कोणीतरी माझ्या हृदयावर सुरी चालवत असल्यासारखे मला वाटले. फसवले गेल्याची भावना निर्माण झाली. आयुष्य भकास होऊन गेल्यासारखे वाटले. डेव्हिड माझ्यावर प्रेम करत होता हे त्याने मला सांगितले होते. तरीसुद्धा एखाद्या चोरासारखा तो निसटून गेला होता.

संयुक्त राष्ट्रसंघाने गाशा गुंडाळल्याने माझ्या आणि इतरांच्या मनात आता युद्ध पेटणार याविषयी कोणतीच शंका उरली नाही. ताज्या बातम्या कळाव्यात म्हणून मी सतत टी. व्ही. बघत असे. पण खरे म्हणजे घराच्या दाराबाहेरच सत्य परिस्थिती बघायला मिळत होती. माझ्या आजूबाजूचे शेजारीच नव्हे; तर सारे दोहुक शहरच खेड्यांकडे निघाले होते. कारण शेवटी सद्दाम हुसेन कुर्दी लोकांवर सूड उगवेल अशी धास्ती सर्वांनाच होती. कुर्दी तर त्याचे जुने शत्रू होते.

टी.व्ही. वर ऑस्ट्रेलियन सैन्याच्या हालचाली दाखवत असत. त्या बघितल्यावर माझ्या डोळ्यांसमोर दोहुक शहरात आपल्या सर्व बळानिशी ऑस्ट्रेलियन सैनिक घुसून मला घेऊन दूरदूर घेऊन जात असल्याचे स्वप्न तरळले. इतके सगळे सोसल्यावर आता या युद्धाच्या रामरगाड्यात सापडण्याची माझी अजिबात इच्छा नव्हती. रासायनिक शस्त्रांचा उपयोग करून अरबांनी कुर्दी लोकांच्या केलेल्या शिरकाणाची आईने सांगितलेली हकिकत मला आठवली. लोकांनी शहर सोडून दूर निघून जाणे यात नवल काहीच नव्हते. घरासमोरच्या माझ्या मैत्रिणी सामानसुमान घेऊन निघून जाण्याच्या बेतात असताना मला रस्ता ओलांडून त्यांच्याकडे जाण्याची संधी मिळाली. तिथे टी.व्ही.वर अल् जझिरा वाहिनीवर बगदाद शहरावर रात्रीचे बॉम्ब हल्ले होताना मी बघितले. सद्दाम हुसेनचे सैनिक हल्ल्यांना तोंड देत होते खरं; पण सगळी चिन्हे युद्ध हरण्याचीच होती. खरंच हे अरब त्यांचा मोर्चा कुर्दिस्तानकडे वळवतील का? माघार घेत सद्दामचे सैन्य शेवटी उत्तरेकडे आले तर कुर्द लोक

त्यात चिरडले जाण्याचा संभव अधिक होता. अशा विचारांनी माझे डोके भणभणून गेले होते.

''डॅड, सगळे लोक शहर सोडून जात आहेत. आपण नाही का जाणार?'' मी विचारले.

''आपल्याला कुठेही जायचं नाही. मी तरुण असताना देशासाठी लढलो आहे. आता मी देश सोडून जाणार नाही. या वेळी सद्दाम आपल्याला हरवू शकणार नाही.''

''पण घर सोडून गेलो तर आपण वाचू शकतो.''

''आपल्याला काही होणार नाही. इराणविरुद्धच्या आखाती युद्धात अमेरिकेने ज्या चुका केल्या, त्यापासून त्यांनी धडा घेतला आहे. आता परत त्याच चुका त्यांच्या हातून होणार नाहीत.''

''सद्दामकडे रासायनिक शस्त्रं आहेत. त्याचं काय?'' मी विचारलं.

''त्याच्याकडे अशी शस्त्रं आहेत की नाही याविषयी आपल्याला नक्की काहीच माहिती नाही. पण असतीलच तर मी तुझी आणि तुझ्या सावत्र आईची सोय करून ठेवली आहे.'' असे सांगून त्यांनी त्यांच्या खोलीतून दोन जुने पुराणे तोंडावर लावण्याचे मास्क आणले. ''रासायनिक शस्त्रांचा मारा झालाच तर एक तू घाल आणि तुझ्या आईनं घातला आहे याची तू खात्री करून घे.''

''पण तुम्ही आणि तुमच्या आईचं काय?''

''आम्ही काय होतं ते बघत राहू.''

एकूण हा सर्व मूर्खपणाच होता. शहर सोडून एखाद्या लहान खेड्यात जाण्यास काय हरकत होती कोण जाणे! घराच्या फाटकात उभी राहून मी बघू लागले. तांदळाची पोती, स्वयंपाकाची भांडी, कोंबड्याचे पिंजरे अशा सामानाने भरलेल्या गाड्या एकामागून एक शहराबाहेर जात होत्या. मला आतापर्यंत रस्त्यावर गाड्यांचे हॉर्न, मुलांचे आवाज ऐकायची सवय झाली होती. पण आता मात्र सर्वत्र शुकशुकाट झाला होता. सर्व दुकाने बंद झाली होती. माझ्या वडलांनी खिडक्यांच्या तावदानावर चिकटपट्ट्या लावल्या. म्हणजे काचांचा चुराडा घरभर झाला नसता. आता मात्र आम्ही एखाद्या भुताटकीच्या गावात राहिल्यासारखे वाटू लागले.

मी अगदी निराश झाले. माझे वजनही घटू लागले. दक्षिणेकडे चाललेल्या सततच्या बॉम्बहल्ल्याच्या आवाजाने डोळ्यांवर झापड येऊ लागली. सकाळी अंथरुणातून उठणे कठीण झाले. युद्ध आमच्या शहरापर्यंत पोहोचेल याची भीती मला नव्हती. पण सर्व जगापासूनच आम्ही एकाकी पडल्यासारखे झालो होतो. मी, बिच्चारी जमिला, वडील आणि आनंदाची भावनाच नसलेली त्यांची आई- बस्स! चौघेच! शहरातील रस्ते ओसाड झाले होते. माझ्याकडे नजर लावून बघणारी तरुण

मुलेसुद्धा आजूबाजूला नव्हती. तरीसुद्धा मला घराच्या बाहेर पडून पाय मोकळे करण्याची बंदी होती. शाळेत असताना मी एक चपळ मुलगी होते ते मला आठवले. इथे मात्र फक्त जमीन पुसण्यासाठी वाकायचे आणि पलंगावर चादर घालताना हात लांब होतील तेवढाच शरीराला व्यायाम!

माझे वडील दिवसरात्र रेडिओ ऐकत बसायचे. झोपसुद्धा न घेता घरात असलेल्या चार टी.व्ही.वरच्या महत्त्वाच्या चॅनेलच्या बातम्या बघायचे. मला मधूनच लांबवर बॉम्बस्फोट झालेले समजायचे आणि सद्दामचे सैनिक कुर्दीवर चालून आल्यासारखे वाटायचे. माझे वडील मात्र मला सांगायचे की मोसुल शहरावर अमेरिकी हल्ला करत आहेत आणि सद्दामचे सैनिक त्या हल्ल्यात गाडले जात आहेत. इतक्या दूरवर बॉम्ब पडत असले तरी प्रत्येक बॉम्ब हल्ल्याने आमच्या घराला हादरे बसायचे.

आणि मग एके दिवशी कुर्दिस्तानात कोणी कधी कल्पना केली नसेल असे दृश्य टी.व्ही.वर दिसले. सद्दाम हुसेनचा पुतळा जमीनदोस्त केला जात होता. मग मात्र दोहुक सोडून गेलेली कुटुंबे शहरात परतू लागली. पुतळा जमीनदोस्त होणे हा कुर्दी लोकांसमोर हुकूमशहाचा अंत झाल्याचा सज्जड पुरावा होता. परत एकदा दोहुकच्या रस्त्यावर गाड्यांचे हॉर्न ऐकू येऊ लागले. लोक आनंदाने बंदुकीचे बार हवेत काढू लागले. रस्त्यावर येऊन आनंदाने नाचू लागले. माझ्या वडलांकडे एके-४७ च्या पुढची एके ४९ ची बंदूक होती. ती त्यांनी बाहेर काढली आणि रस्त्यावर जाऊन गोळ्यांचा पाऊस पाडला.

"अल्लाचा विजय असो! अमेरिकेचा विजय असो!" त्यांनी गर्जना केली.

"आजचा दिवस बघायला तुझे वडील हवे होते." आजी वडलांशी बोलताना माझ्या कानावर आले. माझ्या वडलांचे वडील १९९६ मध्ये मरण पावले होते. माझ्या वडलांसारखेच ते देशासाठी लढले होते. पण हे माझे आजोबा शीघ्रकोपी असल्याचे माझ्या कानावर आले होते.

कुर्दिस्तानच्या सरकारने सेंट्रल पार्कमध्ये स्वातंत्र्याचा मोठा सोहळा करण्याचे ठरवून सर्वांना निमंत्रित केले होते. मोठ्या बँडवर स्वातंत्र्यगीते वाजविली जात होती. त्या तालावर लोक नाचत होते. मुख्य म्हणजे एका उंच खांबावर मधोमध सूर्य काढलेला लाल सफेद आणि हिरव्या रंगाचा कुर्दिस्तानचा झेंडा फडकत होता. टी.व्ही.वर एक प्रसिद्ध राजकीय कवी शिवान परवार याची गीते वाजवली जात होती. सन १९८८ च्या रासायनिक अस्त्रांच्या हल्ल्यानंतर हा कवी खूप प्रसिद्धीस आला होता. पडद्यावर फक्त युद्धाच्या बातम्या आणि लोक आनंदात नाचताना दिसत होते. दोहुकच्या उत्तरेस कुर्दिस्तानचे स्वातंत्र्यसैनिक अमेरिकेच्या सैनिकांबरोबर हस्तांदोलन करताना बघितल्यावर माझ्या वडलांचे डोळे आनंदाने भरून आले.

सद्दाम हुसेनने पलायन केले होते. त्याची सद्दी संपलेली होती. देशाचा कारभार चालविण्यासाठी जिंकलेली राष्ट्रे काळजीवाहू सरकार स्थापन करण्यामागे लागली होती.

"सद्दामचा नक्कीच शोध लागेल आणि त्याची शिक्षा तो भोगेल." माझे वडील म्हणाले. जनजीवन हळूहळू पूर्वपदावर येत होते. अमेरिकेने आजूबाजूला सैनिकी ठाणी निर्माण केल्याचा अंदाज मला होता. मला सतत वाटायचे की मी अशा एखाद्या ठाण्यावर पोहोचू शकले तरी मला मदत मिळून माझी सुटका होऊ शकेल आणि मी मोकळेपणाने श्वास घेऊ शकेन. पण तसा काही मार्ग दिसत नव्हता. शिवाय युद्धानंतरच्या धामधुमीत त्यांना तरी मला मदत करणे शक्य होईल का हा प्रश्नच होता आणि तोपर्यंत युद्ध पूर्णपणे कुठे थांबले होते? सद्दामच्या विखुरलेल्या सैनिकांच्या चकमकी अधूनमधून अमेरिकी सैन्याबरोबर झडतच होत्या. शिवाय माझी अडचण आणखीच वेगळी होती. एखाद्या अमेरिकी अधिकाऱ्याला मी घरातून बाहेर पडून गाठलेही असते. परंतु घरी परतायला उशीर झाला असता तर माझ्या वडलांनी माझे काय केले असते याची कल्पनाच मी करू शकत नव्हते. परत पळून जाण्याच्या प्रयत्नात मी त्यांच्या इभ्रतीला धक्का लावला असता तर त्यांनी ताबडतोब मला ठार केले असते. त्यांनी तशी धमकीच मला दिली होती. मी ती धमकी विसरूच शकत नव्हते.

ती धमकी उराशी बाळगूनच मी जगत होते. कारण दियारचा माझ्याविषयीचा द्वेष कधी उसळून बाहेर पडेल आणि कधी तो माझ्या वडलांना माझ्याबद्दल सांगेल याचा नेम नव्हता. माझे वडील नेहमी त्यांची बंदूक साफ करून सज्ज करून ठेवत. डोंगराळ भागात शिकार करण्यासाठी जाण्याचा ते मला नेहमी आग्रह करत. पण त्यांच्या हातात बंदूक असताना त्यांच्याबरोबर एकटीने कुठे जाणे मला अशक्य होते. कोणास ठाऊस! एखाद्या लहानसहान कारणावरून त्यांचे डोके फिरले असते तर क्षणार्धात त्यांनी माझ्यावर बंदूक चालविली असती.

अमेरिकी सैन्याने दोहुकच्या उत्तरेकडे ठाणी उभारल्यावर माझे वडील आणि आजी टेलिफोन एक्सचेंजकडे गेले. परदेशी असणाऱ्या त्यांच्या नातेवाइकांना त्यांची खुशाली त्यांनी कळवली. त्यांच्याबरोबर जाण्याची परवानगी त्यांनी मला दिली. परंतु त्यांनी माझ्या आईला फोन केला नाही. त्यांनी ज्या नातेवाइकांना फोन केले, त्यांच्याबरोबर बोलण्याची परवानगीसुद्धा मला मिळाली. अर्थात माझ्या आईने माझी खुशाली जाणून घेण्याचा प्रयत्नही केला नव्हताच. अर्थात माझी तशी अपेक्षाही नव्हती. युद्धाचे ढग जमायला सुरुवात झाली तेव्हाच ती मला इराकच्या बाहेर घेऊन गेली नसती का? माझ्या लहान बहिणीबरोबर बोलण्यासाठी माझा जीव मात्र तळमळत होता. बॉम्बचे आवाज दुरून कानावर पडले की दरवेळेस मी तिचा फोटो

घेऊन बसत असे आणि तिची भेट होईल की नाही म्हणून रडत बसे. दोन वर्षांपूर्वी माझ्याशिवाय जर्मनीला निघून जाण्याने ती नक्कीच बुचकळ्यात पडली असणार. माझ्या मनात येत असे.

महिने उलटत होते आणि मी घरकामात बुडून गेले होते. मुलांची स्थळे घेऊन मागणी घालायला आया येत होत्या आणि मी लग्नाला तयार नसल्याने परत जात होत्या. वडील मला मी तरुण राहिली नसल्याचे वारंवार बजावीत होते आणि माझ्यासाठी तेच नवरा शोधणार असल्याची धमकी मला देत होते.

त्या उन्हाळ्यात वडील, त्यांची आई, जमिला आणि तीन चार आत्यांबरोबर मी डोंगरात सहलीला जाऊन आले. एखाद्या झाडाच्या सावलीत आमची जेवणे होत. मी मात्र शक्य तेवढी ताजी स्वच्छ हवा छातीत भरून घेत असे. कारण परत अशी वेळ येईल का नाही याची खात्री कोणाला होती?

सन २००३ च्या हिवाळ्याची चाहूल लागली होती. त्या वेळेस वडलांनी मला हिमाच्छादित शिखरे दाखविण्यासाठी गाडीतून नेले. त्यांच्या पहिल्या अपत्याच्या जन्माची खबर कळताच पायातले बूट निसटल्याने बर्फाचे पांघरूण घेतलेल्या डोंगरमाथ्यातून अनवाणी पायाने त्यांनी धाव घेतली होती. निसटलेल्या बुटात लपवून ठेवलेला नाव पत्त्याचा कागद सद्दामच्या सैनिकांना मिळाल्याने आम्हा दोघा भावंडांना घेऊन त्यांना देशाबाहेर पळ काढावा लागला होता.

डिसेंबर येईपर्यंत इतस्तत: पसरलेले सद्दामचे सैनिक लपूनछपून अमेरिकी सैनिकांशी चकमकी करत होते. आता सद्दामला शोधून काढण्याची जोरदार मोहीम सुरू झाली होती. उदई आणि कुसई हे सद्दामचे मुलगे मोसुलमध्ये लपून बसल्याचा सुगावा अमेरिकी सैन्याला लागला होता आणि जुलैमध्येच बॉम्ब हल्ल्यात ते ठार झाले होते. ते दोघे कुर्दी बायकांवर बलात्कार करत आणि त्यांना हेलिकॉप्टरमधून खाली फेकून देत असत. सद्दाम मात्र १३ डिसेंबरपर्यंत सापडलाच नव्हता. त्या दिवशी मात्र तिक्रीत शहराजवळच्या एका शेतात अक्षरश: एखाद्या भित्र्या सशाप्रमाणे बिळात लपून बसलेल्या स्थितीत तो अमेरिकी सैन्याच्या हातात सापडला. दुसऱ्याच दिवशी पॉल ब्रेमर या अमेरिकी अधिकाऱ्याने बगदादमध्ये घेतलेल्या पत्रकार परिषदेत घोषणा केली. "सभ्य स्त्री पुरुषहो, आम्ही त्याला पकडले."

आता मात्र कुर्दिस्तानात आनंदाचा जल्लोष झाला. सद्दामवर खटला भरला जाणार आणि त्याला फाशी होणार याविषयी सर्वांची खात्री पटली.

एके दिवशी मी टेलिफोन एक्सचेंजमधून वडलांबरोबर घरी परतले. तेव्हा अमेरिकेच्या टेक्सास राज्यात राहणारा माझा आतेभाऊ वाहेल, कुर्दिस्तानात येणार असल्याची बातमी मला आजीने दिली. दोहुकच्या जवळ असणाऱ्या अमेरिकी ठाण्यावर तो दुभाषी म्हणून वर्षभर काम करणार होता. माझ्यापेक्षा तो दोन वर्षांनी

लहान होता. मी बारा वर्षांची असताना आईबरोबर दोहुकमध्ये आले असताना तो दोहुकमध्येच राहत होता. त्यानंतर त्याचे कुटुंब अमेरिकेत स्थायिक होण्यासाठी निघून गेले होते.

एके दिवशी मी खिडकीत उगीचच बसून राहिले होते. तेवढ्यात बंद फाटकाच्या खालच्या फटीत मला वाळवंटात वापरतात तसे बूट दिसले. एरवी कोणी घरी आले तर काळे बूट बघण्याची मला सवय झाली होती. इतक्यात फाटक पूर्ण उघडले गेले आणि अमेरिकी सैन्याच्या गणवेशातील वाहेल फाटकातून आत येत असलेला मला दिसला. मी त्याचे स्वागत करायला दारात उभी राहिले. त्याने माझ्याकडे ही कोण अनोळखी अशा नजरेने बघितले. मग मात्र मी त्याला माझी ओळख करून दिली.

''माय् माय्!'' टेक्सास धर्तीचे हेल काढून त्याने आश्चर्य व्यक्त केले. ''अगं तुझं रुपांतर आता एका सुंदर स्त्रीमध्ये झालं आहे, लतिफा!''

माझे अंग एकदम आक्रसलं. वडलांच्या किंवा आजीच्या कानांवर हे शब्द गेले तर त्यांना उगीचच माझा संशय आला असता. डेव्हिडनंतर वाहेल हा पहिलाच माणूस होता ज्याच्याबरोबर मी इंग्लिशमध्ये बोलू शकत होते. अर्थात आम्ही एकमेकांना जवळ घेण्यासाठी स्पर्श करण्याचे टाळून हस्तांदोलन केले. आम्हा दोघांचे इंग्लिश भाषेतले बोलणे ऐकून वडील ताबडतोब बाहेर आले आणि कुर्दी भाषेत बोलू लागले. त्यांच्या घरात ते मला कधीही इंग्लिश बोलू देत नसत. वाहेल जेथे काम करीत होता तो अमेरिकी सैन्याचा प्रशासकीय विभाग होता. त्याची राहण्याची सोय एका मोठ्या घरात करण्यात आली होती. उत्कृष्ट भोजन, सुंदर घर आणि ज्यांच्याबरोबर काम करायचे ते चांगले लोक या सर्व गोष्टींमुळे तो खूप आनंदात होता. मला खरंच त्याचा हेवा वाटला.

मी माझ्या अडचणींबद्दल त्याच्याशी अवाक्षरही बोलले नाही. परंतु माझ्या चेहऱ्यामागचे दु:ख त्याला समजले असावे, अशी माझी खात्री झाली.

बऱ्याच दिवसांनंतर वाहेल परत एकदा घरी आला. त्याला वडलांबरोबर काही महत्त्वाचे बोलायचे होते. ज्या मुस्लिम धर्मियांनी कॅथॉलिक पंथाचा स्वीकार केला होता त्यांच्या मुलांसाठी वेगळी शाळा होती. तेथे त्यांना इंग्लिश शिकविण्यात येत होते. तेथे चांगले इंग्लिश बोलता येणाऱ्यांसाठी एक जागा होती. वडलांची आणि नंतर माझी या कामासाठी तयारी बघितल्यावर ती नोकरी मला मिळावी म्हणून तो प्रयत्न करणार असल्याचे वाहेलने सांगितले. पण इंग्लिशसाठी शिक्षकाची जागा रिकामी राहण्याचे कारण मात्र काही वेगळेच होते. त्या शाळेतील बहुतेक शिक्षकांनी धर्मांतर करून ख्रिश्चन धर्म स्वीकारला होता. पण त्याविषयी फारशी कुठे वाच्यता झाली नव्हती. इंग्लिशची शिक्षिका मात्र मुस्लीमच होती आणि शाळेच्या वेळात नमाज पढताना ती पकडली गेली होती. शाळेच्या नियमानुसार मुस्लीम धर्माच्या

नमाजांना तिथे बंदी होती. त्यामुळे तिला नोकरीवरून कमी करण्यात आले होते. या शाळेचे जळित कसे झाले नाही याबद्दल मला मात्र आश्चर्य वाटले.

अशा ठिकाणी नोकरी करण्यास वडलांनी परवानगी द्यावी हे दुसरे नवल होते. अर्थात शाळा ख्रिश्चन होती याची त्यांना कल्पना नव्हती. आजीला माझ्या नव्या नोकरीविषयी सांगताना ते म्हणाले, ''ती फक्त मुलांबरोबर संभाषण करणार आहे. त्याला काही हरकत नाही.'' मला महिन्याचे दोनशे अमेरिकी डॉलर्स मिळणार होते. ते सुद्धा आठवड्यातून फक्त चार दिवस सकाळी नऊ ते दुपारी चारपर्यंत केलेल्या कामाचे. अर्थात अजूनही मी नमाज पढत होतेच पण वेळप्रसंगी मी तो नियम बाजूला सारू शकले असते.

मला शिक्षिकांपैकी एकीने घरापासून शाळेत नेले. शाळेतला पहिला दिवस तर मजेत गेला. रंग, अंक अशा साधनांचा उपयोग करून मी मुलांना इंग्लिश संभाषणाचे धडे दिले. मुले माझ्याबरोबर रमून जावी म्हणून मी त्यांच्याबरोबर संगीत खुर्चीचा खेळ खेळले तेव्हा तर मोठी मुले सुद्धा खेळात सहभागी झाली. बाकी शिक्षकांना माझ्या वर्गाचे वातावरण आनंदी वाटले, पण मी त्यांचा नुसताच खेळ घेतला की त्यांना काही शिकविले याची चौकशी त्यांनी केलीच. लहान मुलांना खेळातून शिकविणे फायद्याचे असते हे त्यांना समजल्यावर त्यांनी खेळातून शिकविणे सुरू केले. काही आठवड्यांनंतर मोठ्या मुलांनी एक नाटक बसविले होते, त्याचा प्रयोग आमंत्रितांसमोर होता. मधल्या सुटीत शाळेच्या मुख्याध्यापिकेने प्रेक्षकांत एक हवीन नावाची बाई आहे आणि तिला भेटणे मला आवडेल असे सुचविले. हवीन ऑस्ट्रेलियातील कुर्दी होती. विश्वास बसणार नाही पण ती सुद्धा लिव्हर पूल शहरातील होती. तिची गोष्ट माझ्यापेक्षा फारशी वेगळी नव्हती. तिच्या आईवडलांनी तिचा पासपोर्ट काढून घेतला होता आणि लग्न होईपर्यंत तिला कुर्दिस्तानात डांबून ठेवले होते. लग्न झाल्यावर ती नवऱ्याबरोबर कुर्दिस्तानात जाऊ शकणार होती. परंतु तेथे गेल्यावर नवऱ्याला घटस्फोट देण्याचा तिचा निर्णय झाला होता. ऑस्ट्रेलियात ज्या भागात मी राहत होते तिथले वर्णन तिने केल्यावर तर मला फारच आनंद झाला. तिने सांगितले की, वेस्टफिल्ड शॉपिंग सेंटर मला ओळखू येणार नाही इतके मोठे झाले होते. शिवाय लिव्हर पूलमधील कुर्दी लोकसंख्येत वाढ झाली होती.

माझी परिस्थिती वर्णन न करता मला तिला ती कुमारिका आहे का एवढा एकच प्रश्न विचारला होता. या माझ्या प्रश्नाचा तिला अचंबा वाटला आणि ती म्हणाली, ''अर्थातच! माझा खून व्हावा अशी माझी मुळीच इच्छा नाही.''

तिच्या उत्तराने माझी परिस्थिती मला सर्वनाशाकडे नेणार होती याची परत एकदा मला जाणीव झाली.

माझे मुलांना शिकविण्याचे काम आनंदात सुरू होते. पण आता मला अर्धशिशीचाच सतत त्रास होऊ लागला. कदाचित त्याचे कारण मनावरील ताण हे असावे. परंतु घरात सतत एकांतवासाची शिक्षा मी भोगत असल्यामुळे शाळेत मुलांचा सतत होणार आवाज मला सहन होत नव्हता. शिवाय अमेरिकी लोक शहरात असताना मदतीसाठी त्यांच्यापर्यंत पोहोचणे मला शक्य नव्हते याची निराशाही मनात दाटली होती. वडीलही मला माझ्या रोजच्या नमाजाविषयी विचारू लागले होते. शेवटी मी त्यांना सांगितले की, शाळेच्या वेळात नमाज पढण्यास बंदी आहे. त्यामुळे ही नोकरी करणे मला शक्य नाही.

"कामापेक्षा तुला अल्लाच्या नमाजाचं मोल जास्त आहे हे ऐकून मला तुझा अभिमान वाटतो." हे वडलांचे शब्द माझ्यासाठी मोलाचे होते कारण वडलांचा विश्वास मला ढळू द्यायचा नव्हता. त्यांच्या शब्दाचे मला आश्चर्य वाटले. पण त्यांनी त्यांच्या सोईनुसार नमाजावर माझे प्रेम जडल्याचा अर्थ लावला होता. त्यांना वाटत होते की मी आता कुर्दी संस्कृतीत मुरत चालले होते. आता मी लग्नाला होकार देईन अशी आशा त्यांना वाटू लागली. माझ्या आईने मला इथे आणून टाकल्यापासून वडलांच्या आणि माझ्यात जे काही नाते निर्माण झाले होते, त्यामुळे मला विश्वास वाटू लागला होता की, कदाचित माझ्या हिंडण्या फिरण्याबाबतची बंधने ते थोडीफार सैल करतील. पण मध्येच कधीतरी काही कारण नसताना ते माझ्यावर फारच संतापत. त्याचे कारण बहुधा मी लग्नाशिवाय राहिले हे असावे. काही वेळा ते बारीक डोळे करून आणि ओठ आवळून माझ्याकडे बघत बसत. जणूकाही मनातला संताप ते आवरून धरत होते. मनात असेल तर ते माझ्याशी गप्पाही मारत. अशा त्यांच्या वागण्याने मी माझी जास्तच काळजी घेऊ लागले. विशेषत: रात्री खोलीत शिरून गळा आवळून ते मला ठार करतील असे मला वाटे. अशी काही उदाहरणे मला माहीत होती. मुलींचे वागणे बरोबर नाही असे वाटल्याने वडलांनी स्वत:च्या मुलींचे गळे दाबून खून केले होते. त्यामुळे मी एका काचेच्या वाडग्यात माझे काही दागिने घालून तो वाडगा माझ्या खोलीच्या दाराच्या कडेवर ठेवला होता. म्हणजे वडील जरी हळूच खोलीत शिरले असते तरी धक्का लागून संगमरवरी फरशीवर वाडगा आदळल्याने मला जाग आली असती. माझी चुलतबहीण एताब, तिला पेट्रोल ओतून पेटवले होते आणि मग गोळ्या झाडून ठार केले होते, तिचे आणि माझे आजोबा एकच होते आणि तेच रक्त माझ्या वडलांच्या धमन्यातून वाहत होते. कुटुंबातून अब्रूसाठी मुलींना ठार करण्याची रीत घरातच चालू होती. पुढचा नंबर माझा की काय? मला चिंता जाळू लागली.

परत एकदा मी निराश झाले. शाळेत जाऊ नये असे मला वाटू लागले. शरीर आणि मन मणामणाच्या ओझ्याखाली कोणीतरी दाबून टाकत आहे असे वाटू

लागले. एक दिवस नेहमीप्रमाणे शाळेतील सहकारी मला नेण्यासाठी आला. त्याला मी बरे वाटत नसल्याचे सांगितले. मुख्याध्यापकांना निरोप दिला की यापुढे मला काम करणे शक्य नाही. त्या दिवशी दुपारी एक शिक्षिका घरी आली आणि तिने मला शाळा सोडू नको म्हणून विनवले. मुले माझी आठवण काढत होती. तिला नकार देताना मला दु:ख झाले.

दुसऱ्या दिवशी ती परत आली. तिच्या हातात मुलांनी बनवलेली खूप कार्ड्स होती. मुलांनी त्यावर लिहिले होते, "आमचं तुझ्यावर प्रेम आहे. आम्हाला तुझी खूप आठवण येते." मी परत शाळेत यावे म्हणून हा सारा खटाटोप मुलांनी केला होता. मला फार वाईट वाटत होते. पण त्या हसत्या खेळत्या निष्पाप जिवांपर्यंत माझी निराशा मला पोहोचवायची नव्हती.

परत एकदा जमिलाबरोबर मी घरकामात अडकले. आत्यांबरोबर शॉपिंगला जाणे मला नकोसे झाले. कारण सुटीच्या दिवशी तर शहरात अमेरिकी सैनिक हसतखेळत सिगरेटी ओढत बायकांकडे बघून हसताना दिसत. बायका त्यांची नजर चुकवून पुढे जात. मी मात्र त्यांच्याकडे बघून हसत असे. एवढेच काय पण त्यांचे माझ्याकडे लक्ष जावे म्हणून प्रयत्नही करत असे. परंतु त्यांना मात्र स्थानिक रितीरिवाजांची चांगलीच माहिती करून देण्यात आली असली पाहिजे. धैर्य असेल तर बाईकडे एखादी नजर टाका, पण त्यापुढे काही करू नका. स्पर्श करण्याचा तर विचारही मनात आणू नका.

मनापासून अल्लाची प्रार्थना केली तर खरंच तो मदतीला धावून येतो का? मानसिकदृष्ट्या खच्ची व्हावे असाच माझा दिनक्रम होता. अमेरिकी जसे आले तशी मी या दिनक्रमातून माझी सुटका व्हावी म्हणून सकाळ संध्याकाळ अल्लाचा धावा करू लागले. माझा एक चुलतभाऊ वाशिन, वाहेलच्याबरोबर एकदा घरी आला. माझ्याकडे बघून वाहेल हसत म्हणाला, "लतिफा आम्ही तुझ्याबद्दलच बोलत होतो. कदाचित तुला आवडेल अशी बातमी आमच्याकडे आहे. पण अर्थात प्रथम तुझ्या वडलांशी बोललं पाहिजे."

नेहमी वडीलच श्रेष्ठ! मी आता मोठी होते. पण मला काहीच किंमत नव्हती. माझ्यासाठी प्रत्येक निर्णय वडीलच घेणार होते. काही तासांनंतर वडलांनी मला पुरुषांच्या खोलीत बोलावून घेतले. माझे दोन्ही भाऊ तेव्हा खोलीत नव्हते. वडलांनी मला सांगितले की ४०६ सिव्हिल अफेअर्स अशा नावाच्या अमेरिकी सैन्याच्या शासकीय विभागात दुभाषाची गरज होती. त्या विभागाचे मुख्य काम होते वेगवेगळ्या स्थानिक समुदायांबरोबर संपर्क ठेवणे. तिथे जोपर्यंत एखादी बाई काम करत असेल तोपर्यंत वडील मला नोकरी करू देणार होते. शिवाय माझ्या सुरक्षिततेची हमी त्यांना हवी होती. वाहेलने या दोन अटींबद्दल ग्वाही दिली होती. आता मात्र निर्णय मला

घ्यायचा होता. मला आनंदाने ओरडावेसे वाटू लागले. पण मी मोठ्या प्रयत्नपूर्वक स्वत:ला आवरले.

माझ्याबद्दल वडलांच्या मनात काही संशय असला तरी माझ्याविषयी त्यांचे मत वाईट होऊ नये, याची मी सतत काळजी घेत होते. म्हणून मी फारच विनयाने म्हणाले, "नोकरी करणं मला आवडेलच. परंतु माझ्या दैनंदिन नमाजात व्यत्यय आलेला मला चालणार नाही. माझ्या दृष्टीने नमाजाला जास्त महत्त्व आहे."

माझ्या उत्तरावर वडील फारच खूश झाले आणि म्हणाले, "ठीक आहे. तुझ्या योग्य जागा तिथे आहे की नाही ते बघू या." पण त्यांच्या पुढच्या बोलण्याने मी थंडगार पडायची वेळ आली.

"सद्दाम हुसेनला अमेरिकेने हरविले म्हणून आम्ही त्यांचे कौतुक करतो. पण तुझ्या वैयक्तिक जीवनाविषयी त्यांच्याजवळ चकार शब्दही बोलू नकोस. संबंध फक्त कामापुरता असेल. तुझ्याविषयी एक जरी गैरशब्द माझ्या कानावर आला तरी ते मला चालणार नाही. मग मात्र मी तुला ठार करेन," परत एकदा मला धमकी दिली गेली.

दुसऱ्या दिवशी वाशिन मला एका भल्या मोठ्या गढीप्रमाणे असणाऱ्या बंगल्यात घेऊन गेला. तिथे मी काम करणार होते. गेटपाशी मला माझा आणखी एक चुलतभाऊ रिव्हींग भेटला. तो तिथेच काम करत होता. गेटवर बरेच संरक्षक अटेन्शनमध्ये उभे होते. त्यांना ओलांडून तो माझ्याकडे आला. त्याच्याबरोबर आम्ही आत गेलो. प्रचंड मोठ्या अशा आवाराभोवती वाळूची पोती रांगेने रचून ठेवली होती. शिवाय सर्व आवार रेझर वायरने बंदिस्त केले होते. मी बघितले की तो बंगला आणि आजूबाजूची घरे त्या आवाराचाच एक भाग होती. खिडक्यांभोवतीसुद्धा वाळूच्या पिशव्या रचून ठेवल्या होत्या. एकूण सद्दामच्या छुप्या सैनिकांनी शेवटचा हल्ला केलाच तर तोंड देण्याची अगदी जय्यत तयारी होती.

तेथील मुख्य अधिकाऱ्याबरोबर कर्नल इनचार्जबरोबर माझी ओळख करून देण्यात आली. सुमारे पन्नाशीच्या त्या गृहस्थाला एक कुर्दी स्त्री डोके स्कार्फने न झाकता आलेली बघून आश्चर्य वाटले. खरं तर मी माझा स्कार्फ काढून टाकला होता आणि केस गेलेला भाग आजूबाजूच्या केसांनी व्यवस्थित झाकून टाकला होता. ज्या तऱ्हेने त्याने माझे स्वागत केले ते बघून मला खूपच बरे वाटले.

त्याने सर्व बंगला मला हिंडून दाखविला, तिथे सर्व मुख्य कार्यालये होती. एका ऑफिसमध्ये खिडक्यांच्या सर्व बाजूंनी वाळूच्या पिशव्या रचून ठेवल्या होत्या आणि भिंतीवर मोठमोठे नकाशे लावले होते. मोठमोठ्या टेबलांभोवती बसून बरीच माणसे काम करत होती. सर्वांच्या अंगात तपकिरी रंगाचे सैनिकी टीशर्टस होते. माझी सर्वांशी ओळख करून देण्यात आली. सर्वांनी हात हलवून मला 'हाय' म्हटले.

मला याच विभागात काम करायचे होते. तितक्यात लेफ्टनंट तेथे आला. त्याने माझ्याकडे नजर टाकून म्हटले, "वॉव... ही कोण?" आपुलकीने उच्चारलेले दोनच शब्द, ते सुद्धा इंग्लिशमध्ये. मला सुखद धक्का होता तो. त्याने माझे बोलणे ऐकले. मी ऑस्ट्रेलियन आहे हे समजल्यावर त्याचे डोळे आश्चर्याने विस्फारले. बाकी सर्वांचीच प्रतिक्रिया तशीच झाली. जन्माने कुर्दी असलेली ऑस्ट्रेलियन स्त्री युद्ध चालू असताना इथे काय करत आहे, हे समजणे त्यांच्यासाठी कठीण होते. त्यांना ते सगळे समजावून सांगणेसुद्धा कठीणच होते. शिवाय माझ्याबरोबर रिव्हींग होता. अमेरिकी लोकांबरोबरचे माझे बोलणे कदाचित वडलांपर्यंत पोहोचण्याची शक्यता नाकारता येत नव्हती.

ते लोक तर मला बरेच प्रश्न विचारू लागले. व्हेजी माईट या खास ऑस्ट्रेलियन पदार्थाची चव कशी असते येथपासून ते ऑस्ट्रेलियातील कांगारू, मगरी आणि समुद्रातील शार्क माशांपर्यंत. मला तर ऑस्ट्रेलियाची फारच आठवण येऊ लागली, पण माझे दु:ख मी चेहऱ्यावर दिसू दिले नाही.

शुक्रवारच्या आमच्या नमाजाच्या दिवसानंतर शनिवारपासून काम सुरू करावे असे ठरले. माझे काम कोणत्या प्रकारचे होते यापेक्षा मी कोणाबरोबर काम करणार होते याविषयी वडलांच्या मनात बरेच प्रश्न होते. मी त्यांचे समाधान करण्यासाठी खोटेच सांगितले की तेथे घरकामासाठी कुर्दी बायका आहेत, शिवाय केकवर लोणी पसरावे तसे आणखी वाढवून सांगितले की, नमाजासाठी तेथे वेगळ्या खोल्यांची सोय आहे.

त्यांनी माझ्या जाण्यायेण्यासाठी टॅक्सीची सोय केली होती. टॅक्सीचा ड्रायव्हर माझा दूरचा भाऊ होता आणि शिवाय पेट्रोल टाकून पेटवून देऊन नंतर गोळ्या झाडून ठार केलेल्या माझ्या चुलत बहिणीचा- एताबचा– तो दीर होता. हे ऐकून मी गार पडले. त्याची ड्रायव्हर म्हणून का निवड केली होती हे सूर्यप्रकाशाइतके स्पष्ट होते. पण त्याविषयी काही विचारणे मी टाळले.

अमेरिकन लष्करातील सात पुरुष आणि एक स्त्री यांच्याबरोबर त्या विस्तीर्ण बंगल्यातील ऑफिसमध्ये मला काम करायचे होते. मला त्यांच्यात सामावून घेणारी ती सज्जन माणसे होती. त्यांनी परत एकदा मला ऑफिस दाखविले. माझ्याबरोबर काम करणारी जॉईस नावाची काळी अमेरिकन स्त्री होती. तिचा नवरा तिकडे दूर अमेरिकेत आणि ही इथे कुर्दिस्तानात होती. या दुराव्यामुळे निर्माण होणारा नवरा बायकोतील विसंवाद तिने मला सांगितला. जॉईस माझ्या उपयोगी पडेल असा विचार माझ्या मनात चमकून गेला.

माझे काम डाटा टाईप करून कॉम्प्युटरमध्ये भरणे, फोन घेणे, कागदपत्रांच्या झेरॉक्स काढणे अशा प्रकारचे होते. तिथल्या मैत्रीपूर्ण खेळीमेळीच्या वातावरणात मी

चटकन मिसळून गेले. एक दिवस असा आला की ऑफिसमधल्या दोन सार्जंटस्ना दोहुकच्या मेयर बरोबर काही बोलणे करावयाचे होते आणि मेयरला तर इंग्लिशचा गंध नसल्यामुळे दुभाषाची कामगिरी माझ्यावर सोपविली होती. दोन पुरुषांबरोबर एकटीने शहरात जाणे म्हणजे फारच कठीण गोष्ट होती. पण माझ्या कामाचा तो एक भाग होता. माझ्या वडलांच्या कानांवर ही गोष्ट गेली तर मात्र परिणामांना मला तोंड द्यावे लागणार होते.

आम्ही हमर असे नाव असलेल्या एका रुंद गाडीतून दोहुक शहरात गेलो. त्या वाहनाचे टपसुद्धा शस्त्रास्त्रांनी सज्ज होते. खरोखरच हे अमेरिकेचे लष्कर शत्रूला कुठलीच संधी देत नव्हते. कुर्दी लोकांत तर अमेरिकेबद्दल आत्यंतिक आदर होता. त्यामुळे आम्हाला तडक त्या टक्कल पडलेल्या जाडजूड मेयरकडे नेण्यात आले. त्याच्या ऑफिसमध्ये सर्वत्र मुस्तफा बरझानीचे फोटो लावले होते. इराकच्या सत्तेविरुद्ध लढा उभा करणारा मुस्तफा बरझानी हा एकमेव नेता होता. आम्ही सर्व कॉफी टेबलाभोवती बसलो. बोलणे सुरू होण्यापूर्वीच स्थानिक चॅनेलचा माणूस व्हिडिओ कॅमेरा घेऊन येत असलेला मी बघितला. मला धोक्याची जाणीव झाली. संध्याकाळच्या बातम्यात मी टीव्हीच्या पडद्यावर दिसणे माझ्या कल्पनेपलीकडचे होते. माझ्या वडलांना मी त्या माणसांबरोबर बसलेली टी.व्ही.वर दिसणे म्हणजे माझ्यापुढे कसले ताट वाढून ठेवले जाईल या कल्पनेने मी शहारले. मी मेयरच्या साहाय्यकाजवळ माझी अडचण सांगितली. कॅमेरामनशी बोलून मी पडद्यावर कोठेही दिसणार नाही अशी व्यवस्था त्याने केली. अशी एखादी साधीशी वाटणारी चूक माझ्या जिवावर बेतली असती.

ते दोघे मेयरला काही माहिती विचारून घेत होते आणि त्या आश्चर्यजनक माहितीची मी साक्षीदार होते. त्या दोन सार्जंटस्नी इराकमध्ये शस्त्रास्त्रे कोठून येत होती, कोणता देश ती शस्त्रास्त्रे पुरवीत होता, उत्तर सीमेवर पोहोचलेली शस्त्रास्त्रे दक्षिणेपर्यंत कोणत्या मार्गाने जात होती इत्यादी सर्व माहिती मेयरला विचारून काढून घेतली गेली. मेयरबरोबरची बैठक जेमतेम अर्धा तास झाली. परंतु राजनैतिक वर्तुळाच्या वरच्या स्तरावर होणाऱ्या गौप्यस्फोटात मला फारसा रस नव्हता.

दुभाषी म्हणून माझ्या कामगिरीवर अमेरिकी खूश झाले. माझ्या कामाच्या योग्यतेचा बोलबाला सर्व युनिटमध्ये झाला. मेयरबरोबरच्या बैठकीत मी मात्र फार अस्वस्थ झाले होते. अर्थात कर्नलला मी हे सांगितले नाही, परंतु अशा प्रसंगी माझ्याबरोबर एखादी बाई असणे योग्य ठरेल हे सांगताना माझ्या वडलांबरोबरचे माझे संबंध किती नाजूक आहेत, हे मला सांगावे लागले.

"नो वरीज मेट. काळजी नको करूस," ऑस्ट्रेलियन इंग्लिशची नक्कल करत तो म्हणाला, "हे तू मला आधी का नाही सांगितलंस?" त्याने विचारले.

युनिटमधील लोकांना कुर्दी लोक बार्बेक्युसाठी (भाजून तयार केलेले पदार्थ) आमंत्रण देत. परंतु त्यांना भीती वाटे की कुर्दी त्यांच्यावर विषप्रयोग करतील किंवा त्या सर्वांचा एकदम खातमा करून टाकतील. त्यामुळे होकार देण्यापूर्वी ते मला विचारत. अशी काही शक्यता नाही असा विश्वास मी त्यांना देत असे. शिवाय खात्री करून घेण्यासाठी अशा ठिकाणी मी जॉईसबरोबर जात असे. या धष्टपुष्ट अमेरिकी सैनिकांच्या सुरक्षिततेसाठी मला जावे लागे या गोष्टीची मला मोठी गंमत वाटे. अर्थात या बार्बेक्यु मेजवान्यांचा उल्लेख मी कधीच वडलांजवळ केला नाही. एकतर मेजवान्या शहरापासून लांबवर असत आणि दुसरी गोष्ट म्हणजे ते लोक वडलांना ओळखणारे नव्हते.

थोडे दिवस काम केल्यावर माझी एका लेफ्टनंटबरोबर मैत्री झाली. मी इथे त्याचा उल्लेख 'मॅट' असा करणार आहे. मला कामाच्या ठिकाणी काही अडचण नाही ना, मी कामात रूळले आहे ना, अशी चौकशी तो मधूनमधून करे. तो एक साधा सरळ माणूस होता आणि माझ्यावर उगीचच छाप मारण्यासाठी तो चौकशी करत नव्हता, याबद्दल माझी खात्री होती. त्याला मी विश्वासात घेऊ शकेन याचा अंदाज मला आला. एके दिवशी मी एकटीच एका बैठकीचा अहवाल टाईप करत बसले होते. मॅट माझ्याजवळ येऊन मला म्हणाला, ''अगं सुंदर मुली, काय बिनसलंय तुझं? तुझ्या मनात नक्कीच काहीतरी शिजतंय.'' ''खरं आहे तुझं. पण त्याचा इथल्या कामाशी काही संबंध नाही. ती माझी वैयक्तिक बाब आहे.''

''हे, कम ऑन, मनातल्या मनात कुढू नकोस. सगळं बाहेर काढून टाक बरं. मला सांग काय झालंय. कदाचित मी काही मदत करू शकेन.''

''मला संकोच वाटतोय सांगायला.''

''माझ्याशी बोलून बघ. त्यानं तोटा तर होणार नाही.''

त्याचे बरोबर होते. त्याच्याशी बोलण्याने माझे काय नुकसान होणार होते? मी त्याच्याकडे वर मान करून बघितले आणि मी कुमारिका नसल्याचे त्याला सांगितले.

■

अठरा

"तुझी परिस्थिती बिकट आहे," त्याला माझ्या बोलण्यातील मथितार्थ समजला होता. "खरंच बिकट!"

मला कोणी हे सांगण्याची गरज होती असे नव्हे. पण एखाद्याने माझ्यावरचे संकट समजून माझी अवहेलना न करण्याची मात्र ही पहिलीच वेळ होती.

"मी तुला काय मदत करू?" वडलांनी जिवे मारण्याची धमकी दिल्याबद्दल मी सांगताच त्याने मला विचारले.

इराकमधील ऑस्ट्रेलियाच्या वकिलातीत कोणी ओळखीचे असल्यास मी माझ्या पासपोर्टवरील माहिती देऊ शकेन म्हणजे मी ऑस्ट्रेलियन नागरिक असल्याची खात्री पटेल आणि मला मदत मिळू शकेल, असे मी त्याला सांगितले.

मला थोडे थांबायला सांगून मॅट दुसऱ्या ऑफिसमध्ये निघून गेला. तिथे इंटरनेटची सोय होती. तो परत आला तेव्हा त्याच्या हातातील कागदावर वकिलातीचा पत्ता, ईमेल, फोन नंबर अशी सर्व माहिती होती. वकिलातीचा पत्ता मला माहीत होता, परंतु फोन नंबर मात्र माझ्याकडे नव्हता.

"आता लगेच तू त्यांना फोन करू शकतेस." टेलिफोनकडे बघत तो म्हणाला.

काय घडतेय ते मला समजेचना, खरंच ही गोष्ट अचानक इतकी सोपी होऊन गेली होती.

वकिलातीमधील योग्य व्यक्तीकडे फोन जाईपर्यंत थोडा वेळ लागला. मी एक ऑस्ट्रेलियन नागरिक असून दोहुकमध्ये अडकले आहे असे सगळे मी भराभर सांगू लागले. तेव्हा मॅटने माझ्या खांद्यावर हात ठेवून म्हटले, "रिलॅक्स!"

पण फोनवरच्या पुढच्या शब्दांनी मी चकित होऊन गेले. पलीकडचा माणूस सांगत होता की मला प्रत्यक्ष हजर राहून सर्व गोष्टी सांगणे आवश्यक होते.

"मला हे अशक्य आहे." आता मी रडण्याच्या बेतात आले. "तुम्ही समजून

का घेत नाही? मी बगदादपासून दूर इकडे उत्तर भागात आहे. माझ्याकडे बगदादला पोहोचण्याइतके पैसे नाहीतच पण तुमच्यापर्यंत पोहोचण्याचे माझे सगळे मार्ग बंद आहेत. कोणीतरी पुरुष माणूस मला बगदादला नेऊन सोडण्यासाठी हवा. पण मी कशाला जात आहे हे समजल्याशिवाय कोण हरीचा लाल मला तेथे नेऊन सोडेल? कुर्दी संस्कृतीविषयी तुम्हाला कसलीच कल्पना नाही का?''

माझे फोनवरचे बोलणे ऐकून मॅट पुटपुटला, ''या माणसाला युद्ध चालू आहे याची तरी कल्पना आहे का?''

मी पलीकडच्या माणसाला सिडनीतील आमच्या घराचा पत्ता दिला आणि पासपोर्टचे तपशील सांगितले. म्हणजे त्याला तपास करणे सोईचे होणार होते. पण त्याचे पालुपद चालूच होते. मी त्याची प्रत्यक्ष गाठ घेतल्याखेरीज काहीही काम होणार नव्हते.

''प्लीज, प्लीज माझी अडचण समजून घ्या. मी वकिलातीत तुम्हाला येऊन भेटले तरी ते माझ्या कुटुंबाला कळलेच आणि ते लोक मला मारून टाकतील. कदाचित मी तुमच्यापर्यंत पोहोचण्यापूर्वी वाटेतच ते मला ठार करतील. अहो, मी ऑस्ट्रेलियन नागरिक आहे आणि मदतीसाठी धाव घेत आहे,'' मी त्याची विनवणी केली.

''तू इथे आल्याशिवाय मी काही करू शकत नाही. हे बघ मी इथे काही रिकामा बसलेलो नाही. आता मी बोलणं थांबवतोय. इथे येण्याचा प्रयत्न कर,'' असे सांगून त्याने फोन ठेवला.

मला रडू कोसळले. मॅटला माझी परिस्थिती समजली. तो म्हणाला, ''आता या माणसाच्या बॉसशी संपर्क साधणं गरजेचं झालंय.'' ही बाब अत्यंत गुप्ततेने हाताळली जाईल याची हमी त्याने मला दिली.

''तुला इथून बाहेर काढण्याचे शक्य तेवढे सारे प्रयत्न आम्ही करू.'' तो म्हणाला. मॅटच्या या शब्दाने माझ्यावर फारसा परिणाम झाला नाही. कारण डेव्हिड आणि झानाने मला अशीच आश्वासने यापूर्वी दिली होती. शिवाय त्या वकिलातीच्या माणसाचा स्वर तर मला हाकलून दिल्यासारखा होता. त्यामुळे आता मात्र माझी खात्री पटली की, माझे खासगी गुपित बाहेर येण्यापूर्वी मला कुर्दिस्तान सोडणे अशक्य होते. मॅटने मदतीचा हात पुढे केला होता खरा; पण त्यातून काही निष्पन्न होईल, असे मला वाटत नव्हते.

येणाऱ्या प्रत्येक दिवशी मी आनंदात असल्याचे नाटक करत होते, तरी आतून मला सारखे दु:खाचे कढ येत होते. जॉईस माझी जवळची मैत्रीण होती. तिला मी माझी सर्व परिस्थिती समजावून सांगितली. तिला माझी सगळी कथा ऐकून धक्काच बसला. तिला माझी काळजी वाटू लागली. परंतु तिने मला खात्रीपूर्वक सांगितले की

मॅट आणि इतर ऑफिसर्सवर विश्वास असेल तर त्यांची मदत मला नक्कीच मिळेल. माझ्याविषयी खरं म्हणजे सर्वांनाच समजले होते, परंतु उगीचच या सर्व प्रकाराबद्दल वावड्या कधीच उठल्या नाहीत. मी काम करत असलेल्या विभागातील सर्वांनीच त्यांची मला मदत करण्याची प्रामाणिक इच्छा असल्याचे सांगितले आणि तसा त्यांचा प्रयत्न चालूच होता. मॅट, जॉईस आणि अमेरिकेच्या टेक्सास प्रांतामधून आलेला एक ऑफिसर असे तिघे मला सतत धीर देत असत. हा ऑफिसर सारखा तंबाखूचे बार भरत असे आणि सतत हातात असलेल्या एका बरणीत पिंका टाकत असे.

या नव्या नोकरीत काम सुरू करून तीन आठवडे झाले होते. त्या सुमारास मी घरी असताना स्वयंपाकघरातून माझ्या आत्यांचे आपसातले बोलणे माझ्या कानावर पडले.

एक म्हणत होती, ''या आपल्या ऑस्ट्रेलियातील भाचीचं काय चाललं आहे? तिला मोठमोठ्या श्रीमंत घरातून एका मागोमाग एक मागण्या येत आहेत आणि ही बया तर त्या धुडकावून लावते आहे. आता मात्र आपल्याल्याच काहीतरी करायला हवं.''

त्यानंतर मला आजीचे बोलणे ऐकू आले. ती आपल्या लेकींना सांगत होती, ''खरं तर ती इथे आल्या आल्या आम्ही तिचं लग्न उरकून टाकणार होतो. आमच्याच्यानं आता तिला सांभाळणं दिवसेंदिवस कठीण होत चाललं आहे. दिवसभर स्वत:च्या खोलीत बसून असते नुसती. सगळ्यांच्याच डोक्याला ताप झाली आहे.''

दिवसभर खोलीत बसून होते मी? तिने मला घरकामाला जुंपले नव्हते तेव्हा तीच मला खोलीबाहेर येऊ देत नव्हती आणि आता मी नोकरीनिमित्त दिवसभर घराबाहेर असते हे बहुतेक ती विसरली असावी.

ज्या दियारने मी कुमारिका नाही हे समजताच माझा वाटेल तसा अपमान केला होता, त्या कंपनीत मला नोकरी मिळवून देणारी वफा आत्या म्हणत होती, ''माझ्यामते आता तिचं लग्न ठरविण्यापूर्वी आपण तिची तपासणी करून घेण्याची वेळ आली आहे.''

हे अल्ला, म्हणजे त्यांचा बेत माझी डॉक्टरकडून तपासणी करवून घेण्याचा होता तर.'' मी हादरून गेले. या असल्या डॉक्टरी तपासणीची मला माहिती होती. लग्नापूर्वी वर आणि त्याचे नातेवाईक यांनी नववधू कुमारिका आहे की नाही ते कळण्यासाठी डॉक्टरी तपासणीचा आग्रह धरला तर त्या बिचाऱ्या मुलीची अशी तपासणी तिच्या घरच्यांना करून घ्यावी लागत असे. अशा तपासणीची सोय असलेले हॉस्पिटल दोहुकमध्ये होते.

मला त्या क्षणी एकदम स्वीडनमधल्या राजस सौंदर्य लाभलेल्या पेलाची आठवण झाली. पेलाचे लग्न झाल्यावर तिच्यावर कुमारिका नसल्याचा संशय घेतला गेला होता आणि कुटुंबाची अब्रू जाऊ नये म्हणून तिच्या नातेवाइकांनी तिला ठार केले होते. परंतु मृत्यूनंतरच्या तपासणीत ती कुमारिका असल्याचे सिद्ध झाले होते. बिचारी पेला. असले प्रकार म्हणजे सरळसरळ खूनच होते. पण आमच्या समाजात अशा गुन्हेगारांना काही शिक्षाच नव्हती.

"तिच्या वडलांच्या मनात एखादा मुलगा आहे का? त्याच्या बरोबर त्यांना तिचं लग्न लावून द्यायचंय का?" आणखी एका आत्याचा आवाज आला.

"हो. त्याचं आणि माझं याविषयी बोलणं झालंय. त्यानं इब्राहिमचा मुलगा हेवल याला हेरून ठेवलंय." आणखी एक आवाज मी ऐकला.

त्या कोणाविषयी बोलत आहेत याची थोडी फार कल्पना मला आली. इब्राहिम म्हणजे माझ्या वडलांचा सख्खा चुलतभाऊ. इतक्यानेच भागले नव्हते. जिला संशयावरून जाळून ठार केले होते त्या एताबचे ते वडील होते. आता माझ्या लक्षात आले की गेले काही दिवस माझे वडील माझ्यासमोर हेवलची एवढी स्तुती का करत होते ते. मी तिकडे फारसे लक्ष दिले नव्हते कारण मला वाटत होते की हेवलच्या घरच्यांकडून मला मागणी आली आहे.

"मी घेते तिची तपासणी करून" माझी आजी सांगत होती. "आणि थोड्याच दिवसांत माझ्या लेकाला सांगून तिचं लग्न ठरवून टाकते. ती पंचविशीची होण्यापूर्वी तिचे वडील तिचं लग्न लावून देणार आहेत. या डिसेंबरमध्येच ती पंचवीसची होईल."

"मला समजतच नाही की एवढी चांगली स्थळं ती का नाकारत आहे? खरंच आपल्या सर्वांसाठीच हे लाजिरवाणं आहे." एकीचा आवाज आला. "एवढ्यात होईलच तिचं लग्न." आणखी कोणीतरी म्हणाले.

"ती कामावर जाताना जे कपडे घालते ना, त्या बाबतीत सुद्धा आपण काही तरी केलं पाहिजे. नाहीपेक्षा तिचं कामावर जाणंच बंद करून टाकू. तुम्ही कोणी बघितलंय ती कशी कपडे घालते ते? त्या कपड्यातून तर तिच्या शरीराचा आकार स्पष्ट दिसून येतो."

मला माहीत होते की जमिला स्वयंपाकघरातच होती. पण तिने माझ्या बाजूने चकार शब्द काढला नव्हता. त्या सगळ्या बायकांपुढे तिचे काहीही चालत नव्हते. घराच्या मालकाची बायको म्हणून ती नुसती नावापुरती मालकीण होती. शिवाय त्या घरात ती अगदी नवीन होती.

आता मात्र मला जाणीव झाली की हातातून निसटून जाणाऱ्या काळाबरोबर माझी स्पर्धा होती. तर मग इथून निसटण्यासाठी मला अमेरिकी लोकांकडून मदत

मिळणे आवश्यकच होते. नाही तर मग हॉस्पिटलमधील तपासणीला तोंड देणे भाग होते. त्या रात्री मला इतके आजाऱ्यासारखे वाटू लागले की मला जेवणही नकोसे झाले.

दुसऱ्या दिवशी रडल्यामुळे आणि झोपेविना तांबारलेले माझे डोळे बघून काहीतरी नाट्यपूर्ण प्रसंग घडला असला पाहिजे अशी मॅटची खात्री झाली. मी रात्री घडलेली सर्व हकिकत त्याला सांगितल्यावर तो म्हणाला, "च्यायला! गोष्टी फारच वेगाने पुढे जात आहेत. आपला वेग कमी पडतो आहे."

मग मात्र मॅट वेगाने कामाला लागला. त्याने वरिष्ठांना सर्व परिस्थिती समजावून सांगितली. मग असे ठरले की जे तात्पुरते आपत्कालीन अमेरिकी शासन लागू झाले होते, तिथल्या वरिष्ठांकडे मला घेऊन जावे. शहरातील एका मोठ्या हॉटेलजवळ या काळजीवाहू सरकारचे ऑफिस होते, तिथे माझी ओळख वरिष्ठ अधिकाऱ्याबरोबर करून देण्यात आली. त्या व्यक्तीचा उल्लेख मी 'रॉब' असा करणार आहे. राखाडी रंगाचे केस असलेला चाळिशीचा रॉब सैनिकी वर्दीत नव्हता. त्याने माझ्याबरोबर हस्तांदोलन केले. माझ्याविषयीची संपूर्ण माहिती त्याला दिली गेली होती. तरी त्याने पिवळ्या रंगाच्या कागदावर माझे पूर्ण नाव, पासपोर्टची माहिती, माझी ऑस्ट्रेलियन पार्श्वभूमी, मी तो देश कधी सोडला, कुर्दिस्तानात कधी आले इत्यादी माहिती लिहून घेतली. मला जो कोणी मदत करे त्याला मी कुमारिका नाही हे सांगणे मला आवश्यक वाटत असे. शिवाय माझ्या वडलांनी मला चोप देऊन जिवे मारण्याची धमकी दिली आहे हे सुद्धा माझ्या सांगण्यावरून त्याने लिहून घेतले. मी रडत रडत त्याला कुटुंबाच्या अब्रूसाठी मुलींच्या होत असलेल्या हत्येबद्दल सांगू लागले. मला मध्येच थांबवून तो म्हणाला, "मला त्याविषयी माहिती आहे. तुझे प्रकरण तर आणखीच गंभीर आहे. परंतु तू खात्री बाळग, आम्ही तुला येथून बाहेर काढू."

"प्लीज, लवकरात लवकर मला बाहेर काढा. माझ्याजवळ वेळ अगदी कमी आहे. ते लोक मला तपासणीसाठी हॉस्पिटलमध्ये घेऊन जाणार आहेत. कदाचित मी तिथून बाहेर येऊ शकणार नाही."

"मी त्वरित ऑस्ट्रेलियन वकिलातीबरोबर संपर्क साधतो." तो म्हणाला.

मी त्याला ऑस्ट्रेलियन वकिलातीचा अनुभव सांगितल्यावर तो म्हणाला, "काही करण्याऐवजी घोंगडं उगीचच भिजत पडलं आहे, हे बरोबर नाही."

दिवस जातच होते. मी माझ्या आत्यांच्या संपर्कात कमीतकमी येण्याचा प्रयत्न करू लागले. मी वडलांचा चेहरा वारंवार न्याहाळू लागले. पण मला त्यांच्या डोक्यात काय चालले आहे याचा मागमूस लागत नव्हता. कदाचित गुपचूपपणे लग्न ठरवून टाकण्याचा त्यांचा बेत असावा. प्रत्येक रात्री मी अल्लाची एकच प्रार्थना करत असे, "प्लीज देवा, तू अमेरिकी लोकांना मदत कर. म्हणजे ते मला मदत

करतील. प्लीज मला इथून बाहेर काढण्यासाठी तू त्यांना मदत कर.''

एक दिवस मी अरबी लिपीतील काही कागदपत्रे इंग्लिशमध्ये भाषांतरित करत असताना एक ऑफिसर, डॅनियल मला हळूच म्हणाला, ''तयारीला लाग. तू इथून बाहेर जायचं आहेस. तुझ्या महत्त्वाच्या वस्तू बॅगेत भरून इकडे आण. पण एकदम सगळ्या आणू नकोस. रोज थोड्या थोड्या आण, म्हणजे कोणाला संशय येणार नाही.''

मी गर्रकन त्याच्याकडे वळले. ''तू म्हणतोस ते खरं आहे का? खरंच मी इथून बाहेर पडणार आहे?

''तू माझ्याबरोबर पैज लाव.'' तो हसून म्हणाला.

दुसऱ्या दिवसापासून मी माझ्या सर्व वस्तू तपासून वेगळ्या करू लागले. माझे दागिने, फोटो, गाण्यांच्या सीडी आणि वजनाने हलके असे कपडे मी आणू लागले. माझ्या खांद्यावरील बॅगेत मी ते ठेवू शकले असते. म्हणजे माझ्यावर कायम नजर ठेवून असणाऱ्या त्या आजीला किंवा माझा दूरचा भाऊ असलेल्या त्या टॅक्सी ड्रायव्हरला संशय आला नसता. माझा आवडता लालभडक टॉप मी सतरा वर्षांची असल्यापासून माझ्याजवळ होता, तो बॅगेत ठेवताना तर माझे हात थरथरू लागले. कुर्दिस्तानात आल्यापासून तर मला तो कोणी घालूच दिला नव्हता. कारण काय तर म्हणे एखादी चवचाल बाई घालेल, असा त्याचा आकार होता.

एके दिवशी मी काही दागिने आणि माझी डायरी बाहेर काढली. आजी आणि आत्यांविषयीचे सत्यकथन मी त्या डायरीत लिहून ठेवले होते. पण मला ती डायरी ऑफिसमध्ये नेऊन ठेवणे योग्य वाटेना. माझा तिथल्या सर्वांवर विश्वास होता तरी न जाणो एखाद्या चुकीच्या माणसाच्या हातात डायरी पडली तर? म्हणून परत मी ती कपाटाच्या खणात ठेवली आणि खणाला कुलूप लावले. आत्यांनी मला दिलेले बूट आणि कपडे मात्र माझ्या मागे इथे कपाटातच राहणार होते.

त्या दिवशी माझा तो दूरचा भाऊ मला घेऊन नेहमीप्रमाणे टॅक्सीने ऑफिसला जायला निघाला. मी मागे बसले होते. माझ्या पायाशी माझ्या म्हणून ज्या वस्तू होत्या त्या भरून ठेवलेली माझी बॅग होती. मी स्वतःला सतत शांत रहा, शांत रहा असे बजावीत होते. कोणास ठाऊक, परत एकदा पदरी निराशा पडणार असेल असे विचार मनात येत होते. अर्थात सुटका करून घेण्याचा हा प्रयत्न फसला तर मात्र माझा सर्वनाश अटळ होता. मला खरंच उशीर झाला होता का?

ऑफिसमध्ये मी माझ्या पायाशी बॅग ठेवली. ती कुठे ठेवू म्हणजे सुरक्षित राहील असे विचारण्यासाठी मी संधी शोधत होते.

''तू तुझं सामान आणलेलं दिसतयंस, छान!'' डॅनियल मला सांगत होता. ''तुला पाच मिनिटांत निघायचंय!''

त्याचे शब्द माझ्या डोक्यात शिरण्यास थोडा वेळ लागला. पण शिरले तेव्हा मला प्रथम संशयानेच घेरले.

"निघायचंय म्हणजे कुठं जायचंय?" मला नोकरीवरून काढून तर टाकलं नव्हतं की मला ते घरी नेऊन सोडणार होते? कारण माझ्या आत्या म्हणायच्या तशी मी या लोकांसाठीसुद्धा एक संकट होते. त्यांनी तर मला सांगितलं होतं की, माझ्या सुटकेसाठी काही दिवस थांबणे भाग होते. नक्कीच काहीतरी अघटित घडले होते. एका सेकंदात माझ्या मनात असे कितीतरी विचार येऊन गेले.

मी डॅनियलला काही विचारणार, तोच तो म्हणाला, "तुझ्यासाठी बाहेर वाहनाची व्यवस्था झाली आहे. तुला घेऊन प्रथम ते मोसुलला जातील. त्यानंतर बगदाद आणि मग एकदम घरी, बेबी." तो अमेरिकी हेल काढत मला सांगत होता. त्याला माझे डोळे आनंदाने चमकताना दिसले. माझ्या मनात काय चाललेय ते त्याने ओळखले. मी खुर्ची सरकवून पटकन उभी राहिले. त्याच्या गळ्यात हात टाकून म्हणाले, "थँक्स." तो मागे सरकून म्हणाला, "हेड गर्ल! थांब थांब, इथल्या अगदी थोड्या लोकांना काय चाललंय ते माहीत आहे. तुझं प्रकरण म्हणजे अगदी खासगी गुपित आहे. खरंच खासगी म्हणजे खासगी!"

"फक्त मी सोडून!" मागून आवाज आला. मॅटने हसत हसत ऑफिसमध्ये पाऊल टाकले. "परत एकदा कांगारुंच्या देशात. मी म्हटलं होतं ना की आम्ही तुला बाहेर काढू." डोळे मिचकावत तो म्हणाला.

ते दोघे मी काय करायचे आहे याबद्दल सूचना देऊ लागले. माझ्या वडलांच्या कानांवर काही जाऊ नये याची काळजी घेत सर्व योजना त्यांनी काळजीपूर्वक आखली होती. लष्करात ड्रायव्हर म्हणून काम करणारा एक कुर्दी माणूस मला एका ठिकाणी नेणार होता. ते माझ्या आत्याचे घर आहे असे मला त्याला सांगायचे होते. तिथून माझ्यासाठी दुसऱ्या वाहनाची सोय करण्यात आली होती. अर्थात आत्याच्या घरी जाण्याचे नाटक मला वठवायचे होते तरी मी त्याला आत्याचा पत्ता देणार नव्हते.

"मग मला तरी कसं कळेल कुठं जायचंय ते?" मी विचारले.

"मी तुला खुणेनं सांगेन." डॅनियल म्हणाला. तो माझ्याबरोबर येणार होता.

"मी माझं बोट तुला दाखवेन. तिकडे तू ड्रायव्हरला गाडी घ्यायला सांग."

ऑफिसला लागूनच पुरुषांच्या राहण्याची सोय होती. तिथे जाऊन मला माझ्या सहकाऱ्याची, ट्रेव्हरची भेट घ्यायची होती. तो माझा चांगला मित्र तर होताच; शिवाय हरतऱ्हेची मदत तो मला करत असे. मी तशी परवानगी विचारल्यावर मला त्वरेने परत येण्याविषयी बजावले गेले. मी धावतच ट्रेव्हरकडे गेले. त्याला बाहूत घेऊन त्याचा मुका घेतला आणि त्याला म्हटले, "मी निघाले आहे. गुडबाय."

''मला माहित्येय. पाच मिनिटांपूर्वीच त्यांनी मला सांगितलं.''

आमच्या दोघांच्या डोळ्यात अश्रूंनी गर्दी केली. त्याने त्याच्या पाठीवरच्या बॅगेतून एक पाकीट काढले.

''कदाचित तुला याची गरज लागेल. मला वाटतं ही एक चांगली गोष्ट मी तुला देऊ शकतो.''

एका पांढऱ्या रंगाच्या कोणतीही निशाणी नसलेल्या गाडीतून आम्ही निघालो. मला मिळालेली भेट मी उघडली. पाकिटात तीनशे अमेरिकी डॉलर्स होते. ट्रेव्हरला महिन्याकाठी जेवणखाण आणि इतर खर्चासाठी मिळणारी रक्कम होती ती. त्याने त्याचा ईमेल पण मला दिला होता. या चांगुलपणावर विश्वास ठेवणे खरंच कठीण होतं.

डॅनियल पुढच्या सीटवर बसला होता. तो अधूनमधून सहज उंचावल्यासारखा त्याचा हात चेहऱ्याजवळ नेई. उजवीकडे वळायचे असेल तर तो अंगठा दाखवे, डावीकडे जायचे असेल तर बोट. मी त्याप्रमाणे ड्रायव्हरला सूचना देत होते. त्यामुळे मला रस्ता माहीत होता, याविषयी ड्रायव्हरची खात्री पटत होती.

मधूनच माझे अंग भीतीने शहारत होते. कोणी आमचा पाठलाग तर करत नव्हते? करतच असणार. पण मी जेव्हा जेव्हा मागे वळून बघत होते तेव्हा मला संशयास्पद असे काही आढळत नव्हते.

एकाएकी डॅनियलने हात वर करून परत खाली घेतला. ही खूण थांबण्यासाठी होती. मला मिळालेल्या सूचनेप्रमाणे मी ड्रायव्हरला गाडी थांबवायला सांगितली आणि डॅनियलला लष्कराच्या दुसऱ्या एका ठिकाणी जाण्यास सांगितले. मला डॅनियलच्या मानेवर ओठ टेकवून त्याचे आभार मानावेत अशी जबरदस्त इच्छा झाली. ते अर्थातच शक्य नव्हते. मी अतिशय सावधपणे त्याच्या खांद्याला निसटता स्पर्श करून म्हटले, ''थँक्स. सी यू. आभार, परत भेटूच.''

गाडी नजरेपलीकडे निघून गेली. माझ्या हातात ऑफिसने दिलेली एक छोटी बॅग होती. आता त्या अनोळखी रस्त्यावर मी एकटीच असल्याचे मला जाणवले. त्या रस्त्यावर बरीच घरे होती, पण एकही माणूस दिसेना. आता मी काय करणार होते? हा एखादा दुष्टपणाने केलेला विनोदी प्रसंग तर नव्हता? माझा अमेरिकी जवानांवर विश्वास होता, पण आजपर्यंत माझी इतकी फसवणूक केली गेली होती की माझ्या मनात हा विचार आल्याखेरीज राहिला नाही. एखाद्या संकटात मदतीला धावून जाणाऱ्या कुर्दी माणसाने मला माझ्या वडलांच्या घरापर्यंत नेऊन सोडले तर काय शिक्षा मिळेल हा विचारही मी करू शकत नव्हते. तितक्यात मला तीन अमेरिकी माणसांनी घेरून टाकले. ती माणसे सैन्यातील दिसत नव्हती, पण त्यांच्या अंगावर नखशिखांत शस्त्रास्त्रे मात्र होती. कमरेभोवतीच्या पट्ट्यात, मांड्याजवळ

सर्वत्र शस्त्रास्त्रे आवळली होती. जेव्हा कधी मी कामासाठी या भागात आले होते, तेव्हा आमच्याच विभागात काम करणारी ही माणसे मला दाखविण्यात आली होती. अमेरिकेच्या लष्कराला मदत करण्यासाठी म्हणून खासगीरित्या या माणसांची नेमणूक केली गेली होती. काळ्या रंगाच्या तीन वाहनांपैकी एकात माझे गाठोडे चट्‌दिशी कोंबून टाकले गेले. ती तीन वाहने रस्त्यात अशा रितीने उभी केली गेली होती की पूर्ण रस्ताच बंद झाला होता. माझा पाठलाग करणारी एखादी गाडी असती तर तिला या रस्त्यावर येणे अशक्य करून टाकण्यात आले होते. या जागी येताना ही तीन वाहने रस्त्याच्या कडेला उभी असलेली पाहिल्याचे मला अस्पष्टसे आठवत होते. खरंच या एका मोठ्या नाट्यमय सुटका प्रकरणाची मी नायिका होते तर!

त्या गाडीत माझ्या ओळखीची एक व्यक्ती होती. रॉब! माझ्याच विभागातला. माझ्याकडे बघून तो दिलखुलास हसला.

''तुझ्या सुटकेसाठी थोडे प्रयत्न करावे लागले खरे. पण आता मात्र तू तुझ्या सुटकेच्या मार्गावर उभी आहेस हं!'' तो म्हणाला.

आम्ही वेगाने दक्षिणेकडे निघालो. त्यांच्यापैकी एकजण मला म्हणाला, ''आता मात्र तू सुरक्षित आहेस. सर्व गोष्टींवर आपलं नियंत्रण आहे.''

''मला तुझ्याकडून एक छोटीशी गोष्ट करून घ्यायची आहे,'' असे म्हणून रॉबने माझ्या हातात एक कागद आणि टेपरेकॉर्डर ठेवला.

त्या कागदावरचे शब्द टेपरेकॉर्डवर रेकॉर्ड करायचे होते. ''या कागदावरचं वाक्य रेकॉर्ड करणं गरजेचं आहे. म्हणजे आमच्याजवळ हा पुरावा राहील.'' रॉब म्हणाला.

''मी कुर्दिस्तान आणि इराक देश माझ्या स्वत:च्या मर्जीनं सोडून जात आहे.''

''माझ्या स्वत:च्या मर्जीनं'' किती आनंद भरला होता या शब्दांत ते माझं मलाच ठाऊक. खरंच माझ्या इच्छेनुसारच सर्व काही घडत होतं.

त्या रस्त्यावर कुर्दिस्तानची एकूण तीन तपासणी केंद्रे होती. जाणाऱ्या येणाऱ्या प्रत्येक व्यक्तीचे ओळखपत्र तिथे तपासण्यात येत होते. परंतु आम्ही अमेरिकी सैन्याच्या खास गाडीत होतो, हे त्या वाहनावरून ओळखणं सहज शक्य होते. शिवाय एडने त्याचे ओळखपत्र तपासणी नाक्यावरून जाताना दाखविल्यामुळे काही अडचण न येता आम्ही पुढे निघालो. मला मात्र गाडीच्या मागच्या सीटवर अंगावर ब्लँकेट घेऊन कोणाच्या नजरेस पडू नये म्हणून सरळ झोपावं लागलं. अमेरिकेच्या लष्कराच्या वाहनातून एक कुर्दी स्त्री प्रवास करताना नजरेस पडणे ही फार मोठी आपत्तीच ठरली असती.

मोसुल शहराच्या लष्करी विमानतळावरून मला सरळ बगदादला पोहोचविण्यात येणार होतं. दोहुकच्या तळाप्रमाणेच तो सर्व भाग रेझर वायर्स आणि वाळूच्या पोत्यांनी वेढून टाकला होता. धावपट्टीवर मला हर्क्युल विमान उभे असलेले दिसले.

हे सर्व प्रत्यक्ष घडत आहे यावर माझा विश्वासच बसत नव्हता. सगळे कसे भरधाव वेगाने आणि अचानक घडत होते. त्या सकाळी मी नेहमीप्रमाणे वडलांच्या घरातून कामावर जाण्यासाठी निघते काय आणि आता या दुष्ट जगापासून कायमची दूर होण्यासाठी लष्करी तळावरून मला बगदादला नेण्यासाठी उभे असलेले विमान बघते काय, सगळेच किती अविश्वसनीय!

पण हे सर्व ताबडतोब घडणार नव्हते. माझ्या पुढच्या प्रवासाची सोय होईपर्यंत मला मोसुलच्या लष्करी तळावर थांबणे आवश्यक होते. एखाद्या वाहनाच्या मागे ट्रेलर असावा, तशा तात्पुरत्या उभारलेल्या इमारतीत माझी राहण्याची सोय होती. तिथे मला गरज लागेल अशा सर्व वस्तूंची सोय करण्यात आली होती. अगदी इंग्लिश कादंबऱ्यांपासून ते हॅरी पॉटरच्या पुस्तकांपर्यंत. एखाद्या पाश्चिमात्य देशात तर मी पोहोचले नव्हते! माझ्या नाष्ट्यासाठी पदार्थ, टी.व्ही. आणि एक छोटा पलंगही होता. दोहुकला माझ्याकडे एक छोटी बॅग सुपूर्द करण्यात आली होती. आता मी ती उघडली. एखाद्या मुलीला काय गोष्टींची गरज लागू शकते याचा पूर्ण विचार करून बॅग भरली होती. काही औषधे, नाईट गाऊन, टूथ ब्रश, पेस्ट, शॅम्पू, कंडिशनर, कंगवा, टी शर्ट, कागद पेन, हात पुसण्याचा टॉवेल, खाण्यासाठी चिप्स आणि फ्रूट ज्युसचा छोटा डबासुद्धा. त्या माणसांबद्दल माझ्या मनात जिव्हाळा दाटून आला. खरंच माझ्यावर त्यांचे निरपेक्ष प्रेम होते आणि माझेही त्या सर्वांवर प्रेम होते.

त्या रात्रीचे जेवण मी तळावरच्या लोकांबरोबर त्यांच्या जेवणाच्या हॉलमध्ये घेतले. मला आवडणारे सॉसेजेस, हॉट डॉग, आशियाई पदार्थ, फळफळावळ आणि मिष्टान्ने असे सर्व काही हजर होते. दोहुकच्या तळावर काम करणाऱ्या एका जवानाची आणि माझी तेथे अचानक गाठ पडली. आमच्या गप्पा सुरू झाल्या. मी तेथून जाणार म्हणून त्याला वाईट वाटत होते. पण माझ्या सुटकेचा आनंद त्याला झाला होता. मला मिळालेल्या सूचनांनुसार मी तिथे इराकी पत्रकाराची भूमिका वठवत होते. परंतु तिथे असणाऱ्या इतर युरोपियन पत्रकारांपासून मी अंतर राखून होते. कारण माझ्याबरोबर ते सुद्धा बगदादला जाणार होते. मी कोणासाठी काम करते, इराकमधील कुठल्या प्रकरणावर लेख लिहिते आहे, अशा प्रश्नांना उत्तर देणे मला जड जाणार होते. त्यामुळे एका सैनिकाबरोबर मी लष्करी तळावर थोडे फार हिंडून यावे म्हणून बाहेर पडले. अर्थात नंतर मला असे हिंडण्याबद्दल बरीच टीका सहन करावी लागली. कारण या सुटका प्रकरणाची माहिती काही अगदी मोजक्या व्यक्तींना होती आणि एकूणच हा मामला अतिशय गुप्त राखला गेला होता.

तो काळ युद्धाचा होता. त्यामुळे विमानांच्या उड्डाणाला वेळापत्रक नव्हते. विमाने येत जात ती सुद्धा सर्व काही सुरक्षित आहे याची खात्री झाल्यावरच.

निश्चितस्थळी विमाने कोणत्या मार्गाने जातील ते अगदी शेवटच्या मिनिटापर्यंत जाहीर केले जात नव्हते.

दुसऱ्या दिवशी सकाळीसुद्धा माझा पुढचा प्रवास अधांतरीच होता.

तिसरा दिवस उजाडला. त्या दिवशी सकाळी मला संरक्षण देणारा एक सैनिक डॉनी मला म्हणाला, ''मला समजतच नाही की त्या दुष्ट बाईचा तुझ्यावर एवढा का राग आहे?''

मी त्याच्याकडे बघितले. ''ती, इथली ऑफिस सांभाळणारी बाई.'' तो सांगू लागला, पण तो कोणाविषयी बोलत आहे याची मला कल्पना नव्हती. अगं, ती कुर्दी अमेरिकन आहे. तिच्या परवानगीविना इथलं पानदेखील हलत नाही. थोडा वेळ थांबून तो म्हणाला, ''तुझ्या कुटुंबाकडे तुला परत पाठवावं असा तिचा आग्रह आहे.''

■

एकोणीस

त्या दिवशी ऑफिसमधून मी घरी परतले नव्हते. त्यानंतर दोहुकमध्ये काय घडले असावे याची मी कल्पना करू शकत होते.

माझा टॅक्सी ड्रायव्हर भाऊ मला घरी घेऊन जाण्यासाठी यू.एस. आर्मीच्या ४१६ व्या सिव्हील अफेअर्स बटालियनच्या ऑफिसमध्ये गेला होता. मी ऑफिसच्या बाहेर आले नाही म्हणून त्याने चौकशी सुरू केली खरी, परंतु कोणालाच काही माहिती नव्हती. त्याने तडक घरी जाऊन माझ्या वडलांना ही माहिती दिली. अस्वस्थ होऊन काही काळ त्यांनी वाट पाहिली आणि मग मात्र त्यांनी मला चोप देण्यासाठी केबल की ठार मारण्यासाठी बंदूक बाहेर काढली होती ते मात्र अद्याप मला कळलेले नाही.

मला इतके समजले की माझ्या सुटकेमुळे दोहुक आणि मोसुलमधील प्रत्येक अमेरिकी सैनिकाच्या जिवाला धोका निर्माण झाला होता. त्या रात्री बारापर्यंत माझी वाट बघून माझे वडील, टॅक्सी ड्रायव्हर भाऊ आणि एक काका असे तिघे बंदुका आणि तलवारी घेऊन माझा शोध घेण्यासाठी तळावर हजर झाले होते. तिथे गेटवरच्या सैनिकांना काहीच कल्पना नव्हती. त्यामुळे मी कोठे असेन याविषयी ते काहीच सांगू शकले नाहीत. तेव्हा बहुतेक माझे वडील गर्जना करू म्हणाले होते, "जर का माझ्या मुलीच्या नाहीसे होण्यात एखाद्या अमेरिकी माणसाचा हात असेल तर दोहुकचं रुपांतर आम्ही फलुजामध्ये करू." चार महिन्यांपूर्वी चार अमेरिकी कंत्राटदारांना ठार मारून त्यांची शरीरे बगदादच्या पश्चिमेकडील फलुजा शहराच्या रस्त्या-रस्त्यावरून फिरवण्यात आली होती. त्याच सुमारास शस्त्रास्त्रांनी भरलेल्या लष्करी वाहनांतील चार अमेरिकी जवानांना मारून टाकण्यात आले होते. लोक रस्त्या-रस्त्यातून "फलुजा, अमेरिकेचे कबरस्तान" अशा आरोळ्या देत फिरत होते.

त्या रात्री माझे वडील रागाने बेभान होऊन "मी तिला शोधून काढून ठार करेन" अशा आरोळ्या देत फिरू लागले होते. त्यांचे बरेचसे नातेवाईकही तिथे हळूहळू

जमा होऊ लागले होते. दोहुकमध्ये राहणाऱ्या नातेवाइकांच्या दारावर धडका मारून वडील त्यांना एकत्र करू लागले होते. काळ वेळ कशाचेच भान त्यांना उरले नव्हते.

काही गोष्टी मात्र माझ्यापर्यंत पोहोचल्या नव्हत्या. दोहुकहून माझी सुटका झाली खरी; परंतु अमेरिका आणि ऑस्ट्रेलिया या दोन देशांच्या कार्यालयीन कारवाईची मला तेव्हा कल्पना नव्हती. माझ्याविषयी जो काही पत्रव्यवहार झाला होता त्यात असं स्पष्ट म्हटलं होतं की माझे वडील एका महिन्यात माझे लग्न लावणार होते. त्या वेळी माझी मुलाखत ज्याने घेतली त्याच्याजवळ मी कुमारिका नसल्याचे स्पष्ट केले होते. माझं वय आणि एकूण पार्श्वभूमी लक्षात घेता लग्नापूर्वीचा एक विधी म्हणून मला बळजबरीने हॉस्पिटलमध्ये नेण्यात आले असते. त्यामुळे तपासणीत सत्य बाहेर येणार होते किंवा लग्नाच्या रात्री माझे बिंग फुटणार होतेच. माझ्या बोलण्यात मी पुढे असं म्हटलं होतं की माझे वडील हे कसोशीने परंपरा पाळणारे होते आणि कुटुंबाच्या इभ्रतीसाठी त्यांनी मला नक्कीच ठार केले असते. पुढे माझ्या माहितीतील काही उदाहरणे मी दिली होती.

मुलाखतीच्या वेळी माझं वर्णन असं केलं होतं, ''ही मुलगी तशी शांत होती, पण तिचे शरीर थरथरत होते. बऱ्याच प्रसंगी ती अश्रू ढाळीत होती. पण ती विश्वासार्ह आहे आणि तिच्यावर भावनिक ताण आहे. तसेच तिला दिल्या गेलेल्या शारीरिक पीडेविषयी तिच्या मनात भीती आहे. स्वत:च्या जिवाच्या काळजीने तर ती फारच भेदरलेली आहे.''

रॉब सतत तो करत असलेल्या सुटकेच्या योजनेविषयी ऑस्ट्रेलियाच्या अधिकाऱ्यांना कळवत होता. कमीतकमी वाहनांचा उपयोग आणि गुप्तता याविषयी त्याने सविस्तर ईमेल पाठविला होता. बगदादमधील ऑस्ट्रेलियाच्या वकिलातीमधील कौन्सूल जनरल स्टीफन रो हा माझे प्रकरण हाताळत होता. माझ्या आईने माझा पासपोर्ट काढून घेण्यापूर्वी मी त्यावरील सर्व माहिती लिहून घेतली होती आणि ती ऑस्ट्रेलियाच्या वकिलातीकडे होती. मदत हवी असेल तर बगदादला समक्ष येऊन भेटण्याचा आग्रह धरणारा अधिकारी आता या प्रकरणात नव्हता. माझ्याबाबतीत स्वतंत्रपणे सर्व चौकशी पूर्ण करून त्यांनी मला प्रवासासाठी आवश्यक ती कागदपत्रे देण्याचे नक्की केले होते. शिवाय आता त्यांचेही सुरक्षा कवच माझ्याभोवती होते. मात्र या सर्वांसाठी पूर्वीच्याच अटीप्रमाणे मला बगदादला पोहोचणे गरजेचे होते. सर्वांत चांगली गोष्ट म्हणजे या वेळी माझ्या पाठीशी अमेरिका होती. युद्धामुळे भग्नावस्था प्राप्त झालेल्या बगदाद शहरात ते मला विमानाने घेऊन जाणार होते.

असा हा सर्व बेत होता, पण तरी गोची व्हायची ती झालीच होती. मोसुल शहराच्या अमेरिकी प्रशासनात काम करत असणाऱ्या कुर्दी स्त्रीच्या मनात माझी रवानगी दोहुकच्या घरी वडलांकडे करण्याचे शिजत होते, म्हणजे पर्यायाने माझ्या

मृत्यूकडेच ती मला पाठविणार होती.

रॉब आणि त्या कुर्दी बाईत याविषयी प्रचंड वादंग माजले होते.

बुधवार, २ जून २००४ रोजी दोहुकमधील माझे दु:खद जीवन सुरू झाल्याला बरोबर १०९३ दिवस झाले होते किंवा २६,२३२ तासांनंतर १४७ जातींचे हर्क्युलस विमान सुटले होते. त्या विमानात अमेरिकी सैन्यातील कर्मचारी आणि काही पत्रकारांसह माझ्या घराच्या वाटेवर मी निघाले होते. मोसुलच्या लष्करी छावणीत असेपर्यंत माझी जबाबदारी डोनीवर होती. त्याने रॉबला ईमेल पाठविली. ''आताच मि. रो कडून निरोप आला. विमानाच्या धावपट्टीवरच ते तिला भेटले, तिला ऑफिसमध्ये घेऊन गेले आणि त्यांनी तिच्या हातात प्रवासासाठी आवश्यक ती कागदपत्रे आणि पुढच्या प्रवासाचे तिकीट ठेवले.''

रॉबने ताबडतोब उत्तर पाठविले, ''हु! आपले हे मूर्ख लोक या सर्व प्रकरणाला प्रसिद्धी देणार नाहीत इतकीच काळजी आता घ्यावी लागेल.''

अमेरिकी लोकांना मी माझ्या आयुष्याचे देणे लागते. त्यांचे सगळेच वेगळे. त्यांनी सर्व कायदे कानून, नियम माझ्यासाठी बाजूला सारले. मला मदत करण्यासाठी स्वत:चे जीव धोक्यात घातले. या सर्वांच्या बदल्यात त्यांची माझ्याकडून काडीचीही अपेक्षा नव्हती. ना तोहुकहून मोसुलला आणण्याचे भाडे, ना त्यांचा अनमोल वेळ, ना बगदादपर्यंतचे विमानाचे पैसे.

माझ्या सिडनीपर्यंतच्या प्रवासाचे पैसे आणि प्रवासाच्या बहरीनच्या टप्प्यावर माझी भेट घेण्यासाठी पाठवण्यात आलेले ऑस्ट्रेलियन वकिलातीचे प्रतिनिधी यासाठी ऑस्ट्रेलियन वकिलातीने बिल मला पाठविले.

बहरीनला मला भेटायला जी प्रतिनिधी आली होती ती खूप प्रेमळ होती. तिने पुढच्या प्रवासात वाचण्यासाठी महिलांच्या संदर्भातील काही मासिके मला दिली. सिडनीला परत गेल्यावर मी काय करणार आहे, याविषयी एखाद्या मैत्रिणीच्या नात्याने चौकशी केली.

''गेली तीन वर्षे जोगिणीचं आयुष्य जगल्यानंतर मला वाटतं बोंदी बीचवर विवस्त्र होऊन मी मुक्तपणे पोहणार आहे,'' मी हसत हसत उत्तर दिलं.

सिडनीला माझ्या घरी जाण्याच्या प्रवासाचे पैसे देण्याचे मला अजिबात दु:ख झाले नाही. माझ्याकडे दहा लक्ष डॉलर्स मागितले असते तरी मी ते देऊन टाकले असते.

माझ्या कपाटाची किल्ली जेव्हा आजीच्या आणि आत्यांच्या हाती लागली असेल तेव्हा त्यांची काय प्रतिक्रिया झाली असेल याची मात्र मला फारच उत्सुकता लागून राहिली होती. कारण त्या कपाटाच्या बंद खणात मी माझी डायरी ठेवली होती आणि त्या डायरीत त्या प्रत्येकीविषयी त्यांची वर्णने, त्यांचा स्वभाव असे सर्व टिपून

ठेवले होते. त्याच खणात माझ्या जेमतेम वीतभर लांबीच्या सेक्सी चड्ड्या पण होत्या. डेव्हिडचा आणि माझा फोटो होता. इतकेच काय पण समोरच्या घरच्या माझ्या मैत्रिणींना दाखविण्यासाठी ठेवलेली हॉलीवूडच्या एक सनसनाटी सिनेमाची सीडीसुद्धा त्याच खणात मी ठेवली होती. घाईघाईत निघाल्यामुळे हे सर्व सामान तसेच मागे राहिले होते. माझ्या चेहऱ्यावर मी अगदी मुक्तपणे हसू पसरू दिले.

सिडनी विमानतळावर पोहोचता पोहोचता सूर्योदय झाला. ऑस्ट्रेलियातील काहीसे वेगळे इंग्लिश ऐकत विमानतळावर उगीचच भटकावे अशी माझी इच्छा होती. माझी मैत्रीण मला विमानतळावर घ्यायला आली होती. तिच्या घरी माझी राहण्याची सोय झाली होती. माझ्या आयुष्यातील भयंकर स्वप्न संपले होते.

माझ्या आईने दुसरे लग्न केले होते. जर्मनीत ती ज्या ऑफिसमध्ये काम करीत असे तोच आईचा दुसरा नवरा होता. अर्थात आम्हा तिघा भावंडांना घेऊन जेव्हा ती जर्मनीत गेली तेव्हाच मला हा संशय आला होता. नंतर तर माझी खात्रीच पटली होती. त्यात आश्चर्य वाटण्याजोगे काही नव्हतेच. माझी लहान भावंडे मात्र माझ्यापासून पूर्ण दुरावली होती. त्यांचा माझा आता काहीच संबंध उरला नव्हता. कुर्दिस्तानातील त्या अग्निदिव्यामुळे माझा जीव तर धोक्यात आलाच होता, पण माझी भावंडे माझ्यापासून हिरावली गेली होती.

ज्या अमेरिकी सैनिकांनी मला मदत केली त्यांच्याबरोबर मी अजूनही संपर्क साधून आहे. त्यांच्या मदतीविना मी परत माझ्या जगात पोहोचूच शकले नसते. कदाचित आज जिवंतही नसते.

आता एकच, खरंच मी बोंदी बीचवर जाऊन पोहोचले की नाही? अर्थात तो आनंद मी मनसोक्त उपभोगला. पण ती एक वेगळी गोष्ट आहे.

■

उपसंहार

आता माझा एकच निश्चय आहे. जबरदस्तीने लग्न लावण्यात आलेल्या आणि माझ्याप्रमाणे कौमार्य हरपल्याने सतत मृत्यूच्या छायेत वावरणाऱ्या स्त्रियांसाठी काम करणे. कुटुंबाच्या इभ्रतीसाठी स्त्रियांना ठार मारून टाकण्याची पुरातन पद्धत बंद होण्याची नितांत गरज आहे. परंतु ते केवळ एकट्या दुकट्याचे काम नाही. ज्या देशांमधून ही क्रूर पद्धत अवलंबली जाते त्या देशांवर आंतरराष्ट्रीय स्तरावरून दबाव येणे गरजेचे आहे.

मी माझ्या या कहाणीचा अखेरचा भाग लिहिण्यापूर्वीच पाकिस्तानात अशा प्रकारच्या दोन धक्कादायक घटना घडल्याचे ऐकून मला आत्यंतिक दुःख झाले.

आता बलुचिस्तानातील ही घटना. तेरा चौदा वर्षांच्या तीन मुलींनी या जुन्या पुराण्या क्रूर पद्धतीविरुद्ध आवाज उठवून त्यांच्या पसंतीच्या मुलांबरोबर लग्न करण्याचे जाहीर करताच त्यांना गावापासून दूर नेण्यात आले. बंदुकीच्या गोळ्यांनी जखमी करून त्याच अवस्थेत त्यांना खड्ड्यात फेकून देण्यात आले. जिवंत असतानाच माती लोटून त्यांना पुरून टाकले गेले. वयाने मोठ्या असणाऱ्या दोन स्त्रिया त्या मुलींच्या मदतीला धावून गेल्या तेव्हा त्यांची अवस्था या मुलींसारखीच करून टाकण्यात आली.

वरील दोन खेदजनक प्रसंग पाश्चात्त्य देशांपर्यंत पोहोचेपर्यंत पाकिस्तानातील बाल-जरठ विवाहाची बातमी प्रसिद्ध झाली. एका नऊ वर्षांच्या मुलीचे लग्न पंचेचाळिशीच्या पुरुषाबरोबर लावण्यात आले होते. पंजाब प्रांतातील साहीवाल शहरात तिने खटला भरला. कोर्टाकडून ते लग्न रद्द ठरविण्यात आले. एव्हाना ती सतरा वर्षांची झाली होती. आयुष्यातील फुलपाखरी दिवसांऐवजी आठ वर्षे पतीची गुलामगिरी आणि लादले गेलेले मातृत्व अशा दुहेरी ओझ्याखाली ती चिरडली गेली होती. सगळ्यात खेदजनक घटना म्हणजे ती कोर्टाच्या बाहेर आल्या आल्या तिच्या

पालकांनी तिच्यावर मारेकरी घातले आणि तिच्यावर बंदुका झाडण्यात आल्या.

या अमानुष कृत्यांचा धार्मिक संस्थांकडून (यात काही मुस्लीम संस्था आहेत) निषेध होणे पुरेसे नाही. कारण इथे फक्त शब्द पुरेसे नाहीत. काहीतरी ठोस कृतीची गरज आहे.

माझे बलवत्तर नशीब आणि इराकमधील अमेरिकी सैन्याची मदत, केवळ या दोनच गोष्टींमुळे माझी घरच्या बंदीखान्यातून सुटका झाली होती. एरवी माझी कथा लिहिण्यास मी जिवंत राहिले नसते. मी ऑस्ट्रेलियन नागरिक होते. मुळातच मला कुर्दिस्तानात परत जाण्याची गरज नव्हती. परंतु बायकांची फसवणूक करणे हीच संस्कृती असलेल्या ठिकाणी मनुष्यजन्मासारख्या ईश्वरी देणगीला महत्त्व ते काय असणार? तिथे फक्त एकच गोष्ट अस्तित्वात असते. व्यक्तीची, तीसुद्धा फक्त पुरुषांची इभ्रत महत्त्वाची असते.

स्त्रियांना अशा प्रकारे ठार करून टाकल्याच्या बातम्या माझ्यापर्यंत आल्या की मला रडू येते. मला समजतंय की माझ्या कानांवर येणाऱ्या बातम्यांपेक्षा अशा घटना कितीतरी मोठ्या प्रमाणात घडत आहेत.

सतत मृत्यूच्या छायेत जीवन कंठणाऱ्या माझ्यासारख्या अनेक स्त्रिया आहेत. परंतु माझी ही कथा वाचून त्यांना प्रत्यक्ष कृती करण्यास प्रोत्साहन मिळेल, अशी मला आशा आहे. या माझ्या भगिनी बुरख्यातून बाहेर येतील आणि मुक्त जीवनाचा आनंद त्यांना मिळेल. कारण बुरखा हे त्यांच्यासाठी केवळ शारीरिक आणि मानसिक गुलामगिरीचेच बाह्य स्वरूप आहे.

■